माझी आत्मकथा

निवडक संपादित लेख

डॉ. बाबासाहेब आंबेडकर

संपादन
डॉ. विलास गायकवाड

सहसंपादन
संगीता दाभाडे

डॉ. विलास गायकवाड
विठ्ठलनगर, सिडको, एन - २,
छत्रपती संभाजीनगर
मो. ९६०४३६३०३२

माझी आत्मकथा : डॉ. बाबासाहेब आंबेडकर
आत्मचरित्र
डॉ. बाबासाहेब आंबेडकर
संपादन : डॉ. विलास गायकवाड

Mazi Atmakatha : Dr. Babasaheb Ambedkar
Autobiography
Dr. Babasaheb Ambedkar
Edited by Dr. Vilas Gaikwad

© सर्व हक्क सुरक्षित, २०२१

प्रकाशन क्रमांक - १९५७
साकेत प्रथम आवृत्ती - ६ डिसेंबर २०२१
(महापरिनिर्वाण दिन)
अकरावी आवृत्ती - १२ मे २०२५ (बुद्धपौर्णिमा)

साकेत प्रथम आवृत्ती - ६ डिसेंबर २०२१
(महापरिनिर्वाण दिन)
साकेत द्वितीय आवृत्ती - २ मे २०२२
साकेत तिसरी आवृत्ती - ८ ऑगस्ट २०२२
साकेत चौथी आवृत्ती - १ जानेवारी २०२३
साकेत पाचवी आवृत्ती - ५ मे २०२३ (बुद्धपौर्णिम)
सुधारित सहावी आवृत्ती - ऑक्टोबर २०२३
(धम्मचक्र प्रवर्तन दिन)
सातवी आवृत्ती - २६ जानेवारी २०२४
आठवी आवृत्ती - २३ मे २०२४ (बुद्धपौर्णिमा)
नववी आवृत्ती - ६ डिसेंबर २०२४
(महापरिनिर्वाण दिन)
दहावी आवृत्ती - १४ एप्रिल २०२५

प्रकाशक
साकेत बाबा भांड
साकेत प्रकाशन प्रा. लि.
११५, म. गांधीनगर, स्टेशन रोड
छत्रपती संभाजीनगर - ४३१ ००५
मो. - ७५१७७ ४५६०५
www.saketprakashan.in
saketpublication@gmail.com

पुणे कार्यालय
साकेत प्रकाशन प्रा. लि.
ऑफिस नं. ०२, 'ए' विंग
पहिला मजला, धनलक्ष्मी कॉम्प्लेक्स
३७३, शनिवार पेठ
कन्या शाळेसमोर, कागद गल्ली
पुणे - ४११ ०३०
फोन - (०२०) २४४३६६९२

अक्षरजुळणी : श्री उद्योग
मुखपृष्ठ : श्री उद्योग

मुद्रक : प्रिंटवेल इंटरनॅशनल प्रा. लि.
जी-१२, चिकलठाणा, छत्रपती संभाजीनगर

ISBN-978-93-5220-341-3

किंमत : २२५ रुपये

संपादकीय

'डॉ. बाबासाहेब आंबेडकरांचे 'माझी आत्मकथा' हे पुस्तक आपल्या हाती देताना मनस्वी आनंद होत आहे. स्वातंत्र्यपूर्व व स्वातंत्र्योत्तर नवभारताच्या उभारणीत त्यांचे जीवनचरित्र हे आधुनिक इतिहासाचे एक सुवर्णपर्व म्हणून दिशादर्शक आहे. प्रतिकूल परिस्थितीतही भारताला लोकशाहीप्रधान देश बनविण्यासाठी स्वतःचे आयुष्य वेचणारे डॉ. बाबासाहेब आंबेडकर हे महनीय व्यक्तिमत्त्व. अशा बाबासाहेबांच्या कार्यकर्तृत्वाचा, व्यक्तित्वाचा वेध विविध अंगांनी 'माझी आत्मकथा'मधून घेतलेला आहे. डॉ. बाबासाहेब आंबेडकरांचे उत्तुंग जीवन, विचार समजून घेतल्यास आपण प्रत्येक क्षेत्रात आपला ठसा उमटवू शकतो. उन्नती करू शकतो.

बाबासाहेबांनी सर्व बाजूंनी प्रतिकूल असलेल्या परिस्थितीशी लढा देत अखंड ज्ञानसाधना करून ज्ञाननिष्ठेचा एक उत्तुंग आदर्श उभा केला. हजारो वर्षांपासून उपेक्षित आणि वंचित असणाऱ्या, अज्ञानाच्या अंधकारात चाचपडणाऱ्या लोकांच्या जीवनात त्यांनी ज्ञानाचा प्रकाश पेरून त्यांचे जीवन प्रकाशमान केले. ज्ञानाचा कोणताही वारसा नसताना सर्वोच्च शिखरावर विराजमान होऊन या महामानवाने जगाला एक नवा वारसा दिला. हे या आत्मकथनातून साधार येते.

बाबासाहेबांचे बालपण अत्यंत संघर्षमय राहिलेले आहे; पण त्यांनी त्यावर मात करून पुस्तकांच्या सहवासातून स्वतःला सिद्ध केले. यात त्यांच्या वडील आणि बहिणींचा मोलाचा वाटा आहे. त्यांचा जन्म ज्या काळात झाला त्या काळात समाज हा अत्यंत गतानुगतिक, जातिव्यवस्थेने बंदिस्त होता. स्पृश्य-अस्पृश्य असा भेद उच्च कोटीत पोहोचलेला होता. अस्पृश्य समजल्या जाणाऱ्या वर्गाला शाळेत वर्गाबाहेर किंवा स्पृश्य मुलांपासून दूर बसावे लागे. अशा परिस्थितीत बाबासाहेबांनी आपल्या बुद्धिमत्तेच्या बळावर सर्वोच्च पदव्या मिळवून देशाला नवी दिशा दिली, अनेक महत्त्वाची पदे भूषविली. सुवर्णाक्षरात नोंद करावी अशी भारताला जगातील सर्वोत्तम राज्यघटना दिली. मौलिक ग्रंथांची रचना केली, वृत्तपत्रे सुरू केली, चळवळीतून लढा उभारला, शिक्षण संस्थांचे जाळे उभारले.

बाबासाहेबांनी अस्पृश्य, वंचित समूहासाठी शिक्षण अत्यंत महत्त्वाचे आहे हे पदोपदी सांगितले. आपली व समाजाची प्रगती करावयाची असेल तर शिक्षणाशिवाय दुसरा पर्याय नाही. तसेच शिक्षण घेऊन मोक्याच्या जागांवर विराजमान होणे हाच एक पर्याय त्यांनी सांगितला. अस्पृश्य, वंचित घटकांच्या उद्धारासाठी त्यांनी राज्यघटनेतून समाजविकासाच्या

दृष्टीने एक क्रांतिकारी पाऊल टाकले. भारतीयांचे रक्षण, त्यांचे हक्क अबाधित राहील आणि त्यांना न्याय मिळेल, अशी राज्यघटनेची बांधणी केली. समता, स्वातंत्र्य, न्याय, बंधुता यासाठी ते सदैव प्रयत्नशील राहिले.

प्रस्तुत पुस्तकात पुणे करार, राउंड टेबल कॉन्फरन्स, घटना समितीत प्रवेश आणि भाषण याविषयी बाबासाहेबांनी मांडलेले विचार स्पष्ट केले आहेत. याबरोबर मजूरमंत्री, कायदेमंत्री, समाजकार्य, शैक्षणिक कार्य, बडोद्यातील नोकरी, वकील, प्राध्यापक म्हणून कारकीर्द, इत्यादी विषयीची माहिती यातून मिळते. महाराष्ट्राचं एकीकरण, सत्याग्रह का?, सत्याग्रह का नको, महाराष्ट्रीय संतांचे कार्य, विविध धर्मांचा अभ्यास, बुद्ध की मार्क्स, गीता व वेद, बुद्ध धम्माचा स्वीकार आदी विविध विषयांवर प्रस्तुत आत्मकथेतून आढावा घेतलेला आहे. बुद्ध, कबीर आणि फुले या तीन गुरूंविषयी बाबासाहेबांनी आपले मत व्यक्त केले आहे. तसेच त्यांनी आपल्या उत्तुंग यशाचं श्रेय पत्नी रमाबाईंस दिले याविषयी वर्णन प्रस्तुत पुस्तकातून येते.

केवळ दलितच नव्हे, तर समाजव्यवस्थेतील उपेक्षित अशा सर्वांना मानवतेची वागणूक मिळाली पाहिजे, असे सर्वसमावेशक तत्त्व स्वीकारून त्यासाठी आपले सबंध आयुष्य खर्ची घालणारे बाबासाहेब या आत्मकथनातून विस्तृतपणे अधोरेखित होतात.

बाबासाहेबांचे बालपण ते धम्मदीक्षेचा स्वीकार हा प्रदीर्घ पट अत्यंत ओघवत्या भाषेतून या पुस्तकातून आपणासमोर येतो. त्यांचा जीवनप्रवास या पुस्तकातून उलगडून दाखविण्याचा हा छोटासा प्रयत्न.

प्रस्तुत पुस्तक सर्वांपर्यंत पोहोचावे व मार्गदर्शक ठरावे हा हेतू या संपादनामागे आहे. या पुस्तकावर संपादकीय संस्कार करताना आवश्यक त्या ठिकाणी सुयोग्य शब्दयोजना करून काही ठिकाणी शीर्षकाची सुयोग्य मांडणी केली आहे. पुस्तक अचूक व्हावे यादृष्टीने संदर्भ ग्रंथ योजून परिपूर्ण करण्याचा आटोकाट प्रयत्न केला आहे. प्रस्तुत पुस्तकात काही सुधारणा सुचविल्यास आपले स्वागतच आहे.

साकेत प्रकाशनाचे संचालक साकेत भांड यांनी पुस्तकाच्या संपादनाची जबाबदारी दिली त्याबद्दल त्यांचे मनःपूर्वक आभार. तसेच संगीता दाभाडे यांचे विशेष साहाय्य लाभले त्याबद्दल त्यांचेही आभार.

माझी पत्नी सौ. मीना, कन्या सानिया आणि चिरंजीव सौम्य यांच्यासाठी असणारा वेळ या पुस्तकासाठी दिला. त्यामुळे त्यांचाही यात मोलाचा सहभाग आहे.

प्रस्तुत पुस्तक विद्यार्थी, ज्ञानसाधक, अभ्यासक आदींना उपयोगी ठरेल अशी खात्री वाटते.

- डॉ. विलास गायकवाड

अनुक्रम

तो मीच तर नव्हे ना?

माझे आजोबा मालोजीराव हे होत. त्यांचा एक धाकटा बंधू होता. तो चौदा-पंधरा वर्षांचा असतानाच साधू लोकांच्या समुदायाबरोबर घरातून निघून गेला आणि नंतर जवळजवळ चोवीस वर्षांनी परत आला. त्यावेळी त्याची आई म्हणजे माझी पणजी ही जिवंत होती. आपला मुलगा फार दिवसांनी परत आलेला पाहून त्या माऊलीला अतिशय आनंद झाला आणि त्याने आता संसार थाटून येथेच राहावे असा तिने आग्रह धरला. त्याप्रमाणे मालोजीरावांनीही त्याची समजूत घालण्याचा खूप प्रयत्न केला; पण साधू महाराज काही ऐकत ना. त्यांनी मालोजीरावांना एकांतात नेऊन सांगितले की, "दादा, इतकी वर्षे तपश्चर्या करून अजूनपर्यंत माझे काही समाधान झालेले नाही, तेव्हा त्यासाठी कृपा करून मला पुन्हा एकदा जाऊन येऊ द्या. मला काही तुम्ही आग्रह धरू नका." त्यावर मालोजीरावांनी यावर आपली काही हरकत नाही असे सांगितले. "पण म्हातारी तुला सोडायला तयार नाही त्याचं काय?" त्यावर साधुबुवांनी मालोजीरावांना एक युक्ती सांगितली. ती अशी - "हा गोसावी किती वर्षांनी आलेला आहे, तेव्हा तो तुझाच मुलगा आहे हे तरी कशावरून? हे गोसावी-बैरागी लोक फार चेटकी असतात. काहीतरी चेटूक करून हा गोसावी आपल्या घराला, इस्टेटीला काहीतरी धोका करणार नाही कशावरून? तेव्हा हा गोसावी जात आहे तर जाऊ दे. उगाच त्याला आग्रह करू नकोस." असे तिला सांगायचे. यावर म्हातारीचा विश्वास बसून तिने गोसाव्यास जाण्याची परवानगी दिली.

त्यानंतर बरोबर वीस वर्षांनी तेच साधुबुवा पुन्हा घरी आले; पण त्यावेळी त्यांची मातोश्री दिवंगत झालेली होती आणि बुवाही बरेच म्हातारे झाले होते. तरीसुद्धा मालोजीरावांनी त्यांना संसार करून राहण्यासंबंधी विनंती केली. त्यावेळी बुवांनी सांगितले की, "दादा, माझे

विश्वरत्न डॉ. बाबासाहेब आंबेडकर (१९५०)

अवतारकार्य आता संपत आले आहे. आता मी केवळ आपली अखेरची भेट घ्यावी म्हणून आलो आहे. यापुढे आपणा बांधवांची भेट होणार नाही. तेव्हा आता मला येथे राहण्यासाठी मुळीच आग्रह करू नकोस. आता जाताजाता मी आपणाला एक अभिवचन देत आहे की, आपल्या तिसऱ्या पिढीत एक उद्धारकर्ता पुरुष जन्माला येऊन तो आपल्या तिसऱ्या पिढीचा उद्धार करील." असा संदेश देऊन ते साधुबुवा बंधूचा निरोप घेऊन गेले ते कायमचेच.

तेव्हा माझ्या मनात कधीकधी असा विचार येतो की, माझी बुद्धी ही अतिशय तीव्र आहे, त्यामुळे त्या साधुबुवांच्या वचनाप्रमाणे 'आमच्या तिसऱ्या पिढीचा उद्धारकर्ता पुरुष' तो मीच तर नव्हे ना?

●●●

मी मूळ नक्षत्रावर जन्मलो

हे दृश्य पाहून पूर्वायुष्यातील घडामोडींचा चित्रपट माझ्या डोळ्यासमोर येतो, माझे बालपण उभे राहते. मला ६० वर्षे पूर्ण झाली असे मानतात. पण मी केव्हा जन्मलो हे मला माहीत नाही. त्याचा काहीच पुरावा नाही. त्याची कोणीच जन्मतारीख ठेवली नाही. माझ्या आईबापांना त्याचे काही महत्त्व वाटले नाही. पोरगा जन्मला, त्यात मोठेसे काय आहे आणि त्याची तारीख कसली ठेवायची? असे माझ्या आईवडिलांना वाटले असावे. माझी पत्रिका केलेली नाही. परंतु माझ्या वडिलांना ज्योतिषशास्त्र अवगत होते. ते माझ्या भवितव्याविषयी फार आशादायक गोष्टी बोलत असतात. त्यांच्या एकंदर व्यवस्थित नि नियमबद्ध जीवनामुळे असे म्हणता येईल की, त्यांनी शाळेत जी जन्मतारीख दिली तीच खरी असली पाहिजे. मी जन्मलो त्यावेळी माझे वडील सातव्या पायोनियर पलटणीत होते. माझे आई-बाप कोकणचे असले तरी त्यावेळी ते मध्य भारतात महू येथे होते. माझ्याबद्दल बालपणी जे बोलणे चाले त्यावरून एवढे खरे दिसते की, माझा जन्म बाराच्या ठोक्याला झाला आणि मी मूळ नक्षत्रावर जन्माला आलो. ज्योतिषाने सांगितले की, हा पोरगा आईच्या मुळावर आला. त्याची आई मरणार. बापाला त्याचे विशेष काही वाटले नाही. पण त्यामुळे भावंडे माझा तिरस्कार करू लागली. पोर वाईट म्हणून सारेजण माझी हेटाळणी करत. लहानपणीच्या त्या आठवणी आल्या की माझे मलाच आश्चर्य वाटते. १२ वर्षांचा होईपर्यंत लंगोटीशिवाय मी काही नेसलो नाही. लोकांची लाकडे फोडून देण्यासाठी घरोघर फिरायचा मला नाद होता. आई वारल्यावर आत्याने माझे संगोपन केले. सहा महिने मी माळ्याचेही काम केले. वानरासारखी झाडावर चढण्याची मला भयंकर सवय होती. कांबळे टाकून झाडावर त्याचा झोपाळा करून मी झोपायचो. ते झाड आमच्या घरापुढे होते. खाली उकिरडा होता. झाडावरून मी उतरत

नसे. त्या उकिरड्यावर उडी घ्यायचो. मग ती सगळी राख माझ्या अंगावर उडे. त्यावेळी गावात प्लेग होता. लोक माझ्याकडे बोट दाखवून म्हणायचे, "एवढे लोक प्लेगने मरतात, हा का मरत नाही?" माझ्या आत्याला ते बोलणे खपत नसे. पोराला कोणी बोलू नये म्हणून तिची सर्वांना सक्त ताकीद होती.

आई लहानपणी वारल्याने त्या स्वातंत्र्याचा मी दुरुपयोग केला. या पोराच्या हातून काहीही होणार नाही असे सर्व म्हणायचे. त्यातली माणसे आज हयात नाहीत याचे मला वाईट वाटते. आपला तर्क खोटा पडलेला पाहून त्यांनाही आनंद झाला असता. गुरे वळण्याचे मी काम केले. मी कदाचित गुराखीही झालो असतो. पण मी बेलदार होऊन दगड फोडण्याचे काम करू नये, सावलीत बसून काम करण्यापुरती माझ्यात कर्तबगारी यावी असे माझ्या वडिलांना वाटे. मी या स्थितीत आलो, कारण माझ्यात उपजत काहीतरी होते असे कोणी समजू नये. प्रयत्नाने आणि कष्टाने मी वर चढलो.

डॉ. बाबासाहेब आंबेडकर यांचे वडील सुभेदार रामजी सकपाळ आणि आई भिमाबाई सकपाळ

माझे वडील कबीरपंथी होते. ते विद्याव्यासंगी होते. त्यांच्या घराला धर्मासन अथवा विद्यासन म्हणावे लागेल. मी दहा-बारा वर्षांचा असताना रामायण-महाभारतादी ग्रंथांचे त्यांनी माझ्याकडून पारायण करून घेतले. ते मोठे धर्मनिष्ठ होते. शाळेत जाणार नाही म्हणून मी एकदा आत्याकडे हट्ट घेतला. "तू शाळेत जा म्हणतेस, पण शाळेत गेल्याने काय होणार ते सांग?" असे मी विचारले. आत्या बिचारी काय सांगणार? पण माझ्या वडिलांच्या सांगण्यात त्याचे उत्तर मला मिळाले. द्रोण ब्राह्मण होता तरी तो मोठा योद्धा झाला. आम्ही गरीब असलो तरी तू विद्वान का होणार नाहीस?, असे ते मला म्हणत. त्यांच्या बोलण्याचा माझ्या मनावर परिणाम झाला.

●●●

वडिलांनीच मला
हे शिकविले

आमचे वडील मास्तर होते. ईस्ट इंडिया कंपनीचा एक चांगला नियम होता. तो पुढे पाळला गेला नाही हे आमचे दुर्दैव होय. तो नियम म्हणजे कंपनी सरकारच्या सैन्यातील दरोबस्त सैनिकाला सक्तीचे शिक्षण दिले जात असे व सैनिकांच्या मुला-मुलींसाठी दिवसाच्या शाळा असून प्रौढ लोकांसाठी रात्रीच्या शाळा असत. प्रत्येक पलटणीसाठी स्वतंत्र शाळा असत. अशा एका शाळेमध्ये माझे वडील चौदा वर्षे हेडमास्तर होते. सैनिकांसाठी चांगले शिक्षक तयार करण्यासाठी पुण्यास एक 'नॉर्मल शाळा' होती. त्या नॉर्मल शाळेत शिकून माझ्या वडिलांनी मास्तरचा डिप्लोमा मिळविला होता. त्यांची शिकविण्याची पद्धत फार वाखाणण्यासारखी होती. त्यामुळे आमच्या वडिलांच्यामध्ये शिक्षणाविषयी आवड व आस्था निर्माण झालेली होती. आमच्या घरातील बायका-मुलांनासुद्धा उत्तम लिहिता-वाचता येत होते. इतकेच नव्हे, तर पांडव प्रताप, रामायण यांसारखे ग्रंथ वाचून त्यावर निरूपण करण्याची शक्तीही वडिलांच्या प्रोत्साहनाने माझ्या बहिणीत आली होती. ते स्वतः कबीरपंथी असल्याने त्यांना कितीतरी भजने व अभंग तोंडपाठ असत. मी संस्कृत शिकावे अशी त्यांची फार इच्छा होती; पण ही त्यांची इच्छा सफल झाली नाही. त्याला एक कारण झाले, ते असे. माझा थोरला भाऊ सातारा येथे असताना इंग्रजी चौथीत आला. तेव्हा त्यानेही संस्कृतचा अभ्यास करावा व चांगले विद्वान व्हावे अशी त्यांची फार इच्छा होती; पण आमच्या संस्कृत मास्तरांनी "अस्पृश्यांच्या पोरांना मी संस्कृत शिकविणार नाही," असा हट्ट धरल्यामुळे माझ्या भावाला अगदी निरुपाय म्हणून पर्शियन भाषा शिकणे भाग पडले. हे मास्तर वर्गात आमची हेटाळणी करीत. त्यामुळे मनावर

डॉ. बाबासाहेब आंबेडकर यांचे थोरले बंधू बाळाराम आंबेडकर

एक प्रकारचा वाईट परिणाम होत असे. पुढे मीसुद्धा जेव्हा चौथ्या इयत्तेत आलो तेव्हा आमच्या संस्कृतच्या मास्तरांचा हट्ट मलाही भोवणार, नक्की माहीत असल्यामुळे मला पर्शियन भाषेकडेच निरुपायाने धाव घेणे भाग पडले.

मला संस्कृत भाषेचा अत्यंत अभिमान आहे व ती मला चांगली यावी अशी अजूनही माझी इच्छा आहे. आता स्वतःच्या मेहनतीने मी थोडेसे संस्कृत वाचू, समजू शकतो; नाही असे नाही. पण त्या भाषेत पारंगत व्हावे अशी माझ्या अंतःकरणात तळमळ आहे. तो सुदिन कधी उगवेल तो खरा. मी जरी पर्शियन भाषेचा चांगला अभ्यास केला असला तरी व मला शंभरपैकी नव्वद-पंचाण्णव मार्क मिळत असले तरी हे कबूल करायला हवे की, संस्कृत वाङ्मयात काव्य आहे, काव्यनिर्मिती आहे, अलंकारशास्त्र आहे, नाटके आहेत, रामायण-महाभारत सारखी महाकाव्ये आहेत, तत्त्वज्ञान आहे, तर्कशास्त्र आहे, गणित आहे. आधुनिक विद्येच्या दृष्टीनेही पाहता संस्कृत वाङ्मयात सर्वकाही आहे. पण तशी स्थिती पर्शियन वाङ्मयात नाही. संस्कृतचा अभिमान व संस्कृत भाषा आपल्याला चांगली अवगत असावी याविषयी माझ्या अंतःकरणात विलक्षण तळमळ असतानाही शिक्षकाच्या कोत्या वृत्तीमुळे व संकुचित दृष्टिकोनामुळे मला संस्कृत भाषेला मुकावे लागले

आमच्या वडिलांची घरची शिस्त कडक व फौजी असल्यामुळे मला त्यांच्या कडकपणाचा फार कंटाळा येई. आता मला वाईट वाटते की, माझ्या वडिलांच्या तळमळीप्रमाणे मी अभ्यास केला असता, तर मला मुंबई विश्वविद्यालयातील एकूण एक परीक्षांत दुसरा वर्ग तरी मिळविणे काही अशक्य झाले नसते. पण त्यावेळी मला त्यांच्या तळमळीचा अर्थ कळत नसे. म्हणून आमच्या मागे ते अभ्यासाचे विनाकारण टुमणे लावतात असे आम्हाला वाटायचे.

त्यांना गणिताचा भारी नाद असे. गोखल्यांच्या अंकगणितातील एकूण एक उदाहरणे त्यांनी स्वतः सोडवून चांगल्या सुबक अक्षरात एका मोठ्या वहीत उतरून ठेवली होती. इच्छा ही की ती वही मी वेळोवेळी वाचून पाहावी व गणित विषयात खूप हुशारी मिळवावी.

त्याचप्रमाणे मी उत्तम तऱ्हेने पास व्हावे, याविषयी त्यांनी माझी किती काळजी वाहिली असेल याची कोणाला कल्पनासुद्धा यायची नाही.

इंग्रजी शिक्षणासाठी पुढे आम्ही मुंबईला आलो व मी 'मराठा हायस्कुलात' शिकू लागलो. पहिल्याने घरची स्थिती बऱ्यापैकी होती. पण पुढे-पुढे ती फारच हलाखीची झाली. माझ्या वडिलांना थोडेसे पेन्शन मिळत असे. पण मुंबईची राहणी व कुटुंबात बरीच माणसे सांभाळायची, त्यामुळे मला लागतील ती पुस्तके आणून देणे, हे आमच्या वडिलांच्या आटोक्याबाहेरचे असे. तरी पण होईल ती झीज सोसून ते माझ्या सुखसोयींची तरतूद करण्यास नेहमी तयार असत. ही गोष्ट मला आठवली म्हणजे मला माझ्या वडिलांचा अत्यंत अभिमान वाटतो. असा प्रेमळ पिता फार थोड्यांना लाभत असेल, माझे मन मला नेहमी ग्वाही देत असते. पण माझ्या अल्लड स्वभावामुळे मला त्यावेळी त्यांच्या प्रेमळपणाची किंमत कळली नाही.

मला पहिल्यापासूनच शाळेच्या अभ्यासाकडे दुर्लक्ष करून इतर पुस्तके वाचण्याचा भारी नाद असे. पण ते माझ्या वडिलांना पसंत नव्हते. त्यांचे म्हणणे असे की, शाळेचा अभ्यास हा अगदी चोख केला पाहिजे, मग हवे असल्यास इतर वाचन करावे.

मराठी भाषेप्रमाणेच त्यांना इंग्रजी भाषेचा पण अभिमान होता. त्यांना इंग्रजी शिकविण्याचीही भारी हौस होती. ते मला नेहमी सांगत, "हॉवर्डची पुस्तकं तोंडपाठ करून टाक." त्याचप्रमाणे तर्खडकरांची भाषांतर पाठमालेची तीन पुस्तके पण त्यांनी माझ्याकडून पाठ करवून घेतली. मराठी भाषेतील शब्दांना योग्य इंग्रजी प्रतिशब्द शोधून काढण्यास व त्यांचा योग्य ठिकाणी उपयोग करण्यासही माझ्या वडिलांनीच मला शिकविले. मी इंग्रजी चांगलं बोलतो व लिहितो, थोडीबहुत ख्याती आहे असे मला वाटते. पण योग्य शब्दांचा तोल तोलून उपयोग कसा करावा, हे माझ्या वडिलांनी मला जसे शिकविले तसे इतर कोणाही मास्तरांनी मला शिकविले नाही. तर्खडकरांच्या पुस्तकातून उलटसुलट शब्द विचारून ते माझ्या ज्ञानाची नेहमी चाचणी करीत. त्याचप्रमाणे इंग्रजी वाक्यप्रचार व योग्य भाषाशैली कशी वापरावी, हेही पण त्यांनीच मला शिकविले.

●●●

मी खूपच लाडावलेला होतो

त्या गोष्टी जणू काही आज घडल्यासारख्या वाटतात. स्वतःची पुस्तके असावीत, म्हणजे फक्त स्वतःच्या मालकीची, एवढीच त्यावेळी माझी महत्त्वाकांक्षा होती. त्या महत्त्वाकांक्षेमधूनच हल्लीचे माझे ग्रंथसंग्रहालय निर्माण झाले. त्यावेळीसुद्धा नवीननवीन पुस्तके आणून देण्यासाठी मी माझ्या वडिलांजवळ हट्ट धरी. पण एखादे पुस्तक मागितले की ते संध्याकाळपर्यंत माझ्या वडिलांनी कोठून तरी आणून दिले नाही, असे कधीच झाले नाही! आमची आर्थिक स्थिती खूपच हलाखीची होती, ही गोष्ट आताच तुम्हास सांगितली. पण त्यावेळी मला त्या गोष्टीची फारशी जाणीव नव्हती.

माझ्या वडिलांचे अंतःकरण थोर यात शंकाच नाही. माझ्याकडून एखाद्या पुस्तकाची मागणी आली की खिशात पैसे असोत, नसोत, बहुतेक खिशात पैसे नसायचेच, आपले नेहमीचे मुंडासे खाकोटीस मारून माझ्या वडिलांची स्वारी थेट बाहेर पडायची. त्यावेळी माझ्या दोघीही वडील बहिणी येथेच मुंबईत असायच्या. त्यांची त्यावेळी लग्ने झालेली होती. माझे वडील जे घरून निघायचे ते थेट माझ्या धाकट्या बहिणीकडे जायचे व तिच्यापाशी जे काही तीन-चार रुपये माझ्या पुस्तकासाठी हवे असतील ते मागायाचे. तिच्यापाशी तरी कोठून असणार तीन-चार रुपये? बिचारी कळवळयाने 'माझ्यापाशी एवढे रुपये नाहीत' असे म्हणायची. पण लगेच माझे वडील पुन्हा आपले मुंडासे खाकोटीस मारून माझ्या थोरल्या बहिणीकडे जायचे. तिच्यापाशी सुट्टे रुपये नसले म्हणजे ते तिच्याकडून एखादा दागिना मागून घेत. अर्थात, हे सारे दागिने माझ्या बहिणींना लग्नात दिलेले होते. तरी पण त्यांची नेकी पहा केवढी होती. तो दागिना घेऊन ते एका ठराविक मारवाड्याकडे जात. त्यांच्याकडे महिन्यासाठी तो दागिना गहाण ठेवीत आणि महिना संपला की पेन्शन हाती पडल्याबरोबर

वडील पुन्हा त्या मारवाड्याच्या घरी जात व तो गहाण ठेवलेला दागिना सोडवून आणून बहिणीला पोहोचता करीत. त्यामुळे माझ्या बहिणीसुद्धा वडिलांनी दागिना मागितला तर कधीही 'नाही' म्हणत नसत याला आणखीही एक कारण होते. माझी आई माझ्या अगदी लहानपणीच वारलेली असल्याने मला माझ्या आत्याने वाढवले होते. ही आमची आत्या माझ्या वडिलांची मोठी बहीण असल्याने तिचा घरात मोठा रुबाब व दरारा असे. माझे वडीलसुद्धा तिला खूप मान देत असत. त्यामुळे व मी आत्येचा लाडका म्हणून घरात मला बोलण्याची कोणाची छाती नव्हती.

वडील सुभेदार रामजी सकपाळ आणि डॉ. बाबासाहेब आंबेडकर

याचा परिणाम असा झाला की, मी मात्र त्यामुळे खूपच लाडावलो. माझ्या सुखासाठी माझे वडील किती दगदग सहन करीत व नाना तऱ्हांच्या अडीअडचणींना तोंड देत याची मला त्यावेळी मुळीच जाणीव नव्हती. मी शेंडीला चमचमीत तेल चोपडून या नव्या आणलेल्या पुस्तकांची उशी करून खुशाल झोपी जायचो. या पुस्तकांची त्यामुळे काय दुर्दशा होत असेल याची तुम्ही कल्पना केलेली बरी! लहान वयापासून मला वाचनाचा विलक्षण नाद लागला. तो इतका की अमुक पुस्तकात अमक्या ठिकाणी एखादी महत्त्वाची बाब आहे ही गोष्ट कोठेही टाचण वगैरे लिहिली नसतानाही मी ताबडतोब आठवू शकतो. या माझ्या सवयीमुळे माझी स्मरणशक्ती अतिशय तल्लख झालेली आहे.

●●●

माझे वडील

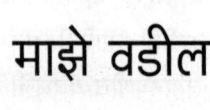

आमचे कुटुंब गरिबाचे असले तरी त्यामधले वातावरण पुढारलेल्या कुटुंबाला शोभेल असे होते. आमच्यामध्ये विद्येची अभिरुची उत्पन्न व्हावी, आमचे चारित्र्य सोज्वळ बनावे यासाठी आमचे वडील अतिशय दक्ष असत. सकाळी जेवायला बसायच्या आधी ते आम्हाला देवघरात बसून भजने, अभंग, दोहे म्हणायला लावीत. अर्थातच आम्ही सारे त्यापैकी विशेषतः मी नेहमीच अळंटळं करायचो. कसेतरी चार अभंग अर्धेमुर्धे म्हणून आम्ही जेवणासाठी ताटावर येऊन बसायचो. लगेच वडील आम्हाला हटकून विचारायचेच, "का रे, आज लवकर संपलं तुमचं भजन?" त्यांच्या या प्रश्नाला उत्तर देण्याच्या आधीच आम्ही तेथून पसार झालेलो असायचो.

पण ही सकाळची धांदल संध्याकाळच्या वेळी मात्र आमचे वडील केव्हाही चालून देत नसत. रात्रीचे आठ वाजले की माझ्या दोघी बहिणी, माझे वडील बंधू व मी देवघरापाशी जमा झालेच पाहिजे, असा त्यांचा कडक नियम होता. कोणी गैरहजर राहिल्यास त्याला ते कधीही क्षमा करीत नसत. ज्यावेळी ते मोठ्या भक्तिभावाने संतांचे अभंग आणि कबीरांचे दोहे म्हणू लागत, त्यावेळी अतिशय गंभीर आणि पवित्र वातावरण निर्माण होत असे. आमच्या वडिलांचे पाठांतर फार असे. अभंगांमागून अभंग ते म्हणू शकत. वडिलांच्या पाठांतराचे आम्हाला कौतुक वाटे. त्याचप्रमाणे माझ्या बहिणीसुद्धा गोड गळ्यांनी जेव्हा अभंग म्हणत, त्यावेळी धर्म व धार्मिक शिक्षण मनुष्याच्या जीवनात अत्यंत आवश्यक आहे असे मलासुद्धा पटत असे. मी धर्मलंड आहे असे पुष्कळ लोक समजतात. पण ही गोष्ट खरी नाही. लोकांचा हा माझ्याबद्दलचा गैरसमज आहे. जे जे लोक म्हणून माझ्या सान्निध्यात येतात त्यांना माझ्या धर्माविषयक श्रद्धा व प्रेम माहीत आहे. धार्मिक ढोंग मला बिलकूल

पसंत नाही. ज्या धर्माच्या शिकवणुकीमुळे मनुष्याच्या अंतःकरणातील पाशवी वृत्ती काबूत आणल्या जात नाहीत, तो धर्म कुचकामाचा आहे, असे अजून माझे मत आहे. माझी मते, अशी प्रागतिक बनली याचे श्रेय माझ्या वडिलांच्या धार्मिक वृत्तीलाच मी देतो. लहानपणीच त्यांनी भक्तिमार्गाचे वातावरण माझ्या मनामध्ये निर्माण केले.

मी लहान असतानाच माझे वडील आमच्याकडून रामायण-महाभारत इत्यादी ग्रंथ वाचून घेतल्याशिवाय आमची सुटका करीत नसत. परंतु रामायण-महाभारत वाचण्याची आमच्यावर सक्ती का? असे विचारण्याची कोणाची हिंमत नसे. ज्या पुराणात शूद्र आणि अस्पृश्य यांचे पदोपदी हेळसांडपणाचे वर्णन आढळते त्या पुराण पुरुषांचे जीवनचरित्रे वाचण्यात तरी काय तथ्य आहे? माझ्याइतका धर्मशास्त्रवेत्ता कोणी नाही, असे मला वाटे. मी वडिलांना 'हे ग्रंथ वाचण्याची सक्ती का?' असा प्रश्न विचारल्यावर त्यांनी उत्तर दिले, 'आपण जरी अस्पृश्य असलो तरी रामायण-महाभारतातील पुरुषांची जीवनचरित्रे वाचल्यावर आपल्या मनाचा न्यूनगंड दूर होतो.' पण मला ते नीटसे समजले नाही. पण भक्तिमार्गाने हा विभूतिपूजक, मूर्तिपूजक बनतो हा त्यामधला एक मोठा दोष आहे. म्हणून 'भक्तिमार्ग हा राष्ट्राला विघातक आहे' असे माझे प्रामाणिक मत आहे. कदाचित माझे हे म्हणणे लोकांना पटणार नाही. पण त्यांनी माझ्या या म्हणण्याचा खोल व ऐतिहासिक भूमिकेतून व निःपक्षपाती बुद्धीने विचार करावा, म्हणजे बुद्धिवादी माणसाला माझ्या म्हणण्याचे प्रत्यंतर आल्यावाचून राहणार नाही. माणसाने बुद्धिवादाबरोबरच माणुसकीच्या दृष्टीने प्रत्येक बाबींचा विचार करण्यास शिकावे.

वडिलांच्या पाठांतरामुळेच मुक्तेश्वर, तुकाराम वगैरे संत कवींची कवने मला तोंडपाठ झाली, एवढेच नव्हे तर त्या काव्यांवर मी मनामध्ये विचार करू लागलो. माझ्याइतका मराठी संतकवींचा खोलवर अभ्यास केलेली फार थोडी माणसे असतील. मला भाषांची फार आवड आहे. मी इंग्रजी तर उत्तम जाणतोच. इंग्रजी इतकाच मला मराठीचाही अभिमान आहे. मी कैक वर्षे 'बहिष्कृत भारत', 'जनता', 'मूकनायक' या साप्ताहिकांचा संपादक होतो व मराठीत मी बरेच लिखाण केलेले आहे. 'जनता' पत्रात येणारे मुख्य संपादकीय लेख बहुतेक सारे माझ्या लेखणीतून उतरलेले होते. जर्मन भाषेचाही मी चांगला अभ्यास केला आहे. आता मी थोडीशी विसरलो असलो तरी थोड्या दिवसांच्या साफसफाईने मी ती पुन्हा वाचू शकेन अशी मला उमेद आहे. मी गुजरातीत परवा अहमदाबादेला व्याख्यान दिलेले होते, ते तुम्हाला माहीत आहेच. मराठीत व्याख्यान देण्यास प्रथम मला उगाच भीती वाटत होती. पण मराठीतही मी चांगले बोलू शकतो असे मला पुढे आढळून आले. मला फ्रेंच भाषा पण येते.

आता मला माझ्या वडिलांविषयी आणखी दोन-चार महत्त्वाच्या गोष्टी सांगाव्याशा वाटतात. मी बी.ए.व्हावे याबद्दल माझ्या वडिलांना अत्यंत तळमळ वाटत असे. पहाटे दोन वाजता उठून मी अभ्यास करत असे. पहाटेच्या वेळी मन शांत, प्रसन्न असल्यामुळे अभ्यास चांगला होतो अशी माझी समजूत आहे. परीक्षेच्या वेळी मी पहाटे दोन वाजता जागे व्हावे म्हणून वडील दोन वाजेपर्यंत स्वतः निजतच नसे. आरंभी-आरंभी सकाळी उठायचे माझ्या जिवावर येत असे. वडिलांनी जबरदस्ती करून उठविले की मनातल्या मनात काहीतरी रागाने मी पुटपुटत असे. माझ्या उशाशी त्यावेळी एक समई ठेवलेली असायची. त्यातले तेल व वात उजेड देऊन देणार तरी किती व मी वाचणार तरी किती?

जेमतेम पहाटेच्या पाच वाजेपर्यंत अंथरुणातल्या अंथरुणात या कुशीवरून त्या कुशीवर लोळत-लवंडत मी काहीतरी अभ्यास करायचो किंवा निदान अभ्यासाचे सोंग तरी फार छान आणायचो. पाच वाजल्यानंतर मात्र एक मिनिटसुद्धा अंथरुणात निजण्याची आम्हाला परवानगी नसे. मी वडिलांना नेहमी म्हणायचो, "मी कधीही नापास होत नाही व दरवर्षी बिनबोभाट पास होत असतो, हे नाही का पुरे होत? मग मी आणखी अभ्यास करावा म्हणून तुम्ही माझ्या मागे का लागता?"

आमच्या एल्फिन्स्टन कॉलेजात त्यावेळी प्रो.ओस्वाल्ड म्युल्लर, प्रिन्सिपॉल कॉव्हेर्नटन, प्रो.जॉर्ज अँडरसन असे चांगले प्रोफेसर होते; पण काय असेल ते असो, त्यांनी माझ्या मनात स्फूर्ती उत्पन्न केली नाही. प्रो. म्युल्लरचे तर माझ्यावर फार प्रेम असे. ते मला आपली पुस्तके देत. तरीपण त्यांच्या शिकवणीने माझ्या अंतःकरणात नवचैतन्य निर्माण होऊ शकले नाही, ही गोष्ट तितकीच खरी. त्यामुळे मी जरी युनिव्हर्सिटीच्या परीक्षा प्रतिवर्षी पास होत गेलो तरी मला कधी दुसरा क्लास मिळाला नाही. बी.ए.ला तर थोड्याच मार्कांनी माझा दुसरा वर्ग आला. त्यावेळच्या माझ्या अभ्यासामधल्या प्रगतीवरून पाहता मी पुढे मिळविलेल्या पदव्या घेण्यास व लिहिलेली पुस्तके लिहिण्यास समर्थ झालो असतो, असे जर कोणी माझ्याविषयी भविष्य वर्तविले असते तरी साफ चुकीचे ठरले असते!

एल्फिन्स्टन कॉलेज, मुंबई

●●●

जाणीव झाली

माझा जन्म महू (इंदोर) येथे माझे वडील पलटणीत असताना झाला. त्यावेळी माझे वडील पलटणीत सुभेदार होते. आम्ही पलटणीतच राहत असल्यामुळे आम्हाला बाहेरच्या जगाचा संसर्ग झाला नव्हता. त्यामुळे अस्पृश्यतेसंबंधी कोणत्याही प्रकारची कल्पना मला नव्हती. परंतु जेव्हा माझ्या वडिलांनी पेन्शन घेतले तेव्हा आम्ही सर्वजण साताऱ्यास येऊन राहिलो. माझी आई मी अवघा पाच वर्षांचा असताना निवर्तली.

गोरेगावी दुष्काळ पडला होता. म्हणून दुष्काळी कामे सरकारने काढली. यावेळी एक पाण्याचा तलाव सुरू करण्यात आला होता. या तलावाचे काम करणाऱ्या मजुरांना पगार वाटण्याच्या कामावर माझ्या वडिलांची नेमणूक झाली. ते गोरेगावी गेले व आम्हा चार मुलांना साताऱ्यास ठेवले. जवळजवळ चार-पाच वर्षे आम्ही भातावर काढली. आम्ही साताऱ्यास आल्यापासून आम्हाला खऱ्या अस्पृश्यतेची जाणीव होऊ लागली. प्रथम आमचे केस कापण्यास आम्हाला न्हावी मिळेना. आमची मोठी पंचाईत झाली. मग माझी वडील बहीण (ती अजून जिवंत आहे) आम्हा चार मुलांच्या हजामती ओट्यावर बसून करीत असे. साताऱ्यास इतके न्हावी असूनही ते आमची हजामत का करीत नाहीत हे मला प्रथमच कळले.

एक प्रसंग असा घडला की, आमचे वडील गोरेगावी असताना आम्हाला ते पत्र पाठवीत असत. त्यांनी आम्हाला 'एकदा गोरेगावला या' असे पत्र पाठविले होते. गोरेगावला आम्ही आगगाडीत बसून जाणार म्हणून मला फार आनंद झाला होता. तोपर्यंत मी आगगाडी पाहिली नव्हती. वडिलांनी पाठविलेल्या पैशाचे आम्ही चांगले कपडे केले, मी व माझा भाऊ आणि बहिणीच्या मुली इतकेजण वडिलांना भेटायला निघालो. त्यापूर्वी त्यांना पत्र लिहिले होते. परंतु, ते पत्र नोकराच्या हलगर्जीमुळे त्यांना मिळाले नाही.

आम्ही मात्र वडील आम्हाला नेण्याकरिता नोकर वगैरे पाठवतील या आनंदात होतो. परंतु याबाबत आमची निराशा झाली. आम्ही आगगाडीतून उतरताच नोकराची वाट पाहिली. माझा पोशाख ब्राह्मणासारखा दिसत होता. गाडी येऊन निघून गेली. आम्ही अर्धा-पाऊण तास स्टेशनवर वाट पाहत राहिलो. स्टेशनवर आमच्याशिवाय कोणीच राहिले नाही.

तशात आम्ही सर्वजण मुले पाहून स्टेशनमास्तर आमच्याजवळ येऊन आम्हाला "कुठे जायचे आहे? तुम्ही कोण?" वगैरे विचारू लागला. "आम्ही महार" असे म्हणताच स्टेशनमास्तराला धक्का बसण्यासारखा झाला. तो दचकून पाच-सहा कदम मागे हटून गेला. तरी पण आमच्या पोशाखावरून आम्ही कोणातरी सुखवस्तू महाराची मुले आहोत हे त्याने जाणले व आम्हाला गाडी करून देण्याचे ठरविले. परंतु संध्याकाळी सहा-सात वाजेपर्यंत एकही गाडीवान आम्हाला आम्ही महाराची मुले म्हणून घेऊन जायला तयार होईना.

शेवटी एक गाडीवान तयार झाला. परंतु त्याने अशी अट घातली की, "आपण काही गाडी चालविणार नाही." मी पलटणीत दिवस काढल्यामुळे मला गाडी हाकणे कठीण वाटले नाही. आम्ही कबुली देताच गाडीवान गाडी घेऊन आला व आम्ही गोरेगावच्या मार्गाला लागलो. गावच्या बरेच दूर गेल्यावर आम्हाला एक नाला लागला. येथेच तुम्ही भाकरी खाऊन घ्या, पुढे पाणी प्यायला तुम्हाला मिळणार नाही, असे गाडीवानाने सांगितले. आम्ही खाली उतरलो. भाकरी खाल्ल्या. नाल्याचे पाणी इतके अस्वच्छ होते की, बऱ्याच प्रमाणात शेणाचे मिश्रण होते. गाडीवान तेवढ्यात कुठेतरी भाकरी खाऊन आला. पुन्हा आमची गाडी चालू झाली. रात्र बरीच झाली. तेव्हा गाडीवान हळूच गाडीत येऊन बसला. रस्त्यावर दिवा नव्हता. माणूस तर कोणी दिसेना. आम्हाला रडू कोसळले. अशा रीतीने आम्ही रात्री बारा वाजेपर्यंत वेळ काढली. मनात तर्कवितर्क चालूच होतेच. आपण काही गोरेगावास जात नाही असे वाटले. इतक्यात एका टोलनाक्यावर गाडी येताच आम्ही उड्याच घेतल्या. भाकरी खाण्याकरिता टोल नाक्यावरील मनुष्यास विचारले. मला पर्शियन भाषा चांगलीच येत असल्याने त्या मनुष्याशी बोलण्यास अडचण पडली नाही. परंतु त्याने मला उर्मटपणे उत्तरे देऊन पाण्यासाठी समोरचा डोंगर दाखविला. शेवटी कशीतरी रात्र टोलनाक्यावर काढली. सकाळी पुन्हा गाडी चालू झाली व शेवटी दुपारी अर्धमेल्या अवस्थेत गोरेगावी येऊन पोहोचलो.

(जनता - दि. २० नोव्हेंबर १९३७)

●●●

हे सर्वश्रुत आहे

माझे वडील कबीरपंथी असल्यामुळे त्यांना मांस, मच्छी व दारू बंदी होती हे सांगायला नकोच. ते पक्के शाकाहारी होते नि दारूला ते हातसुद्धा लावीत नसत. पण जेव्हा जेव्हा म्हणून आमच्या खेड्यात आमच्या समाजाचे जाती भोजन असेल तेव्हा तेव्हा इतरांना मिष्ठान्न, मांसभोजन मिळावे म्हणून माझे शाकाहारी वडील पुढाकार घेत असत. आमच्या घरी वंशपरंपेरने चालत आलेली हंडे, पातेल्या, पराती वगैरे मोठमोठाली भांडी असत. त्यांचा उपयोग सार्वजनिक ग्रामभोजनासाठी व्हावयाचा असे जणू ठरलेलेच होते. माझे वडील स्वतः गावाबाहेरील झाडाखाली जाऊन मोठमोठाले दगड डोक्यावर वाहून गोळा करीत व गावातील भोजन व्यवस्थापकांसाठी मोठमोठाले चुले स्वतः मांडून देत. बकऱ्याचे मांस, कोंबड्या व मासे यांचे चमचमीत जेवण तयार केले जात असे. ते जेवण तयार करण्यातसुद्धा आमच्या वडिलांचाच पुढाकार असायचा. अशा जेवणावळीत पुढाकार घेण्यात आमच्या वडिलांना कधीच दोष वाटत नसे. 'फक्त काही खाल्ले-प्याले नाही म्हणजे झाले' असे त्यांचे उदार तत्त्वज्ञान होते.

एवढेच नव्हे तर दारूच्या बाटल्यासुद्धा ते स्वतः आणून प्रत्येकाला छटाक छटाक वाढीत असत. पण त्यांनी जन्मभर दारूच्या थेंबालाही स्पर्श केला नाही. हीच माझ्या वडिलांची परंपरा मीसुद्धा पुढे चालविलेली आहे. मी व्हाइसरॉय साहेबांच्या कार्यकारी मंडळात असतानाच उत्तम उत्तम जेवण व उत्तम व्हिस्की, शॅम्पेन वगैरे माझ्या मित्रमंडळींना दिलेली आहे. माझ्या वडिलांच्याप्रमाणे मीसुद्धा दारूच्या एका थेंबालाही कधी स्पर्श केलेला नाही, हेही सर्वश्रुतच आहे.

●●●

याचा मला धडा मिळाला

मी मागे तुम्हास सांगितले आहे की, मी बी. ए. होईपर्यंत अगदीच सामान्य प्रतीचा विद्यार्थी होतो. पुढे माझ्या हातून काही संशोधन होईल अशी माझ्याबद्दल मलाही अपेक्षा नव्हती आणि इतरांना पण नव्हती. म्हणजेच माझी बुद्धी मंद होती किंवा माझ्यात वाचनाची आवडही नव्हती असे नाही. पण संशोधन करण्यासाठी जो एक विशिष्ट प्रकारचा दृष्टिकोन असावा लागतो, किंवा जे एक प्रकारचे प्रोफेसरांकडून मार्गदर्शन व्हावे लागते, ते माझ्या बाबतीत झाले नसल्यामुळे माझ्यातील गूढ शक्तींना चालना मिळालेली नव्हती इतकेच. अंगी उपजत गुण असले तरी त्यांचा विकास व्हावा लागतोच. अमेरिकेस जाईपर्यंत माझे अनेक गुण सुप्तावस्थेत होते. त्यांचा विकास होण्याचे कार्य प्रोफेसर सेलिग्मन व इतर दांडग्या विद्वानांकडून झाले, हे मला कबूल करायला हवे. या विद्वान प्रोफेसरांच्या संगतीत आल्यावर मला आढळून आले की, मला स्वतंत्रपणे विचार करता येतो. मी संशोधन कसे करावे याविषयी प्रो.सेलिग्मन यांना विचारले असता ते म्हणाले, “तू आपले काम चालू ठेव. म्हणजे तुला आपोआप समजू लागेल संशोधन कसे करावे ते.”

त्याचप्रमाणे मी स्वतः विचार करू लागलो. खूप वाचन सुरू ठेवले आणि त्यामुळे स्वतःच्या पायावर उभे राहून स्वतःलाच मार्गदर्शन कसे करता येते, याचा मला धडा मिळाला. त्यात माझ्या मागे आणखी एक आच होती. ठराविक वेळेच्या आत माझ्या हातून संशोधनकार्य पुरे झाले नसते, तर मला पुढल्या स्कॉलरशिपवर पाणी सोडावे लागले असते आणि माझे सारे संशोधन एवढ्यावर थंडावले असते, विराम पावले असते. त्यामुळे मला माझे काम नेटाने, उत्साहाने, झपाट्याने उरकणे भागच होते. त्यावेळी कामास उपयोगी टिपणांची कार्डे मी तयार केली होती. अद्यापि माझ्यापाशी ही कार्डे आहेत. संशोधन करणाऱ्या प्रोफेसरांच्या

विद्यार्थिदशेतील
डॉ. बाबासाहेब आंबेडकर
(वर्ष १९१८)

उपयोगी पडावीत म्हणून ती आपल्या लायब्ररीत ठेवण्याची लवकरच मी व्यवस्था करणार आहे. मी एवढे जबरदस्त वाचन केले आहे की, कोणता संदर्भ कोठे आहे हे मला ताबडतोब स्मरते. या वाचनामुळे माझी स्मरणशक्तीही दांडगी होत गेली.

पुस्तके लिहीत असताना वेळ कसा निघून जातो व दिवसामागून दिवस कसे निघून जातात हे मला कळून येत नाही. माझे लिखाण चालू असताना माझ्या साऱ्या शक्ती एकवटलेल्या असतात. मी जेवणाची पर्वा करीत नाही. मी कधी-कधी तर रात्रभर वाचीत, लिहीत बसतो. मला त्यावेळी कधी कंटाळा येत नाही की थकवा वाटत नाही. पण काम संपवून ते एकदा हातावेगळे झाले की, मी अत्यंत निरुत्साही व असंतुष्ट असतो. मला चार मुले झाली असती तरी जेवढा आनंद झाला नसता तेवढा मला माझे पुस्तक प्रसिद्ध झाले म्हणजे होतो!

●●●

वडिलांचे निधन

बी.ए. पास झाल्यावर माझ्या वडिलांना वाटले की मी इथेच राहावे व काही केल्या बडोद्याला जाऊ नये. बडोद्याला गेल्यानंतर माझा जो अपमान होणार होता त्याची कल्पना माझ्या वडिलांना आधीपासूनच होती असे वाटते. बडोद्याच्या नोकरीत मी प्रवेश करू नये यासाठी त्यांनी नाना तऱ्हांनी माझे मन वळविण्याचा प्रयत्न केला; पण मी माझा हट्ट सोडला नाही. अखेर जे व्हायचे तेच झाले. मी बडोद्यास गेल्यानंतर अकरा दिवसांच्या आतच त्यांचा मुंबईत अंत झाला. ते एकाएकी आजारी पडल्याची मला बडोद्यास तार आली. त्याबरोबर मी बडोद्याहून मुंबईस पोहोचण्यासाठी निघालो.

वाटेत सुरत स्टेशनवर वडिलांच्यासाठी सुरतेची बर्फी घ्यावी, म्हणजे त्यांना बरे वाटेल अशी माझी कल्पना. पण बर्फी घेण्याच्या गडबडीत माझी गाडी केव्हाच निघून गेली. म्हणून दुसरी गाडी सुरतेहून निघेपर्यंत मुकाट्याने वाट पाहत बसण्याशिवाय मला गत्यंतरच नव्हते. त्यामुळे मी दुसऱ्या दिवशी फार उशिरा मुंबईस पोहोचलो. घरी येऊन पाहतो तर वडिलांची प्रकृती अत्यवस्थ झालेली व सारी मंडळी त्यांच्या अंथरुणाशेजारी चिंतातुर होऊन बसलेली. ते दृश्य पाहताच माझ्या काळजात चर्र झाले. वडिलांनी माझ्या अंगावरून प्रेमाने हात फिरविला व मला एकदा पूर्णपणे डोळे भरून पाहून त्यांनी आपला प्राण सोडला. केवळ माझ्या भेटीसाठीच त्यांचे प्राण एकसारखे घुटमळत होते. सुरतेला उतरल्यामुळे त्यांना भेटता आले नाही, याबद्दल मला अतिशय पश्चात्ताप वाटला.

● ● ●

जिद्दी स्वभाव

माझा स्वभाव पहिल्यापासूनच जिद्दी असे. आता तो तसा आहे किंवा नाही हे नक्की सांगता येणार नाही. पण लोक म्हणत असतील की, माझा स्वभाव अजूनही तसाच जिद्दी आहे. माझ्या लहानपणीची एक गोष्ट सांगतो. मला वाटते की, मी इंग्रजी दुसरी इयत्तेत शिकत होतो. आमची शाळा होती सातार्‍याला कॅम्पमध्ये. त्यावेळी पेंडसे नावाचे एक मास्तर असत आम्हाला. त्यांचे माझ्यावर अतिशय प्रेम होते.

माझा स्वभाव हट्टी आहे हे माझ्या सवंगड्यांना माहीत असल्यामुळे 'एखादी गोष्ट करू नकोस' म्हणून मला सांगितल्याबरोबर मी ती हटकून करणार हे त्यांना माहीत होते. एकदा खूप पाऊस पडलेला होता व आमची शाळेत जाण्याची वेळ झाली होती. माझ्या मित्रांनी मला सांगितले, "बघ रे बुवा, पाऊस खूप पडतोय. तू असल्या पावसात जाऊ नको हं, उगाच चिंब भिजशील." मला तेच पाहिजे होते. माझा थोरला भाऊ छत्री घेऊन निघाला. मी त्याला साफ सांगितले, "तू आपली छत्री घेऊन जा. मी एकटा पावसात भिजत येणार." भावाने माझे मन वळविण्याचा खूप प्रयत्न केला; पण मी त्याचे म्हणणे धुडकावून लावले. आमची स्वारी छत्रीबित्री न घेता थेट पावसातून जायचे ठरवून निघाली. मी त्यावेळी वेलबुट्टीची टोपी वापरत असे. ती टोपी पावसात भिजेल म्हणून माझी पाटी, पुस्तके व ती माझी आवडती टोपी मी माझ्या भावाच्या स्वाधीन करून दिली. तो पुढे निघून गेल्यावर मी पावसातून भिजत-भिजत शाळेच्या रस्त्याने निघालो. पाऊस अगदी मुसळधार पडत होता. मी शाळेत येऊन पोहोचलो, तो काय? अगदी नखशिखांत चिंब भिजलेलो. मास्तरांनी मला अशा स्थितीत पाहिल्यावर त्यांना फार वाईट वाटले. त्यांनी मला विचारले, "अरे, पावसात छत्री घेऊन का नाही निघालास?" मी जबाब दिला, "छत्री एकच होती दोघा भावांमध्ये,

म्हणून मी असा भिजलो." ही माझी निव्वळ थाप होती हे काही त्या भोळ्या मास्तरांच्या ध्यानात आले नाही. लगेच माझ्या थोरल्या भावाला त्यांनी बोलावून घेतले. तो तेव्हा चौथीत शिकत होता. त्याला मास्तरांनी विचारले, "दाखव पाहू तुझ्या अंगात सदरे किती आहेत ते?" माझ्या भावाच्या अंगात एकच सदरा होता. तेव्हा त्यांनी आपल्या स्वतःच्या मुलाला माझ्याबरोबर आपल्या घरी पाठविले व त्याला सांगितले, "घरी याला नीट गरम पाण्याची अंघोळ करायला पाणी दे. त्याला एक लंगोटी दे आणि त्याचे कपडे म्हणजे धोतर आणि सदरा वाळत घालायला लाव म्हणजे संध्याकाळी ते घालून तो आपल्या घरी जाईल."

त्याप्रमाणे मास्तराच्या मुलाने मला आपल्या घरी नेऊन गरम पाण्याची अंघोळ घातली व नेसायला एक लंगोटी दिली. संध्याकाळपर्यंत शाळेच्या तडाख्यातून आपण सुटलो म्हणून मला खूप आनंद झाला. मी टिवल्याबावल्या करीत व तोंडाने शिट्या वाजवीत असाच शाळेच्या बाहेर हिंडत होतो. मी वर्गात आलो नाही असे पाहून मला वर्गात आणण्याविषयी पुन्हा मास्तरांनी एका मुलाला सांगितले. नुसती लंगोटी घालून साऱ्या मुलांच्या देखत वर्गात बसण्याची मला विलक्षण लाज वाटत होती. पण मास्तर म्हणाले, "अरे, इथे तर सारी मुलेच आहेत. त्यांची तुला लाज वाटायचं काय कारण?" मी आपला तसाच रडत रडत वर्गात बसलो. पण या गोष्टीची मला इतकी लाज वाटली की, तेव्हापासून माझ्या स्वभावातील हट्टीपणा काढून टाकायचा असा मी मनाशी निर्णय केला. तो कितपत साधला आहे हे इतरांनी मला सांगायचे.

आमचे आडनाव 'आंबेडकर' नव्हते. आमचे खरे नाव होते 'आंबावडेकर'. आंबावडेकर या नावाचे खेड तालुक्यातील दापोलीजवळ पाच मैलांवर एक लहानसे खेडे आहे. त्यामुळे आम्हाला 'आंबावडेकर' याच नावाने लोक ओळखीत असत. या आंबावडेकर आडनावाचे 'आंबेडकर' हे नाव कसे झाले त्याला इतिहास आहे. आम्हाला 'आंबेडकर' नावाचे एक ब्राह्मण मास्तर होते. ते आम्हाला फारसे काही शिकवीत नसत; पण माझ्यावर त्यांचे फार प्रेम होते. मधल्या सुट्टीत मला भाकरी खाण्यासाठी शाळेपासून दूर असलेल्या आमच्या घरी जावे लागते. हे आंबेडकर मास्तरांना पसंत नव्हते. पण तेवढाच वेळ बाहेर भटकायला मोकळीक मिळे म्हणून मलाही भाकरीसाठी मधल्या सुट्टीत घरी जाण्याची फार मजा वाटायची. पण आमच्या या मास्तरांनी एक युक्ती योजली. ते आपल्याबरोबर भाजी-भाकरी बांधून आणीत असत व रोज मधल्या सुट्टीत कधीही न चुकता मला बोलावून घेऊन आपल्या फराळापैकी भाजी-भाकरी मला खायला देत. अर्थातच शिवाशिवी होऊ नये म्हणून ते आपली भाजीभाकरी वरूनच माझ्या हातावर टाकीत. मला सांगायला अभिमान वाटतो

की, त्या प्रेमाच्या भाजीभाकरीची काही अवीट गोडी असे. त्या गोष्टीची आठवण झाली म्हणजे माझा गळा दाटून येतो. खरोखर आंबेडकर मास्तरांचे माझ्यावर फार प्रेम होते. एके दिवशी त्यांनीच मला सांगितले की, "आंबावडेकर नाव आडनीड आहे. त्यापेक्षा 'आंबेडकर हे माझे नाव छान आहे, तेच तू यापुढे लाव." आणि त्याप्रमाणे त्यांनी कॅटलॉगमध्ये तशी नोंदही करून टाकली.

मी विलायतेत राउंड टेबल कॉन्फरन्ससाठी निघालो तेव्हा त्यांनी मला अत्यंत प्रेमळ पत्र पाठविले होते. ते पत्र माझ्या संग्रही आहे. पुढे केव्हा तरी माझे आत्मचरित्र लिहिण्याची मला स्फूर्ती झाली तर मी त्यात ते छापणार आहे. ह्या आमच्या आंबेडकर मास्तरांचे सारेच काही और होते. शाळेची घंटा झाली की ते वर्गात येत व रहिमतुल्ला नावाचा एक मोठा मुलगा आमच्या वर्गात असे, त्याच्यावर सारा वर्ग सोपवून खुशाल बाहेर निघून जात. हा रहिमतुल्लासुद्धा आमच्या वर्गातलाच विद्यार्थी. त्याच्या व आमच्या वयात जमीन-अस्मानचा फरक. आम्ही दहा-दहा वर्षांची मुले तर त्याचे वय पंचवीस-तीस वर्षांचे. संध्याकाळी वर्ग सुटण्याच्या वेळी पुन्हा आमचे मास्तर परत येत व रहिमतुल्लाला विचारीत, "कसं काय, मुलांनी गडबड फारशी केली नाही?" 'नाही', असा रहिमतुल्लाने त्यांना जबाब दिला म्हणजे ते निश्चिंत मनाने घरी निघून जात. हे मास्तर दुपारभर कोठे जात, असे तुम्ही विचाराल. आमच्या शाळेच्या समोर एक पेपरमिंट आणि सिगारेट विकणाऱ्या कोमट्याचे दुकान असे. त्या दुकानात शिपाई व शिपायांची मुलेदेखील नेहमी काही जिनसा विकत घेण्यासाठी येत असत. त्यामुळे या दुकानाची चांगली चलती होती. शाळा चुकवून या दुकानात आमचे मास्तर हिशोब लिहिण्याचे काम करीत असत. त्याबद्दल त्यांना वीस-पंचवीस रुपयांची प्राप्ती होत असे.

पुढे वार्षिक परीक्षा घेण्यासाठी दिपोटी हजर झाले की मग आमच्या मास्तरांची भारी तारांबळ उडे. दिपोटींनी वर्गात गणित घातले की मग आमच्या मास्तरांनी पाटीवर त्या उदाहरणाचे उत्तर ठळक अक्षरात लिहून ते आम्हाला शेजारच्या खोलीतून दिपोटीला नकळत दाखवायचे की, आमच्या साऱ्यांची उत्तरे बरोबर यावयाची आणि अर्थातच मास्तरांच्या उत्तम शिकवणीबद्दल त्यांना शाबासकी मिळायची. परीक्षा आटोपल्यानंतर संपूर्ण शेरेबुकात आमच्या मास्तरांना उत्तम शेरा मिळायचा. दिपोटींना मास्तराकडून चहा, चिवडा, चिरूट यांचा नजराणा मिळत असे. अशा तऱ्हेने एकदा चांगला शेरा मिळाल्यानंतर पुढे वर्षभर अगदी निश्चिंती असे व आमच्या मास्तर साहेबांना मेहताजींचे काम निर्धास्तपणे वर्षभर करता येई.

●●●

आपली स्थिती

पेशवाईच्या काळात कोणी कसे कपडे घालावेत याबद्दल कायदे होते. माझी आई सांगत असे, महार लोकांना कपडा विकत घ्यावयाचा असेल तर तो लांबून पाहावयाचा. त्याचे दाम काय ते विचारावयाचे. दुकानदार दुकानातून कपडा हलवीत असे. कपडा घेतला तर तांब्यात पाणी आणायचे. त्या कपड्यावर शिंपडावयाचे, नवीन कपडा चिखलात घासायचा. कारण महारांनी नवीन कपडा घालू नये. फाटलेला कपडा त्यांनी वापरायचा. मातीमध्ये घासलेल्या लुगड्यामध्ये दोन बोटे घालून त्याचे दोन भाग करावयाचे. नंतर महाराने पैसे ठेवायचे व कपडे घेऊन जायचे.

आम्ही लोक लंगोट्या लावतो ती पेशव्यांची आज्ञा होती. ब्राह्मणांनी दोन्ही बाजूंनी निऱ्या घालायच्या. ब्राह्मणेतरांनी फक्त मागच्या बाजूने निऱ्या घालायच्या. भंडारी लोकांनी ढुंगणाला रुमाल लावून त्याचा मोठा भाग ढुंगणाभोवती गुंडाळावयाचा, असा नियम होता.

मुंबई ब्रिटिश सरकारांनी ताब्यात घेतली. सोनारावर पेशव्यांचा फार मोठा डोळा होता. सोनार म्हणत, 'आम्ही ब्राह्मण'. पेशवे म्हणत, 'आम्ही ब्राह्मण'. सोनार ब्राह्मणांसारखी धोतरे नेसत. त्यांनी अशी धोतरे नेसू नये, भ्रष्टाचार झाला म्हणून सर्व पत्रांमध्ये खळबळ उडाली. "ब्रिटिशांनी धर्म बुडविला", असे लोक ओरडू लागले. साहेब बावरले. पेशव्यांची तक्रार साहेबांनी ऐकून घेतली.

पेशवे म्हणाले, "आमच्या पूर्वीच्या प्रजाजनांवर निर्बंध होते. ते तुमच्या राज्यात आल्याने कासोटा घालतात." ईस्ट इंडिया कंपनी ह्या वेळेला बाल्यावस्थेत होती. बालकेश्वराला महाजन लोक राहत होते. मुख्य अधिकाऱ्यांनी तक्रार ऐकून घेतली. त्यांनी महाजन लोकांना बोलावून चौकशी केली. सोनार कासोटा घालीत होते. सोनारांनी कासोटा घालावयाचा नाही. पंचांनी ५० रुपये दंड सांगितला. आता लोक कोट-पाटलोन घालतात.

महार लोक काय करीत होते? रात्री उठून तराळला हिंडायचे. सकाळचा काहीतरी भाकरी तुकडा राहिला असेल तो खावयाचे. फलटण गावामध्ये महार होते. त्यांची २४ बिघे जमीन होती. तिथे एक देऊळ होते. त्यात अन्नछत्र होत असे. महार लोक देवळाच्या दाराजवळ बसायचे आणि उष्टे अन्न घेऊन जायचे. एवढे मिळाल्यानंतर महारांनी जमीन मिळवायची काय गरज? काही दिवसांनी जेवण देण्याचे बंद केल्यानंतर ते महार म्हणाले, “आमची एवढी जमीन होती ती मराठ्यांनी घेतली.” देवळातील उष्टे मिळायचे, अशी त्यांची अस्वस्था होती. जळगावला श्राद्ध झाले तर महार भिकारड्यासारखे कचऱ्यावर बसायचे. ‘हा खिस्ताव झाला, तोंडचा घास काढला याने, याचे कसे बरे होईल?’ असे लोक मला म्हणत.

हजारो वर्षांपासून परवापर्यंत आपल्या समाजामधून एकही माणूस ग्रॅज्युएट अगर विद्वान होऊ शकला नाही. मला सांगावयास हरकत नाही की, माझ्या शाळेत झाडलोट करणारी एक बाई होती. ती मराठा होती. ती मला शिवत नसे. माझी आई मला सांगत असे की, “मोठ्या माणसास मामा म्हणत जा.” पोस्टमनला मी मामा म्हणत असे. लहानपणी शाळेत असताना मला तहान लागली होती. मी मास्तरांना तसे सांगितले. मास्तरांनी माझ्या संरक्षणाकरिता चपराशाला दुसरीकडून बोलाविले व “याला नळावर ने” असे सांगितले. आम्ही नळावर गेलो. चपराशाने मग नळ सुरू केला व मी पाणी प्यालो. मला ६-६ दिवस शाळेत पाणी प्यावयास मिळत नसे.

ज्याला त्याला आपल्या मूळ स्थानाबद्दल अभिमान जरी नसला तरी प्रेम हे असतेच. माझे वडील पेन्शन घेतल्यानंतर कायमचे वास्तव्य करावे या हेतूने दापोलीस येऊन राहिले. माझा पहिला श्रीगणेशाचा धडा मी दापोलीच्या शाळेत शिकलो. परंतु परिस्थितीमुळे मी ५-६ वर्षांचा असताना घाटाचा पायथा सोडून घाटमाथ्यावर आलो. तेथेच माझे आजपर्यंतचे जीवित गेले. आज २५ वर्षांनी मी घाटाच्या खाली उतरत आहे. जो प्रदेश सृष्टीने आपल्या सौंदर्याने शृंगारिला आहे, त्या प्रदेशात पाऊल टाकल्याने कोणालाही आनंद वाटणार आहे. ज्याला तो प्रदेश आपली मायभूमी म्हणून जिव्हाळयाचा आहे असे वाटते त्याचा आनंद द्विगुणित झाला तर त्यात काही नवल नाही. एकदा स्थिती अशी होती की, हा प्रदेश अस्पृश्य जातीच्या दृष्टीने पाहता फारच पुढे गेलेला होता, असे म्हणण्यास काहीच हरकत नाही. एकेकाळी अस्पृश्य जातीतील अधिकारी मंडळींनी हा प्रदेश अगदी गजबजून गेला होता. त्याचप्रमाणे पांढरपेशी लोक खेरीज करून बाकीच्या वर्गांच्या तुलनेने पाहता अस्पृश्य वर्गच शिक्षणात पुढारलेला होता.

ही उन्नती ज्या कारणामळे झाली त्यात लष्करी पेशा हे एक महत्त्वाचे कारण होते. ब्रिटिश सरकारचा अंमल चालू होण्यापूर्वी अस्पृश्य लोकांस नशीब काढण्यास किती वाव होता याबद्दल

आज काही नक्की सांगता येत नाही. पण ज्या काळी स्पृश्यास्पृश्यतेच्या भावना इतक्या तीव्र होत्या की, अस्पृश्यांना चालताना स्पृश्यांवर सावली पडेल म्हणून वळसा घेऊन जावे लागत असे, थुंकीने रस्ता विटाळेल म्हणून गळयात गाडगे अडकवून हिंडावे लागत असे व ओळख पटावी म्हणून हातात काळा दोरा बांधावा लागत असे, त्या काळी वाव असला तरी अगदी थोडाच असला पाहिजे. इंग्रज लोकांनी जेव्हा या देशात आपले पाऊल ठेवले तेव्हा कुठे या प्रांतातील अस्पृश्य लोकांस डोके वर काढण्याची संधी मिळाली. या संधीचा फायदा घेऊन त्यांनी आपल्या अंगी किती शौर्य आहे, किती तेज आहे, बुद्धिमत्ता किती वरच्या दर्जाची आहे, हे सिद्ध करून दिले.

त्यावेळी फक्त सुधारलेला ब्राह्मण अथवा तत्सम वर्ग सोडल्यास ज्या आम्हाला आज अस्पृश्य म्हणून धिक्कारण्यात येते ते आम्ही इतर जमातीपेक्षा फारच पुढारलेलो होतो. कोकणच्या या (दापोली) भागात आम्ही अधिकार व सत्ता यांचा उपयोग घेत होतो.

सैन्यातील नोकरीमुळे आम्हाला आमचे जीवनमान सुधारण्याची संधी लाभली होती. त्यामुळे धैर्य, बुद्धिमत्ता, चातुर्य आणि तडफ याबाबतीत आम्ही इतरांपेक्षा रीतभर कमी नाही हे सिद्ध करू शकलो. आमच्या गुणांमुळेच सैन्यातील अधिकाऱ्यांच्या जागी आमच्या नेमणुकी झाल्या. त्या काळी सैन्य छावणीतील शाळांमध्ये हेडमास्तरांच्या जागी अस्पृश्य नेमले जात असत. सैन्य छावणी (कॅम्पस) मध्ये प्राथमिक शिक्षण सक्तीचे असल्याने त्याचा योग्य तो परिणाम जीवनावर झाला आहे. सैन्याचे दरवाजे महार जातीसाठी बंद करून ब्रिटिशांनी आमच्याशी विश्वासघात केला असून ते कृतघ्नतेचे लक्षण आहे.

मीसुद्धा एका महारीण बाईच्या पोटी जन्मास आलो आहे. गरिबीच्या दृष्टीने विचार करता आजच्या गरिबातील गरीब विद्यार्थ्यांपेक्षा माझी त्यावेळी मोठी चांगली सोय होती असे नाही. मुंबईच्या डेव्हलपमेंट डिपार्टमेंटच्या चाळीत दहा फूट लांब व दहा फूट रुंद अशा खोलीत आई-बाप, भावंडे यांच्यासह राहून एका पैशाच्या घासलेट तेलावर अभ्यास केला आहे. इतकेच नव्हे तर, अनेक अडचणींना व संकटांना त्याकाळी तोंड देऊन मी जर एवढे करू शकलो, तर कोणताही मनुष्य सतत दीर्घोद्योगानेच पराक्रमी व बुद्धिमान होऊ शकतो. कोणीही मनुष्य उपजत बुद्धिमान अगर पराक्रमी निपजू शकत नाही. मी विद्यार्थिदशेत इंग्लंडमध्ये असताना ज्या अभ्यासक्रमास ८ वर्षे लागतात तो मी २ वर्षे ३ महिन्यांत यशस्वी तऱ्हेने पुरा केला आहे. हे करण्यासाठी मला २४ तासांपैकी २१ तास अभ्यास करावा लागलेला आहे. जरी माझी आज चाळीशी उलटून गेली असली तरी मी २४ तासांपैकी सारखा १८ तास अजूनही खुर्चीवर बसून काम करीत असतो. अलीकडच्या तरुणाला तर अर्धा तास सारखा बसला की चिमट्याच्या चिमट्या तपकीर नाकात कोंबावी

लागते नाही तर सिगारेट्स ओढीत हातपाय ताणून काही काळ पडल्याशिवाय उत्साह येत नाही. मला या वयातसुद्धा यापैकी कशाचीही गरज भासत नाही.

या पलटणीतील नोकरीमुळे हिंदू समाजाच्या रचनेत एक क्रांती झाली होती, असे म्हणण्यास काहीच हरकत नाही. ज्या महार-चांभार लोकांना गावात मराठे वगैरे लोक शिवून घेत नसत व ज्यांनी जोहार किंवा रामराम केला नाही तर मराठे लोक आपला अपमान झाला असे समजतच, तेच मराठे शिपाई महार व चांभार सुभेदारास लवून सलामी देत असत व 'क्यूं बे' म्हणून जर त्यांनी म्हटले तर डोळे वर करून बघण्याची त्यांची ताकद होत नसे. एवढा अधिकार अस्पृश्य जातीतील लोकांस या देशात कोणत्याही प्रांतात व यापूर्वी केव्हाही प्राप्त झाला नव्हता असे म्हणता येईल. त्यांच्यातील ९० टक्के लोक साक्षर होते. त्यात विशेष ध्यानात ठेवण्यासारखी गोष्ट ही की, हा शिक्षणाचा प्रसार पुरुषमंडळीत होता इतकेच नव्हे तर स्त्रियांतही होता. काही स्त्रिया तर शिक्षणात इतक्या प्रवीण होत्या की, भर पुरुषांच्या सभेत पुराणाचा अन्वयार्थ करून सांगत.

जोपर्यंत शिक्षण जारी होते तोपर्यंत अस्पृश्य वर्गास अतोनात फायदा झाला होता. या शिक्षणाचा उपयोग त्यांनी अशा तऱ्हेने केला की, त्यांच्याबद्दल अभिमान वाटल्यावाचून राहणार नाही. या ज्ञानप्रसारामुळे अस्पृश्यांत जो ग्रंथसंग्रह झाला तो त्याच्या संख्येच्या मानाने अफाट होता असे म्हटल्यास अतिशयोक्ती राहणार नाही. श्रीधरस्वामींच्या ग्रंथाच्या हस्तलिखित प्रती तर गाड्याने सापडतील. परंतु मुकुंदराज, ज्ञानेश्वर व मुक्तेश्वर इत्यादी महाराष्ट्रातील जुन्या व महान कवींच्या ग्रंथांच्या हस्तलिखित प्रती मी अनेक अस्पृश्यांच्या संग्रही पाहिल्या आहेत. इतकेच नव्हे तर अस्पृश्यांच्या घरी अजूनही काही दुर्मीळ अशा ग्रंथांच्या प्रती सापडतील अशी माझी खात्री आहे.

ज्ञानेश्वर महाराजांनी 'पंचीकरण' नावाचा ग्रंथ लिहिला होता ही गोष्ट फारशी ऐकीवात नाही. पण हा ग्रंथ मी एका माझ्या दिवंगत झालेल्या मित्राच्या घरी पाहिलेला आहे. काही वर्षांपूर्वी श्री.पांगारकर यांनी राघवचिंतनधन या कवीने लिहिलेल्या 'ज्ञानसुधा' या नावाचा ग्रंथ कोणाजवळ असल्यास कळवावे अशी केसरीत जाहिरात दिलेली होती. या ग्रंथाची हस्तलिखित प्रत त्यांना सापडली नसल्यास त्यांना ती माझ्या एका अस्पृश्य मित्राच्या संग्रही पहावयास सापडेल. ज्या अस्पृश्य जातीच्या लोकांना त्याकाळी विद्येची सर्व द्वारे बंद होती, त्यावेळी त्यांना असा ग्रंथसंग्रह करण्यास किती सायास पडले असतील व किती द्रव्याचा व्यय करावा लागला असेल याचा विचार ज्याचा त्यांनीच करावा. ही ज्ञानाची लालसा त्यावेळच्या समाजास भूषणावह आहे याबद्दल दुमत होणे शक्य नाही.

●●●

प्रोफेसर असताना...

मी १९२३ पासून ते १९३७ पर्यंत मुंबईच्या सिडनहॅम कॉलेजात प्रोफेसर होतो व तेथील लॉ कॉलेजाचाही मी प्रिन्सिपॉल होतो. १९३७ सालापासून माझा विद्यार्थ्यांशी असलेला संबंध तुटला आणि तेव्हापासून मी प्राध्यापकाचा पेशा बाजूस ठेवून राजकारणाचा पेशा पत्करला. प्रोफेसर नुसता विद्वान असून चालायचे नाही, तो सर्वश्रुतही असला पाहिजे. त्याची वाणी शुद्ध असली पाहिजे. तरच विद्यार्थीसुद्धा अत्यंत उत्साही होतील, यात शंका नाही. हे बरेचशे गुण उपजत आहेत, तर काही अभ्यासाने व अनुभवाने साध्य करायचे असतात.

विद्यार्थ्यांच्या गुणपत्रिका तपासण्यासाठी मी स्वतःचे काही कायदे केले होते. शेकडा ५० मार्क्स मी उत्तराचे एकूण जे सार असेल त्यावर व शेकडा ५० मार्क्स उत्तराच्या रीतीवर असे अलग-अलग मार्क्स ठेवले होते. रीतीमध्ये भाषालेखन व उत्तर लिहिण्याची शैली या गोष्टींचा समावेश होता. प्रत्येक विद्यार्थ्याला पास करणे हाच माझा सिद्धांत होता. सर्वप्रथम मी शेकडा तिसऱ्या श्रेणीचे मार्क्स देत असे. पण कधी-कधी काय व्हायचे की माझ्याकडे विशेषतः जेव्हा हजार-हजार उत्तरपत्रिका तपासायला यायच्या तेव्हा किती मार्क्स द्यायला हवेत हे मी ठरवीत असे. अशा परिस्थितीत मी अगोदर पूर्ण उत्तरपत्रिका वाचून काढायचो व मगच मार्क्स द्यायचो. एखाद्या विद्यार्थ्याने उत्तम पेपर सोडविला असला तर मी त्याला शेकडा ४५ मार्क्स द्यायचो. ४५ मार्क्स नंतर मात्र मी उत्तरपत्रिका अगदी कडक तपासायचो.

प्रश्न : मग काय, तुमच्या हिंदूंच्या कोणत्याच विद्यार्थ्याला कधी शेकडा ४५ पेक्षा जास्त मार्क्स मिळाले नाहीत?

बाबा : का नाही? मी काही विद्यार्थ्यांना शेकडा ६० पर्यंत मार्क्स दिले आहेत. पण असे विद्यार्थी फारच कमी. कारण शेकडा ६० मार्क्स देताना मी उत्तरपत्रिका अगदी कसून तपासत असे.

प्रश्न : आपण ६० पेक्षा जास्त मार्क्स कोणत्याच विद्यार्थ्याला दिले नाहीत काय?

बाबा : शेकडा ६० पेक्षा जास्त मार्क्स मिळवायला जे लायक आहेत, ज्यांचा अधिकार आहे, अशांनाच फक्त मी ६० पेक्षा जास्त मार्क्स दिले. तुमच्या ह्या प्रश्नाने मला एक आठवण झाली. एकदा मी एका विद्यार्थ्याला १५० पैकी १४४ मार्क्स दिले. खरोखरच ती उत्तरपत्रिका त्या लायकीची होती. त्या विद्यार्थ्यांची उत्तरे इतकी चांगली व चातुर्याने सोडविली होती की, १५० पैकी १५० च मार्क्स द्यावेत असे मला वाटत होते. पण ६ मार्क्स मी एवढ्यासाठी कापले की, ते काही गणिताचे थोडेच होते की, पूर्णपणे पूर्ण मार्क्स द्यावेत! खरोखर माझा नाइलाज होता. पण मी ती उत्तरपत्रिका डिग्री कॉलेजच्या एका अधिकाऱ्याकडे पाठविली. तेव्हा त्या अधिकाऱ्याने पाहिले की, एक दुसऱ्याच कॉलेजचा विद्यार्थी पहिला येत आहे व त्यामुळे तो ज्या कॉलेजचा आहे त्याच कॉलेजला त्या वर्षाचे मेडल मिळाले तेव्हा त्यांनी ती उत्तरपत्रिका पुन्हा माझ्याकडे तपासायला पाठविली. पण मला तीत काही फेरफार करावयाचा नव्हता. शेवटी मी त्यांना ती उत्तरपत्रिका जशीच्या तशीच पाठविली व त्यांना लिहिले की, माझा निर्णय हा अंतिम निर्णय आहे. ही उत्तरपत्रिका आणखी कित्येक परीक्षकांकडे पाठविली गेली. कित्येकांनी १४४पेक्षा कमी मार्क्स दिले तर कोणी एकाने तर १४४ पेक्षा जास्त मार्क्स दिले. शेवटी नाइलाजास्तव त्यांना माझा निर्णय मान्य करावा लागला.

प्रश्न : आणि आपण कोणत्याच विद्यार्थ्याला नापास केले नाही काय?

बाबा : माझ्या हातून एखाद्या विद्यार्थ्यांचे नुकसान झाले नसेल हे तर मी काही सांगू शकत नाही.

प्रश्न : कधी आपणाकडे एखाद्या विद्यार्थ्याची शिफारस कोणी केली नाही काय?

बाबा : एकदा एका अस्पृश्य विद्यार्थ्याच्या पालकाला कळले की, मी मुंबई विश्वविद्यालयाचा परीक्षक आहे. तेव्हा तो माझ्याकडे आला व त्या विद्यार्थ्याची शिफारस करू लागला. त्याला वाटले की मीदेखील अस्पृश्य असल्याने त्या विद्यार्थ्याच्या बाबतीत काही मदत करू शकेन. पण माझ्या बाबतीत तरी हे असंभवनीय होते. अशा शिफारशींना मी अगदी तिरस्करणीय दृष्टीने पाहत असे. मी त्याला म्हणालो की, मला वाटलं तर मी हे करूही शकतो. पण मला कदापि हे शोभणार नाही. एका शिकलेल्या अस्पृश्य तरुणाने इतर शिकलेल्या तरुणांच्या तुलनेत स्वतःला तुच्छ व लहान, हीन का म्हणून समजावे? माझी तर अशी इच्छा आहे की, अस्पृश्य विद्यार्थ्याने स्वतःच्या कर्तृत्वाने तुलनेत चांगला विद्यार्थी म्हणून नाव कमवावं. माझं हे उत्तर ऐकून ते महाराज चुपचाप निघून गेले.

●●●

सत्याग्रह का?

आज आपण मंदिर प्रवेश करणार आहोत. पण मंदिर प्रवेशाने तुमचे सर्वच प्रश्न सुटेल असे मुळीच म्हणता येणार नाही. आपल्या प्रश्नाचे स्वरूप व्यापक आहे. ते राजकीय, धार्मिक, आर्थिक, शैक्षणिक अशा स्वरूपाचे आहे. पण आजचा हा आपला काळाराम मंदिर प्रवेश सत्याग्रह हा उच्चवर्णीय हिंदू मनास एक प्रकारचे आव्हान आहे. शेकडो वर्षे उच्चवर्णीय हिंदूंनी आपल्याला माणुसकीच्या हक्कांपासून दूर ठेवले, तेच हिंदू आपल्याला माणुसकीचे अधिकार देण्यास तयार आहेत का नाही, हा प्रश्न या मंदिर प्रवेश सत्याग्रहातून निर्माण होणार आहे. हिंदू मन खऱ्याखुऱ्या माणसाला माणूस म्हणावयास तयार आहे की नाही, हा प्रश्न या सत्याग्रहातून दृष्टोत्पत्तीस येणार आहे. उच्चवर्णीय हिंदूंनी आपल्याला कुत्र्या-मांजरापेक्षाही हीन लेखले. पण आता तरी तेच हिंदू आपल्यासारख्या माणसांना माणूस म्हणून किंमत देणार आहेत का नाही, ह्याच प्रश्नाचे उत्तर या सत्याग्रहातून आपल्याला मिळणार आहे. तो हिंदूंच्या हृदयात या सत्याग्रहाने बदल घडविण्याचा एक प्रयत्न आहे. तो यशस्वी होणे वा न होणे हे हिंदू मनोरचनेवर अवलंबून आहे.

रामाच्या मंदिरात आम्हाला प्रवेश मिळाल्याने आमचा प्रश्न झटपट सुटणार आहे, असे मुळीच नाही. मंदिरात प्रवेश मिळाल्याने आमचा प्रश्न सुटून आमच्यात एकदम कायापालट होणार आहे असे नाही. आम्ही उच्चवर्णीय हिंदू मनाची परीक्षा घेत आहोत. माणसाला माणूस म्हणून वागवावे, माणसाला माणुसकीचे अधिकार द्यावेत, मानवतेची प्रतिष्ठापना करावी, या नवयुगातील उच्चप्रेरणा हिंदू मन मानावयास तयार आहे का नाही, याचीच कसोटी लागणार आहे. हेच साध्य करण्यासाठी आम्ही सत्याग्रहाचा निर्णय घेतला आहे.

काळाराम मंदिर सत्याग्रहाप्रसंगी डॉ. बाबासाहेब आंबेडकर,
दादासाहेब गायकवाड व आदी सत्याग्रही (१९३०)

उच्चवर्णीय हिंदू यांचा विचार करणार आहेत का नाही व त्याप्रमाणे प्रत्यक्ष कृती करणार आहेत का नाहीत, हा मुख्य प्रश्न आहे.

आम्हाला माहीत आहे, मंदिरात दगडाचा देव आहे. त्याचे दर्शन झाल्याने व त्याची पूजा केल्याने आमचा प्रश्न सर्वस्वी सुटणार नाही. या मंदिरात आजपर्यंत कोट्यवधी माणसांनी येऊन देवाचे दर्शन घेतले असेल. पण त्या दर्शनाने त्या लोकांचा मूलभूत प्रश्न सुटला असे कोण म्हणेल? पण केवळ आजचा आमचा सत्याग्रह हा हिंदूंच्या मनात बदल घडवून आणण्याचा प्रयत्न आहे. विशिष्ट तात्त्विक भूमिकेने आम्ही आज सत्याग्रहाचे पाऊल टाकणार आहोत.

(२ मार्च १९३० नाशिक सभा)

●●●

सत्याग्रह का नको?

रामनवमीला नाशिकच्या काळाराम मंदिरावर सत्याग्रह करावा काय? याबाबत माझा सल्ला विचारला याबद्दल मी आपला फार आभारी आहे. आता सत्याग्रह करणे बरोबर नाही असे सांगताना मला विशेष काही वाटत नाही. मंदिरप्रवेशाची चळवळ पुढे ढकलू तर नयेच; पण ती सर्वस्वी बंद करावी. ज्याने सत्याग्रह चालू करायला सांगितले तोच आता सत्याग्रह अजिबात बंद करा, असा सल्ला देतो हे मोठे नवलाईचे व आश्चर्याचेच वाटेल. मला हे सांगताना जरा भीतीचे वाटते. मंदिरप्रवेशाची चळवळ जी मी सुरू केली तिचे ध्येय अस्पृश्यांना मंदिरात प्रवेश मिळाल्यानंतर त्यांनी देवाची पूजाअर्चा करीत बसावे व त्यामुळे आपणाला मोक्ष मिळेल, अशी त्यांची समजूत करून घेऊन जीवन जगत राहावे हे नव्हे. तशी माझी कधीच समजूत नव्हती. मंदिरप्रवेशाने अस्पृश्यांना हिंदू समाजात स्थान मिळेल, मानाचे स्थान मिळेल, असेही माझे मत नव्हते व नाही. अस्पृश्यांना आपल्या मानवी हक्कांची जाणीव प्राप्त व्हावी व ते हक्क मिळविण्यासाठी त्यांच्यात प्रतिपक्षाशी सतत झुंजत राहण्याची चेतनावृत्ती उत्पन्न व्हावी, हे होते व हे ध्येय मी साध्य केलेले आहे. कारण या सत्याग्रहामुळे महाराष्ट्रातील व हिंदुस्थानातील अस्पृश्य लोकांत मानवी हक्कांबद्दल झगडण्याची ईर्षा व प्रवृत्ती निर्माण झालेली आहे. याची पुढील पायरी म्हणजे अस्पृश्यांनी शिक्षण प्रसार आणि राजकीय हक्क यांच्यासाठी झगडण्याची पराकाष्ठा केली पाहिजे. अस्पृश्य समाज शिक्षणाने समृद्ध झाला व राजकीय हक्कांनी प्रभावी व बलशाली झाला तर तो हिंदू समाजातील एक उत्कृष्ट घटक म्हणून राहील. पण हे शेवटचे साध्य करण्यासाठी हिंदू समाज, धर्म व धर्मशास्त्रे यांच्यात आपादमस्तक फेरफार घडवून आणले पाहिजेत आणि त्यासाठी अस्पृश्यांनी सर्व हिंदूंना या कामासाठी प्रवृत्त करण्यासाठी झगडत राहावे.

●●●

अखेर पदरात धोंडे टाकले

भाऊराव गायकवाड, अमृतराव रणखांबे, बापूसाहेब दाणी वगैरे कार्यकर्त्यांना या प्रसंगी तुरुंगवास निष्कारण पत्करावा लागला. त्यातल्या त्यात श्री. तुळसीरामजी काळे यांच्या वृद्ध मातोश्री, त्याचप्रमाणे अमृतराव रणखांबे यांच्या मातोश्री बंदिवान झाल्याचे ऐकून खेदही वाटला आणि एक प्रकारची धन्यता वाटली. नाशिक जिल्ह्यातील माझ्या अस्पृश्य बांधवांबद्दल मला मोठा अभिमान वाटतो. अस्पृश्यांची सर्वतोपरी असलेली विपरीत व बिकट परिस्थिती लक्षात घेता, गेल्या तीन-चार वर्षांत जे स्वावलंबन व जी संघटना प्रत्यक्ष व्यवहारात प्रगट करून दाखविली व ज्या सोशीक व धैर्य वृत्तीचा माझ्या या बंधू-भगिनींना परिचय करून दिला, ती ही सारी घटना खरोखर अपूर्व अशी आहे. दुसऱ्या कोणाचे साहाय्य नाही, सहानुभूती नाही, उलट कोणत्या ना कोणत्या तरी निमित्ताने सर्वजण नाखूश व विरोधी बनलेले अशा परिस्थितीत अस्पृश्यांनी, अस्पृश्यांकरिता व अस्पृश्यांच्या साहाय्यावर नाशिक सत्याग्रहाची चळवळ सतत तीन-चार वर्षे एवढ्या मोठ्या प्रमाणावर एवढ्या उत्साहाने व इतक्या संघटितपणाने चालवावी, ही एकट्या हिंदुस्थानातील नव्हेच तर जगातील सर्व पददलित जनतेने अभिमान बाळगण्याजोगी घटना आहे, असे म्हटल्यास त्यात अतिशयोक्ती मुळीच नाही.

पण ब्राह्मणी धर्माने मूढ, अनुदार व असहिष्णू बनविलेल्या हिंदू समाजाला या सर्व गोष्टींचे काय होय? या सत्याग्रहाच्या रूपाने अस्पृश्य बांधवांनी अस्पृश्य हिंदूंजवळ समतेची कमीत कमी मागणी केली. आपल्या हिंदू बांधवांजवळ अस्पृश्यांनी समतेची आणि प्रेमाची भाकरी मागितली; पण या भाकरीऐवजी त्यांच्या पदरात ब्राह्मणादी स्पृश्य हिंदूंनी दगडधोंडे टाकले.

●●●

राउंड टेबल कॉन्फरन्स - १

पहिली राउंड टेबल कॉन्फरन्स १२ नोव्हेंबर १९३० ते १९ जानेवारी १९३१ पर्यंत सुरू होती. या कॉन्फरन्समध्ये २० नोव्हेंबर १९३० रोजी केलेले पहिलेच भाषण क्रांतिकारक ठरले. ते असे -

अध्यक्ष महोदय,

मी आणि माझे सहकारी रावबहादूर श्रीनिवासन् दलित वर्गाचे प्रतिनिधी म्हणून येथे हजर झालेलो आहोत. यास्तव भारतीय राज्यघटनेच्या नविनीकरणासंबंधी विचार करीत असता तत्त्वतःच मी दलित वर्गाचा दृष्टिकोन डोळ्यांसमोर ठेवून भाषणास उभा झालो आहे. या वर्गाचे प्रतिनिधित्व करणे हा मला व माझ्या सहकाऱ्यास सन्मान वाटतो. हा दृष्टिकोन चारकोटी तीस लक्ष लोकांचा किंवा इंग्रजी अमलाखालील भारतीय लोकांपैकी एकपंचमांश लोकांचा आहे. दलित लोकांचा वर्ग स्वतंत्र वर्ग असून स्पष्टपणे मुसलमान वर्गापासून तो निराळा आहे. आणि हिंदू समाजात जरी त्याचा समावेश करण्यात येत असला तरी तो कोणत्याही दृष्टीने त्या समाजाचा एकजीव घटक नाही. दलित समाजाचे केवळ स्वतंत्र अस्तित्व आहे, इतकेच नाही तर हिंदूंनी त्यांचा द्वेषभावनेने वेगळा असा सामाजिक दर्जा ठरवून टाकला आहे. हा दर्जा हिंदू समाजातील दुसऱ्या कोणत्याही जातीपेक्षा ठळकपणे वेगळा आहे. हिंदूत ज्यांना दुय्यम व खालच्या दर्जाचे स्थान प्राप्त झालेले आहे अशा काही जाती आहेत; परंतु दलित वर्गाला देण्यात आलेला दर्जा पूर्णतः वेगळा आहे. त्याला भूदास आणि गुलाम यांच्या मधली स्थिती प्राप्त झाली आहे. भूदास आणि गुलाम यांना स्पर्शबंदी घालण्यात आली नव्हती; परंतु दलित वर्गावर स्पर्शबंदी घालण्यात आली आहे. त्यामुळे गुलाम आणि भूदास यांच्यापेक्षाही दलितांची स्थिती फारच शोचनीय झाली आहे. यामुळे भयंकर वाईट गोष्ट कोणती झाली असेल तर त्यांच्यावर गुलामगिरी लादल्या गेली आणि त्यांच्या मानवी

व्यवहारात मर्यादा घातल्या गेल्या. केवळ त्यांच्या सार्वजनिक जीवनावरच या अस्पृश्यतेचा परिणाम होतो असे नाही तर त्यामुळे प्रत्यक्षात त्यांना संधी समानतेपासून वंचित केल्या जाते आणि मानवाचे अस्तित्वच ज्यावर आधारित आहे अशा प्राथमिक स्वरूपाच्या हक्कापासूनच या वर्गांना वंचित ठेवण्यात आले आहे. मला खात्री की, इंग्लंड किंवा फ्रान्सच्या संपूर्ण लोकसंख्येइतक्या असलेल्या लोकांची व कलहामध्ये इतक्या भयंकरपणे अनेक विघ्नांनी जखडबंदी झाली आहे की, राजकीय समस्या सोडविण्याच्या योग्य मार्गावर त्याचा परिणाम झाल्याशिवाय राहू शकत नाही. ह्या परिषदेने हा प्रश्न शक्य तितक्या लवकर सोडविण्याची जबाबदारी स्वीकारावी अशी माझी कळकळीची अपेक्षा आहे.

शक्य तितके थोडक्यात हा प्रश्न मांडण्याचा मी प्रयत्न करणार आहे. मला सांगावयाचे ते हे की, शक्य तितक्या लवकर भारतातील प्रचलित नोकरशाही रद्द करून लोकांचे, लोकांनी व लोकांकरता चालविलेले सरकार स्थापन करण्यात यावे. माझी खात्री आहे की, दलित वर्गाच्या दृष्टिकोनातून या माझ्या विधानाबाबत काही लोकांना खचितच आश्चर्य वाटेल. कारण दलित वर्गाला ब्रिटिश शासकांशी जोडणारा धागा अतिशय वेगळ्या स्वरूपाचा आहे. धर्मांध हिंदूंनी दलितांचे पिढ्यान् पिढ्या जे दमन केले व त्यांच्यावर अत्याचार केले त्यापासून आंशिक सुटका मिळवून देणारे मुक्तिदाता या दृष्टीने त्यांनी ब्रिटिशांचे स्वागतच केले. इंग्रजांच्या बाजूने त्यांनी हिंदू, मुसलमान व शीख यांच्याविरुद्ध युद्धात भाग घेऊन भारताचे साम्राज्य त्यांना जिंकून दिले. या बदल्यात दलितांचे विश्वस्त म्हणून आपली भूमिका सांभाळण्याचे आश्वासनही ब्रिटिशांनी दिले होते. अशातऱ्हेचा ह्या दोहोंमधील घनिष्ठ संबंध लक्षात घेतला म्हणजे, ब्रिटिश सरकारविषयी दलित वर्गाच्या मनात हे जे परिवर्तन घडून आले आहे ही घटना निःशंकपणे लक्षणीय म्हणावी लागेल. परंतु ह्या मतपरिवर्तनाची कारणे शोधून काढणे फारसे अवघड नाही. केवळ बहुमताच्या हातात आपले भविष्य झोकून द्यावे एवढ्याच इच्छेने आम्ही हा निर्णय घेतलेला नाही. खरेच! तुम्हाला माहीतच आहे की, भारतातील बहुमत आणि मी ज्या अल्पमताचा प्रतिनिधी आहे त्यांच्यात सलोख्याचे संबंध तसे कधीच नव्हते. आम्ही हा निर्णय स्वतंत्रपणे घेतलेला आहे. केवळ आमच्यावर ओढवलेल्या परिस्थितीच्या प्रकाशात वर्तमान शासनाचे परीक्षण केले आणि चांगल्या शासनास आवश्यक असलेली बहुतेक मूलतत्त्वे ह्या शासन प्रणालीत नाहीत असे आम्हास आढळले आहे. आमची सद्यः परिस्थिती आणि ब्रिटिश राज्याच्या पूर्वीचा भारतीय समाज यांची तुलना करता असे दिसून येते की, पूर्वीच्या समाजात आमच्या वाट्याला जी दुर्दैवी स्थिती आली होती तिच्यातून आम्ही पुढे वाटचाल करण्याऐवजी केवळ कालक्रमणा मात्र करीत आहोत. ब्रिटिशांच्या आगमनापूर्वी अस्पृश्यतेमुळे आम्ही अति किळसवाण्या स्थितीत दिवस कंठित होतो. ही

परिस्थिती दूर करण्यासाठी ब्रिटिश सरकारने काही केले आहे काय? ब्रिटिश येण्यापूर्वी खेड्यांतील विहिरींवर आम्हाला पाणी भरण्यास बंदी होती. विहिरींवर पाणी भरण्याचा अधिकार सरकारने मिळवून दिला काय?* ब्रिटिश येण्यापूर्वी आम्ही देवळात जाऊ शकत नव्हतो. आता आम्ही जाऊ शकतो काय? ब्रिटिश येण्यापूर्वी आम्हाला पोलिस दलात प्रवेश नाकारण्यात येत होता. आतातरी ब्रिटिश सरकार आम्हाला पोलिस दलात प्रवेश देते काय? ब्रिटिश येण्यापूर्वी आम्हाला सैन्यात नोकरी नाकारण्यात येत होती. सरकार सैन्यात नोकरी करण्याची आम्हाला आता परवानगी देते काय? हे क्षेत्र आम्हाला आज खुले आहे काय? ह्या प्रश्नांपैकी कोणत्याही प्रश्नाला आपण होकारार्थी उत्तर देऊ शकत नाही. इतक्या मोठ्या काळापर्यंत ज्यांनी राज्यसत्ता चालविली ते इंग्रज होत म्हणूनच. त्यांनी आमच्यासाठी काही चांगल्या गोष्टीही केल्या आहेत हे मी मोठ्या आनंदाने कबूल करतो. परंतु आमच्या स्थितीत मूलभूत असे कोणतेही परिवर्तन त्यांनी घडवून आणले नाही. खरेच! ज्या बाबतीत आमचा संबंध आहे त्या बाबतीत ब्रिटिश सरकारने त्यांना जी समाजव्यवस्था आढळून आली तिचेच त्याने मोठ्या विश्वासूपणाने रक्षण केले. एका चिनी शिंप्याला नमुना म्हणून एक जुना कोट देण्यात आला असता त्याने ज्याप्रमाणे मोठ्या अभिमानाने नवीन कोट करताना त्यावर चिरा व छिद्रे पाडली व जुन्याबरहुकूम नवा कोट केला. त्याप्रमाणेच ब्रिटिश सरकारने या बाबतीत वर्तन केले आहे. जरी ब्रिटिशांनी दीडशे वर्षेपर्यंत या देशावर राज्य केले तरी उघड्या व्रणांप्रमाणे आमची दुःखे तशीच राहिली आहेत. त्यांच्यावर काहीच उपचार करण्यात आले नाहीत!

ब्रिटिशांनी आमच्याविषयी सहानुभूती दाखविली नाही किंवा ते आमच्या स्थितीसंबंधी उदासीन राहिले म्हणून आम्ही त्यांना दोष देत आहो, असे मात्र नव्हे. तर आम्हास असे आढळून आले की, आमचे प्रश्न हाताळण्यास ते पूर्णत अकार्यक्षम आहेत. केवळ उदासीनतेसंबंधीचाच प्रश्न असता तर तो तत्कालिक स्वरूपाचा आहे असे म्हणता आले असते आणि त्याने आमच्या मतांमध्ये इतका गंभीर स्वरूपाचा बदल झाला नसता. परंतु परिस्थितीचे खोलवर पृथक्करण करून पाहिल्यानंतर असे आमच्या लक्षात आले की, हे प्रकरण केवळ उदासीनतेचे नाही, तर प्राप्त कर्तव्य समजून घेण्याच्या पूर्णतः असलेल्या अकार्यक्षमतेमुळेच असे घडून आले आहे. भारतातील ब्रिटिश सरकारवर दोन गंभीर स्वरूपाची बंधने आहेत असे दलित वर्गास वाटते. पहिले बंधन हे अंतस्थ स्वरूपाचे होय. जे आज अधिकारपदावर आहेत त्यांची भूमिका, त्यांचे हितसंबंध आणि त्यांच्या प्रेरणा यांच्यामुळे निर्माण झाले आहे. ब्रिटिश सरकार आम्हाला या प्रश्नामध्ये मदत करू शकत नाही म्हणून नव्हे तर

**प्रस्तुत वाक्य-डॉ. आंबेडकर : लाईफ अँड मिशन : धनंजय कीर, पृ. १५०*

असे केल्यास त्यांची भूमिका, हितसंबंध, त्यांच्या प्रेरणा, त्यांच्याशी न जुळणारे असल्यामुळे ते आम्हास मदत करू शकत नाहीत. त्यांच्या अधिकारावर दुसरे भयंकर स्वरूपाचे बंधन म्हणजे असे काही पाऊल उचलल्यास ह्याला हिंदू समाजाकडून तीव्र प्रतिकार होईल अशी त्यांना भीती वाटते. भारतीय समाजाच्या मर्मस्थानी इजा करणारे सामाजिक दोष काढून टाकणे अत्यावश्यक आहे हे इंग्रज सरकारने ओळखले आहे. ह्या दोषांमुळे दलित वर्गाच्या जीवनाला हजारो वर्षांपासून भयानक स्वरूपाची कीड लागली आहे, हेही त्यांना माहीत आहे. भारतातील जमीनदार बहुजनांची क्रूर पिळवणूक करून त्यांना दिवसेंदिवस शुष्क करीत आहेत. तसेच भांडवलदार मजूर वर्गाला जगण्यासाठी आवश्यक तेवढी मजुरी आणि त्यांना कामाच्या उपलब्ध सोयी प्राप्त होऊ देत नाहीत, ह्याचीही जाणीव भारतीय सरकारला आहे. तरीसुद्धा ह्यापैकी एकाही दुष्ट रूढीला हात घालण्याचे धाडस भारत सरकारने केलेले नाही, ही अत्यंत दुःखाची गोष्ट आहे. का? त्यांना असे करण्यासाठी कायदेशीर अधिकार नाहीत म्हणून त्यांनी असे केले आहे काय? नाही. त्यांनी अशातऱ्हेची मध्यस्थी केली नाही, कारण अशा तऱ्हेच्या सामाजिक व आर्थिक जीवनाच्या प्रचलित संहितेला धक्का लावल्यास हितसंबंधी वर्गांकडून त्याला प्रखर विरोध केल्या जाईल अशी त्यांना भीती वाटत होती. अशा सरकारपासून कोणाचे कोणते कल्याण होणार! या दोन निर्बंधांनी पांगळया झालेल्या सरकारकडून लोकांच्या जास्तीत जास्त कल्याणाची एवढीच अपेक्षा करता येण्यासारखी आहे की, भारतातील सामाजिक परिस्थिती पूर्ववतच राहावी. आम्हाला असे सरकार अधिकारावर हवे की, ज्यातील सत्ताधारी व्यक्तीची बांधिलकी देशाच्या सर्वोच्च हितासाठी असेल. प्रचलित सामाजिक आणि आर्थिक रूढी सुधारण्याचा प्रयत्न केल्यास लोकांची आज्ञापालनाची वृत्ती केव्हा नष्ट होते आणि बंड करून उठण्याची प्रवृत्ती केव्हा उफाळून येते याची सीमारेषा ओळखणारे व निर्भयपणे सुधारणा करण्यास पुढे येणारे सरकार आम्हाला हवे आहे; कारण अशा ठिकाणीच न्यायप्रियता आणि उपयुक्तता सिद्ध होत असते. ही कर्तव्ये पार पाडण्यास ब्रिटिश सरकार कधीही पात्र ठरू शकत नाही. हे केवळ लोकांचे, लोकांनी व लोकांकरिता चालविलेल्या सरकारलाच शक्य होऊ शकते.

दलित वर्गाने त्यांच्या दृष्टिकोनातून उपस्थित केलेले काही प्रश्न व त्यांची संभवनीय उत्तरे ही अशी आहेत. म्हणून आम्ही ह्या टाळता न येणाऱ्या अशा निर्णयावर येऊन पोहोचलो आहोत की, आमच्या सध्याच्या वैशिष्ट्यपूर्ण संकटग्रस्त स्थितीत बदल घडवून आणण्याच्या दृष्टीने जरी उद्दिष्ट चांगले असले तरी सध्याचे नोकरशाही भारत सरकार पूर्णतः सामर्थ्यहीन आहे. आमची दुःखे दूर करण्यास कोणीही समर्थ नाही अशी आमची खात्री झाली आहे. आमची दुःखे आम्हीच नाहीशी करू शकू. यासाठी जोपर्यंत आमच्या हातात राजकीय सत्ता

येत नाही तोपर्यंत आम्ही ती नष्ट करू शकणार नाही. ब्रिटिश सरकार जोपर्यंत या देशात आहे तोपर्यंत निश्चितच राजकीय अधिकारांचा अंशही आमच्या हाती येण्याची शक्यता नाही. केवळ स्वराज्यातील राज्यघटनेतच राजकीय सत्ता आमच्या हातात येण्याची संधी मिळणे शक्य आहे. त्याशिवाय आमच्या लोकांची मुक्तता दुसऱ्या मार्गाने होणे शक्य दिसत नाही.

अध्यक्ष महोदय, तुमचे विशेष लक्ष जिच्याकडे मी वेधू इच्छितो अशी आणखी एक गोष्ट आहे. दलित वर्गाचा दृष्टिकोन तुमच्यापुढे मांडत असताना स्वयंसत्तात्मक दर्जाचे राज्य असा शब्दप्रयोग मी आतापर्यंत केलेला नाही. मी तो वापरण्याचे टाळले याचे कारण त्यातील गर्भितार्थ मी ओळखत नाही असे नव्हे किंवा भारताचा दर्जा स्वयंसत्तात्मक राज्याचा व्हावा याला दलितांचा विरोध आहे असाही त्याचा अर्थ नाही. हा शब्दप्रयोग न वापरण्याचा माझा मुख्य हेतू असा आहे की, त्यामुळे दलित वर्गाची भूमिका या शब्द प्रयोगातून पूर्णत्वाने स्पष्ट होत नाही. दलित वर्गाकरिता असलेल्या संरक्षणात्मक तरतुदीसहित स्वयंसत्तात्मक दर्जाचे राज्य दलितांनाही हवे आहे; तथापि त्यांचा भर मुख्यतः एकाच मुद्द्यावर आहे : तो मुद्दा म्हणजे स्वयंसत्तात्मक दर्जा असलेल्या भारताचा राज्यकारभार कोणत्या तत्त्वांनुसार चालणार आहे? राजकीय सत्तेचे केंद्र कुठे राहील? ते कोणाच्या हातात राहणार आहे? त्यामध्ये दलित वर्ग वारसदार असेल काय? या उद्देशपूर्तीसाठी आवश्यक अशा नवीन राज्यघटनेची राजकीय यंत्रणा असल्याशिवाय दलितांना राजकीय सत्तेचा अल्पांशही मिळणे शक्य नाही असे दलितांना वाटते. ही यंत्रणा घडविताना भारताच्या सामाजिक जीवनातील काही कठोर सत्यांकडे डोळेझाक करून चालणार नाही. हे मान्य करावेच लागेल की भारतीय समाज हा विविध जातींच्या उतरंडीने बनलेला आहे. ह्या समाजरचनेत वरच्या क्रमाने सन्मान व उतरत्या क्रमाने अवमान अशी एक, जातीय श्रेणी निर्माण झाली आहे. लोकशाही शासनासाठी अत्यावश्यक अंग म्हणजे समता आणि बंधुभाव या भावना विकसित होण्यास मुळीच अवसर न देणारी अशी ही समाजपद्धती आहे. दुसरी लक्षणीय बाब म्हणजे आपण हेही मान्य केलेच पाहिजे की, बुद्धिमान वर्गाला भारतीय समाजात फार महत्त्वाचे स्थान देण्यात आले आहे; परंतु हा वर्ग केवळ वरच्या श्रेणीतूनच आलेला आहे. हा वर्ग जरी देशाविषयी बोलत असला आणि राजकीय चळवळीचे नेतृत्व करीत असला तरी ज्या जातींमध्ये तो जन्माला आला तिच्यासंबंधीचा संकुचित जातीय दृष्टिकोन त्याने झुगारून दिलेला नाही. दुसऱ्या शब्दांत हे सांगायचे म्हणजे समाजाची मानसिकता आणि राजकीय यंत्रणा यांचा परस्परसंबंध असावयास हवा. आणि यंत्रणेने सामाजिक मानसिकतेची दखल घ्यावयास हवी असा दलित वर्गाचा आग्रह आहे. असे न झाल्यास, तुम्ही तयार करीत असलेली घटना

आखीव व रेखीव तर राहील परंतु ती अग्रच्छेदित असल्याने, ज्या समाजासाठी ती तयार केली जाईल त्यालाच अयोग्य ठरेल.

माझे भाषण संपविण्यापूर्वी मी आणखी एका मुद्द्याचा परामर्श घेणार आहे. आम्हाला वारंवार असे सांगण्यात येते की, दलित वर्गाचा प्रश्न हा एक सामाजिक प्रश्न आहे आणि तो सोडविण्याचा मार्ग राजकारणापासून वेगळा आहे. ह्या विचारसरणीला आमचा जोरदार विरोध आहे. जोपर्यंत दलित वर्गाच्या हातात राज्य शासनाची सूत्रे येत नाहीत तोपर्यंत त्यांच्या प्रश्नांचे निराकरण कधीही होणे शक्य नाही असे आमचे निश्चित मत झाले आहे. अर्थात दलितांचा प्रश्न राजकीय ठरतो आणि त्याची सोडवणूकसुद्धा तशीच व्हावयास हवी. म्हणून हा प्रश्न मुख्यतः राजकारणातील प्रश्न म्हणून मी पुढे मांडत आहे... राजकीय समस्या म्हणूनच त्याचा विचार व्हावयास हवा. आमच्यावर ज्यांचा भयानक स्वरूपाचा आर्थिक, सामाजिक आणि धार्मिक अंमल आहे अशा लोकांकडे राज्यसत्तेचे हस्तांतरण आज ब्रिटिशांकडून होत असल्याची जाणीव आम्हास आहे. वस्तुतः 'स्वराज्य' हा शब्द उच्चारताच आम्हाला आमच्यावर झालेल्या गतकाळातील अत्याचार, दमन आणि अन्याय यांची आठवण होते आणि भावी स्वराज्यातही त्याची पुनरावृत्ती होईल अशी आम्हास साधार भीती वाटते. तरीही स्वराज्य मिळावे असेच आमचे मत आहे. आमच्या देशबांधवांबरोबर आम्हालाही अधिसत्तेत योग्य त्या प्रमाणात वाटा मिळेल या एकाच आशेने हा अटळ असा गंभीर स्वरूपाचा धोका आम्ही स्वीकारण्याचे धाडस करीत आहोत. परंतु ह्याला आम्ही एकाच अटीवर संमती देऊ शकतो की, आमची समस्या केवळ काळाच्या लहरीवर अधांतरी सोपविल्या जाऊ नये. बदलत्या काळानुसार काही चमत्कार घडून येतील ही वेडी आशा बाळगून आम्ही वर्षानुवर्षे वाट पाहत बसलो आहोत. त्याचीच मला आज भीती वाटते. ब्रिटिश सरकारने यथाक्रम प्रातिनिधिक सरकारला अधिक अधिकार देण्याच्या प्रत्येक क्षणी दलित वर्गाला पद्धतशीरपणे डावललेले आहे. राज्यशासनात त्यांचाही वाटा आहे, हा विचार कोणाच्या मनाला शिवलेलाच नाही. मी माझी सर्व शक्ती एकवटून आज ठासून सांगतो आहे की, यापुढे कोणीही आमच्या सहनशीलतेचा अंत पाहू नये. आमच्या समस्येची सोडवणूक सर्वसाधारण राजकीय प्रश्नांच्याबरोबर झालीच पाहिजे आणि कोणत्याही परिस्थितीत भावी अस्थिर राज्यकर्त्यांच्या हातात, केवळ सहानुभूतीवर आणि दयेवर लोटून दिल्या जाऊ नये, दलित वर्ग यावर एवढा जोर का देतो याची कारणे उघड आहेत. आमच्या या आग्रही भूमिकेची कारणमीमांसा अतिशय स्पष्ट आहे. सर्वांनाच माहीत असलेले एक व्यावहारिक सत्य म्हणजे स्वामित्वहीन व्यक्तीपेक्षा स्वामित्व असलेली व्यक्ती केव्हाही प्रबळ असते तसेच स्वामित्वहीनाच्या फायद्यासाठी कोणी स्वामित्व सोडून देण्याची उदाहरणे क्वचितच आढळतात. म्हणूनच आमची ही सामाजिक समस्या पुढे

फलदायक रीतीने सुटेल अशी आम्ही आशा करूच शकत नाही. आज हा प्रश्न सामोपचाराने न सोडवता जर आम्ही त्यांच्या हातात सहजगत्या सत्ता जाऊ दिली तर ज्या लोकांना राज्यावर व प्रतिष्ठेच्या जागी बसविण्यासाठी आज आम्ही मदत करीत आहोत त्यांनाच गादीवरून खाली खेचण्यासाठी आम्हास आणखी दुसरी एक क्रांती घडवून आणावी लागेल. या यंत्रणेचा अनिर्बंध ताबा ज्यांना मिळणार आहे त्यांच्या मर्जीवर आम्हाला आमचे प्रश्न सोपवायचे नाहीत. या अति साशंकतेबद्दल कोणी आम्हाला दूषण दिले तरी चालेल. कारण प्रचंड विश्वासाने दिलेल्या हमीतून ध्वस्त होण्यापेक्षा दूषण केव्हाही बरे! म्हणून आमचा प्रश्न सोडविण्याच्या दृष्टीने राज्यसत्तेवर आमचाही हक्क असावा हाच एक न्याय्य व योग्य मार्ग आहे असे मला वाटते. शासन यंत्रणेतच अशातऱ्हेची व्यवस्था करून ठेवणे हाच एक यावर उत्तम तोडगा आहे. ही शासनसत्ता केवळ आपल्याच एकट्याच्या हाती अनियंत्रितपणे यावी म्हणून जे लोक निकराचा प्रयत्न करीत आहेत त्यांच्या लहरीवर हा प्रश्न सोपवून देण्याने तो कदापिही सुटणार नाही.

राज्ययंत्रणेमध्ये दलित वर्गाच्या संरक्षणाच्या व सुरक्षिततेच्या दृष्टीने त्यांना कोणती तडजोड हवी आहे ते योग्य वेळी ह्या परिषदेपुढे मी मांडणार आहे. आम्हाला उत्तरदायी सरकार हवे असले तरी ज्यात केवळ आमचे मालक बदलल्या जातील असे सरकार आम्हास नको. शासक वर्ग जबाबदार असावा असे तुम्हास वाटत असेल तर कायदे मंडळ खऱ्या अर्थाने आणि पूर्णतः प्रातिनिधिक असले पाहिजे एवढेच आज या प्रसंगी मी सांगतो.

अध्यक्ष महोदय, अशा तऱ्हेच्या स्पष्ट शब्दांत मला बोलावे लागले याबद्दल मला दुःख होत आहे; परंतु याशिवाय मला तरी दुसरा पर्याय दिसत नाही. दलितवर्गाला कोणी मित्र उरलेला नाही. आपले अस्तित्व टिकवून ठेवण्यासाठी सध्याच्या सरकारने आतापर्यंत त्यांना केवळ सबबी सांगून त्यांचा दुरुपयोग करून घेतला आहे. तसेच दूर सारण्यासाठीच हिंदूंनीही त्यांना जवळ केले आहे. किंवा अधिक स्पष्ट सांगायचे म्हणजे हिंदू त्यांना अधिकारापासून पूर्णतः वंचित ठेवू इच्छितात. आपल्या विशेषाधिकारांमध्ये वाटेकरी नकोत म्हणून मुसलमान त्यांचे स्वतंत्र अस्तित्वच अमान्य करतात. म्हणजे शासनाने दुर्बल केलेला, हिंदूंनी दाबून टाकलेला आणि मुस्लिमांनी अवमानित केलेला वर्ग आहे. इतकी असह्य आणि असहाय परिस्थिती असलेला वर्ग अन्यत्र कुठेही नसेल याबाबत माझी खात्री आहे. आणि म्हणूनच मला आपले लक्ष याकडे वेधून घेणे भाग पडले आहे.

चर्चेला आलेल्या दुसऱ्या प्रश्नासंबंधी बोलायचे म्हणजे मला मोठ्या खेदाने असे म्हणावेसे वाटते की, हा प्रश्न उगीचच परिषदेतील ह्या सर्वसामान्य चर्चेशी जोडला आहे. त्याची चर्चा परिषदेच्या एका स्वतंत्र सत्रात व्हावी इतके त्याचे महत्त्व आहे. केवळ ओझरता उल्लेख

केल्याने त्या प्रश्नाला न्याय मिळू शकत नाही. हा प्रश्न दलितांच्या दृष्टीने अत्यंत जिव्हाळ्याचा असल्याने तो महत्त्वाचा आहे. अल्पसंख्याक समाजाचे प्रतिनिधी या नात्याने आमची केंद्र शासनाकडून अपेक्षा आहे की त्याने अल्पसंख्याकांच्या हिताच्या दृष्टीने पावले उचलावीत व प्रांतातील बहुसंख्याकांच्या अव्यवस्थेवर नियंत्रण ठेवावे. एक भारतीय या नात्याने भारतीय राष्ट्रवादाच्या वाढीबद्दल मला निश्चितच आस्था आहे व म्हणूनच केंद्रीय (Unitary) शासन पद्धतीवर माझा प्रगाढ विश्वास आहे. या व्यवस्थेला विघटित करण्याचा विचारही मला अस्वस्थ करतो. ह्या एककेंद्रीय शासन पद्धतीत भारतीय राष्ट्र घडविण्याची फार मोठी सुप्त शक्ती आहे. एककेंद्रीय शासन पद्धतीमुळेच भारतात राष्ट्रवृत्ती वाढीस लागली आहे; परंतु ती अजून पूर्णावस्थेस पोहोचलेली नाही. म्हणूनच आजच्या राष्ट्रनिर्मितीच्या धार्मिक अवस्थेमध्ये ही एककेंद्री शासन पद्धती काढून घेणे मला अमान्य आहे. कारण भारत अजून पूर्णशः एकसंध राष्ट्र झालेले नाही.

तथापि, ज्या स्वरूपात प्रश्न समोर मांडलेला आहे त्याकडे पाहता हा केवळ पुस्तकी प्रश्न दिसतो. म्हणून जर प्रांत सरकारे मध्यवर्ती सरकारशी विसंगत राहणार नसतील तर संघ शासन पद्धतीवरही विचार करण्याची मी तयारी दाखवीन.

अध्यक्ष महोदय, दलितांचा प्रतिनिधी म्हणून त्यांच्यावतीने जे काय मला सांगावयाचे होते ते मी आपल्या पुढे मांडलेले आहे. आता एक भारतीय या नात्याने आम्हाला कोणत्या परिस्थितीशी तोंड द्यावे लागते, या दृष्टीने दोन शब्द बोलण्याची कृपया परवानगी द्याल अशी मी अपेक्षा करतो. राष्ट्रीय चळवळीचा जरी केवळ मूक प्रेक्षक नसलो तरीही आतापर्यंत त्या प्रश्नांवर जी गंभीर मते मांडण्यात आली त्याला मी आपली अधिक जोड देत नाही. आमची समस्या सोडविण्याच्या दृष्टीने आम्ही योग्य मार्गाने जात आहोत की नाही याबद्दल मी बराच चिंतातुर आहे. या उपायांचे स्वरूप काय असावे हे ठरविणे ब्रिटिश प्रतिनिधींच्या दृष्टिकोनावर अवलंबून आहे. मी त्यांना इतकेच सांगू इच्छितो की या परिस्थितीतून मार्ग काढण्यासाठी सलोख्याचा मार्ग निवडायचा की दमन तंत्राचा अवलंब करायचा हा निर्णय त्यांनी घ्यावा; कारण निर्णय कोणताही असला तरी अंतिम जबाबदारी त्यांचीच राहणार आहे. तुमच्यापैकी बळाच्या वापरावर ज्यांचा विश्वास असेल त्यांना मी राजकीय तत्त्वज्ञानाच्या एका महान शिक्षकाच्या-एडमंड बर्कच्या एका चिरस्मरणीय विधानाची आठवण करून देऊ इच्छितो. अमेरिकेतील वसाहतीच्या समस्येवर विचार करीत असता ते इंग्लिश राष्ट्राला उद्देशून म्हणाले,

'केवळ बळाचा वापर हा तात्पुरताच असतो. काही काळाकरिताच त्यामुळे सत्ता गाजवता येईल. परंतु त्यामुळे पुन्हा त्यांना अधिपत्याखाली ठेवण्यासाठी बळाचा वापर करण्याच्या गरजेला कायमचे दूर करता येणार नाही. ज्या राष्ट्राला कायमचे अधिपत्याखाली ठेवावयाचे आहे त्यावर अशा पद्धतीने शासन करता येत नाही.

माझा दुसरा आक्षेप बळाच्या परिणामकारकतेच्या अनिश्चिततेबाबत आहे. बळाच्या वापरातून नेहमीच दहशत निर्माण होईल असे नाही आणि सुसज्ज सैन्य म्हणजे विजय नव्हे. जर तुम्हाला यश मिळाले नाही तर मग कोणताही मार्ग शिल्लक राहत नाही. वाटाघाटी अपयशी ठरल्यावर फक्त बळाचा वापर उरतो. परंतु बळाचा वापरही अपयशी ठरला तर वाटाघाटीच्या आशाच उरत नाहीत. दयेच्या मोबदल्यात कधी-कधी सत्ता व अधिकार मिळविता येतात. परंतु शक्तिपात व पराभूत झालेल्या हिंसेला भीक म्हणून सत्ता व अधिकार कधीही मागता येत नाही.

बळाच्या वापराला माझा पुढचा आक्षेप असा आहे की, प्रयत्नांची पराकाष्ठा करून तुम्ही जे मिळवाल त्याला तुम्ही हानी पोचवाल. तुम्ही जे मिळविता त्याच्या मूळ स्वरूपात मिळत नसते, ते अवमूल्यन झालेले, रसातळास गेलेते, उजाड झालेले आणि नाश पावलेल्या स्वरूपात असते.”

वरील उपदेशाकडे तुम्ही दुर्लक्ष केले आणि महान अमेरिका खंड तुमच्या हातातून गेला. तुम्ही त्याची दखल घेतली तेव्हाच उर्वरित राज्ये तुमच्या हातात आहेत. आपल्यापैकी जे लोक सलोख्याच्या पक्षाचे आहेत त्यांना मी एक सल्ला देऊ इच्छितो. येथील प्रतिनिधींची अशी समजूत दिसते आहे की, स्वसत्ताक राज्याच्या दर्जाबाबत होणारी ही बौद्धिक लढाई निर्णायक ठरून त्यावरच अंतिम निर्णय अवलंबून राहील. परंतु इतक्या महत्त्वपूर्ण प्रश्नाला केवळ तार्किक सूत्रांमध्ये बांधण्याचा प्रयत्न करण्याइतकी अन्य मोठी चूक नसेल. तर्कशास्त्राशी माझे काही वैर नाही; परंतु येथील विद्वानांनी आपली पूर्वानुमाने काळजीपूर्वक निवडावीत इतकेच माझे म्हणणे आहे, नाही तर अटळ अशा स्वरूपाची संकटे आल्याशिवाय राहणार नाहीत, असा माझा त्यांना इशारा आहे. ज्याप्रमाणे डॉ. जॉन्सनने बर्कलेचे सर्व ‘विरोधाभास’ पायदळी तुडवून टाकले त्याप्रमाणे तर्कदृष्ट्या हार झाल्यानंतरही तुम्ही हार मान्य करता की तर्क चालवून ते मत खोडून काढण्याचा प्रयत्न करणार आहात हे सर्वस्वी तुमच्या स्वभावावर अवलंबून आहे. कदाचित एक गोष्ट कोणीच नीट लक्षात घेतलेली दिसत नाही; ती म्हणजे, देशाची सध्याची मानसिकता व प्रवृत्ती अशी आहे की बहुसंख्य लोकांना स्वीकार्य नसलेली कोणतीही घटना येथे कामाची ठरणार नाही. तुम्ही निवडावे व आम्ही मान्य करावे ही वेळ आता कायमची गेली आहे. ती कधीही परत येणार नाही. म्हणूनच, घटना रूढ व्हावी अशी तुमची इच्छा असेल तर नवीन घटना ठरविताना तिला तर्काच्या आधारापेक्षा लोकसंमतीच्या कसोटीवर पारखणेच योग्य ठरेल.

●●●

राउंड टेबल कॉन्फरन्स - २

७ सप्टेंबर १९३१ ते १ डिसेंबर १९३१ दरम्यान दुसरी राउंड टेबल कॉन्फरन्स पार पडली. या काळात घडलेल्या घटनांचे वर्णन पत्रांद्वारे सहकाऱ्यांना कळवले त्याचे वर्णन -

राउंड टेबल कॉन्फरन्सच्या पहिल्या अधिवेशनाच्या वेळी आपण अस्पृश्यांकरिता काही खास मागण्या केल्या होत्या त्या सर्वांस विदितच आहेत. दुसऱ्या अधिवेशनात ज्यावेळेस अस्पृश्यांच्या मागण्यांचा प्रश्न निघाला त्यावेळेस सर्व हिंदू प्रतिनिधींनी व खुद्द गांधींनी देखील त्या मागण्यांस कसून विरोध केला. अस्पृश्यांस संरक्षणासाठी काही सवलती मिळतील अशी आशा दिसेना. पददलितांसारख्या सर्व बाजूने नाडलेल्या, आर्थिकदृष्ट्या कमकुवत बनलेल्या, सामाजिकदृष्ट्या कस्पटाप्रमाणे लेखल्या गेलेल्या व राजकीयदृष्ट्या निर्माल्यवत बनलेल्या अशा समाजास काही सवलती देण्यास जर हिंदू समाज तयार होत नाही, तर भावी स्वराज्यात राजकीय सत्तेचा बहुतांश हिंदूंच्या हातात जाणार, त्या राज्यात या दुर्बल अस्पृश्य समाजाची काय गत होणार, ही मला मोठी शंका उत्पन्न झाली आहे व मी सर्वांस बजावले की, जर भावी स्वराज्यात अस्पृश्य वर्गाला जरूर असलेल्या सवलती मिळत नसतील तर त्या स्वराज्यास अस्पृश्य समाज कदापि संमती देणार नाही.

दुसऱ्या अधिवेशनात अस्पृश्यांकरिता मी मागण्या सादर केल्या व त्या पंतप्रधानांजवळ रुजू केल्या. तरीपण पंतप्रधानांचा जो निवाडा जाहीर झाला, त्यात मी मागितलेला स्वतंत्र मतदारसंघ काही जागांकरिता आपल्याला देण्यात आला होता. आपल्या मागणीप्रमाणे जरी सर्व जागा आपल्याला मिळाल्या नव्हत्या, तरी त्यात समाधान मानावयास जागा होती व आता आपण पुढील कार्यास लागावे, अशा विचारात मी होतो. संकटाला तोंड देऊन

अस्पृश्य समाजाकरिता थोडेबहुत कार्य आपल्या हातून झाले, याबद्दल मला थोडासा संतोष वाटत होता व जीव खाली पडला होता. फार कशाला, वन्यपशूंच्या तावडीतून सुटून एखाद्या निवाऱ्याच्या ठिकाणी ज्याप्रमाणे एखादे हरीण स्वस्थचित्त होते, त्याप्रमाणे माझी मनःस्थिती झाली होती. इतक्यात गांधींची घोर प्रतिज्ञा कानी आली. अस्पृश्यांच्या सुदैवाने यावेळी मात्र अस्पृश्यांच्या मागण्यांस गांधींचा विरोध न होता त्यांचा मला पुष्कळ वेळा उपयोगच झाला. गांधींनी पुष्कळच मिळतेजुळते घेतले व हिंदू पुढाऱ्यांशी जो आपला तहनामा झाला, त्यात अस्पृश्यांचा फायदाही झाला. पंजाब प्रांतात अस्पृश्यांना एकही जागा मिळाली नव्हती, तेथे त्यास ८ जागा मिळाल्या. शिवाय इतर प्रांतातील अधिक जागा मिळाल्या त्या वेगळ्याच. दुसरा फायदा मध्यवर्ती कायदे कौन्सिलात अस्पृश्यांच्या जागेचे प्रमाण शेकडा अठरा ठरविण्यात आले, हा होय. या प्रश्नासंबंधाने पंतप्रधानांच्या निवाड्यात काही नामनिर्देश नव्हता. पंतप्रधानांच्या निवाड्यात अस्पृश्यास अत्यंत हानिकारक व धोक्याचे असे एक किल्मिष राहिले होते आणि ते म्हणजे सर्व सवलती २० वर्षांनंतर आपोआप नाहीशा व्हावयाच्या होत्या, हे होय. २० वर्षांत काही इकडील दुनिया तिकडे होणार नव्हती व या अल्पावधीत हजारो वर्षे चालत आलेले अन्याय नष्ट होणार नव्हते. तेव्हा सर्वसाधारण हिंदू समाजाचा दृष्टिकोन बदलल्याशिवाय अस्पृश्यांस मिळालेल्या विशेष सवलती काढून घेणे म्हणजे वाढीस लागलेल्या झाडास अकाली खर्च करणे होय. नवीन तहनाम्याप्रमाणे ही परिस्थिती बदलेली आहे. आता असे ठरले आहे की, हिंदू समाज व अस्पृश्य यांच्या परस्पर संमतीनेच या सवलती दूर होतील. हिंदू समाजाने आपल्या प्रत्यक्ष कृतीने अस्पृश्यांचा विश्वास संपादन केला तर या सवलती अस्पृश्य आपणहून सोडतील, नाही तर ही व्यवस्था चालू राहील.

हे सर्व ठीक आहे. पण मिळालेल्या फायद्याचा तुम्ही जर योग्य तऱ्हेने उपयोग करून घेतला नाही, तर आंधळ्यापुढे रत्न ठेवल्यासारखी तुमची स्थिती होईल. जे मिळाले त्याचा योग्य उपयोग केला पाहिजे. तुम्हास किती सत्ता मिळाली आहे याची योग्य कल्पना येण्याकरिता स्वराज्यातील मुंबई कायदे कौन्सिलचे चित्र तुम्ही आपल्या डोळयासमोर आणा. २०० जागांपैकी कोणत्याही पक्षाकडे निदान ११५ जागा असल्याशिवाय त्यास राज्यकारभार चालविता येत नाही. या प्रांतात सर्वांत अधिक जागा हिंदूंच्या वाट्याला आल्या आहेत आणि त्या जवळजवळ १०० आहेत. या शंभरात तुमच्या १५ शिवाय राज्यकारभार हाकता येईल काय? मुसलमान वगैरे इतर लहान गटांसंबंधाने तर बोलावयास नको. तेव्हा तुमच्या हातात अलौकिक शक्ती आली आहे, तिचा तुम्ही आपली आर्थिक उन्नती करून घेण्याकरिता

उपयोग केला पाहिजे. दुसरी एक महत्त्वाची व मननीय सूचना तुम्हास द्यावयाची आहे. आज जिकडे-तिकडे तुमच्याकरिता देवालयांचे दरवाजे उघडण्याचे प्रयत्न चालू आहे. हा प्रयत्न करणारांच्या शुद्ध हेतूबद्दल मला शंका नाही. परंतु देवालयात जाण्यास मिळाले म्हणजे तुमचा उद्धार होत नाही, हे तुम्ही विसरता कामा नये. देवालयातील मूर्तीभोवती खेळणाऱ्या आध्यात्मिक भावापेक्षा पोटाची खळगी कशी भरेल याची विवंचना तुम्ही अगोदर बाळगली पाहिजे. खाण्यास पुरेसे अन्न नाही, अंगभर वस्त्र नाही, शिक्षण घेण्याची सोय नाही, द्रव्याच्या अभावी औषध-पाणी घेता येत नाही, अशा दैन्यावस्थेत सापडलेला आपला समाज आहे. ही परिस्थिती पालटून आयुष्यातील आवश्यक सुखसोई उपभोगण्यास मिळतील या ध्येयाने तुम्ही आपल्यापुढील कार्यक्रम आखला पाहिजे. देवालयात जाण्याचे मार्ग मोकळे झाले, केवळ अस्पृश्यता दूर झाली, म्हणून मिळालेले हक्क गमविणे उचित होणार नाही. आजची आपली दैन्यावस्था ही दैवदुर्विलासाचे फळ आहे, या खुळचट व आत्मवंचक कल्पनेला अजिबात फाटा द्या. माझी अशी पक्की खात्री आहे की, या भोळसट कल्पनांना झुगारून देऊन आपल्यातील प्रत्येक व्यक्ती राजकारणाकडे लक्ष ठेवून राजकीय सत्तेचा योग्य उपयोग करून घेईल, तर आपल्या समाजाची दुःखे दूर झाल्याशिवाय राहणार नाहीत.

एक अत्यंत महत्त्वाची गोष्ट मात्र ही की तुम्ही जे पुढारी निवडाल, ज्यांच्यावर तुम्ही विश्वास ठेवाल, ते तुमचे खरे मार्गदर्शक होतील, तुमचे हित व त्यांचे हित एक असेल व जे स्वार्थी नसतील, असेच पुढारी तुम्ही निवडा. दुसऱ्या पक्षाच्या ओंजळीने पाणी पिणारे किंवा भाडोत्री कामे करणारे लोक तुमची केवळ फाटाफूट करतील. ते तुम्हास दगा दिल्याशिवाय राहणार नाहीत. तरी या मानधारी पुढाऱ्यापासून तुम्ही दूर राहा. यापुढे आपल्याला पुष्कळ कामे करावयाची आहेत. आज आपल्याजवळ स्थिर अशा संस्था नाहीत. सर्व चळवळींचे केंद्रस्थान म्हणून एखादी स्वतंत्र जागा नाही. हरएक कामे करण्याकरिता २ लाख रुपयांचा निधी उभारण्याचा मी संकल्प केला आहे. वयात आलेल्या प्रत्येक स्त्री-पुरुषाने या फंडात भर घातली पाहिजे. तुम्ही जनता पत्राचा खप वाढविला पाहिजे. ते आपले मुखपत्र आहे. त्या पत्राद्वारे जनतेस स्फूर्ती उत्पन्न होणार आहे. तेव्हा ते पत्र स्वावलंबी करणे तुमचे कर्तव्य आहे.

लंडन, ता. २६ नोव्हेंबर १९३१

'अस्पृश्य व मुसलमानादी अल्पसंख्याक समाजात व हिंदू कॉंग्रेस वगैरे बहुसंख्य समाजात पडलेली तेढ अद्याप कायम आहे. निरनिराळ्या पाच अल्पसंख्याक समाजांनी एकमताने जो

मसुदा सादर केला होता, त्याकडे तडजोडीचा एक प्रयत्न या दृष्टीने पाहण्याऐवजी तो आम्हाला देण्यात आलेला निर्वाणीचा खलिता आहे असे समजून त्याचा काँग्रेस व हिंदू महासभा वगैरे बहुसंख्याक वर्गांच्या प्रतिनिधींनी विरोधपूर्वक अव्हेर केल्यामुळे ती तेढ अधिकच वाढली आहे. का कोणास कळे, पण मि. गांधींच्या विरोधाचा पारा अस्पृश्यांच्या वतीने मी केलेल्या मागण्यांच्या बाबतीत जरा खाली उतरलेला दिसतो. आपण जर निश्चयपूर्वक वागलो तर मुंडी जाईपर्यंत अस्पृश्यांच्या मागण्यांना विरोध करण्याची स्वतःची प्रतिज्ञा शब्दशः खरी करण्याचा आततायीपणा गांधीसुद्धा दाखविणार नाहीत असे मला वाटते. काल रात्री पुन्हा एकदा माझी व गांधींची मुलाखत झाली. या मुलाखतीचा योगायोग म्हैसूरचे दिवाणसाहेब सर मिर्झा इस्माईल यांच्या खटपटीने घडून आला. माझ्याशी वागण्याच्या बाबतीत गांधींनी स्वीकारलेले धोरण अनावश्यकपणे चुकीचे आहे असे बऱ्याच तिऱ्हाईत व निःपक्षपाती गृहस्थांना वाटत आहे. गांधींच्या वागण्यात ज्यांना चूकच दिसत नाही असे 'महात्मावेडे' लोक, त्याचप्रमाणे अस्पृश्यांना स्वयंनिर्णयाचा हक्क मिळाल्यास आपले हुकमी बहुमत आपल्या हातात राहणार नाही, अशी त्यांना आपमतलबी भीती वाटत असे. हिंदू प्रतिनिधी सोडून दिले तर गांधींनी माझ्या बाबतीत स्वीकारलेले धोरण निःपक्षपातीपणाचेही नाही व मुत्सद्दीपणाचेही नाही, ही गोष्ट ओळखणारी विचारी मंडळी येथेही बरीच आहेत.

गांधींनी मला विचारले की, "तुम्ही अस्पृश्यांच्या हितसंरक्षणासाठी ज्या मागण्या सादर केल्या आहेत, त्यात कमी अधिक फेरबदल करण्यास तुम्ही तयार व्हाल काय?" यावर मी म्हणालो की, "कोणताही यथायोग्य फेरबदल करण्यास मी व माझे इतर सहकारी मित्र व अस्पृश्य समाजातील विचारी पुढारी नेहमीच तयार आहोत, असे आपण बेलाशक धरून चालावे."

हे ऐकून गांधींनी आपली नवी योजना माझ्यापुढे मांडली. त्यांच्या या योजनेप्रमाणे संयुक्त मतदार पद्धतीनुसार सार्वत्रिक निवडणुकांकरिता उभा राहिलेला एखादा अस्पृश्यवर्गीय उमेदवार जर निवडून आला नाही तर त्याने कोर्टात फिर्याद दाखल करावी व कोर्टाला असे सिद्ध करून दाखवावे की, मी व माझ्याविरुद्ध उभा राहून निवडून आलेला हा स्पृश्यवर्गीय उमेदवार हे आम्ही दोघेही इतर सर्व बाबतीत सारख्या योग्यतेचे असूनही केवळ माझ्या 'अस्पृश्य' जातीयत्वामुळे मी निवडून न येता हा निवडून आला. कोर्टाला ही गोष्ट पटून त्याने तसा निर्णय दिल्यास स्पृश्यवर्गीय हिंदू प्रतिनिधींची निवड रद्द करण्यात यावी व त्याच्या जागी कोर्टाच्या निकालाने ठरलेल्या; पण हिंदू बहुमताने पराजित झालेल्या या अस्पृश्य

उमेदवाराची वर्णी लावण्यात यावी. ही योजना इतकी विलक्षण अव्यवहार्य आहे की ती सुचविण्यास केवळ गांधीच धजू शकले.

मी क्षणमात्र हसलो. मला वाटले की गांधींचा हा एक विनोद आहे; पण त्यांच्या चेहऱ्यावर तशी थट्टामस्करी अगर विनोदाची छटा दिसली नाही. त्यांनी मला गंभीरपणे प्रश्न केला की, ''माझी ही योजना तुम्हास कशी काय वाटते?'' मी शांतपणे प्रश्न केला की, ''बिलकूल पटत नाही.'' त्यांनी विचारले, ''का?' मी म्हटले की, ''आपली ही योजना अत्यंत अव्यवहार्य आहे म्हणून.'' झालेः आमची ही मुलाखत येणेप्रमाणे निकालात निघाली. मी गांधींचा निरोप घेऊन परत आलो; पण या निष्फळ ठरलेल्या मुलाखतीत गांधींच्या बाबतीत काहीएक आशेचा किरण दिसू लागला. मी देतो तेवढ्यावर अस्पृश्य समाजाने कृतज्ञापूर्वक संतुष्ट राहिले पाहिजे. अधिकोत्तर त्यांना याबाबतीत प्राण गेला तरी काहीसुद्धा मिळू देणार नाही. सार्वत्रिक मतदानाच्या हक्काशिवाय (Adult Suffrage) अस्पृश्यांकरिता राखीव जागांची वगैरे कसलीही खास व कायदेशीर सवलत मिळता कामा नये. कारण त्यात त्यांच्यात घात आहे वगैरे प्रकारच्या आपल्या जुन्या व आरंभीच्या विचारसरणीत ते फेरबदल करू शकतात. अव्यवहार्य का असेना; पण कसल्या तरी निराळ्या व खास अशा कायदेशीर योजनेची कल्पना ते संभवू शकतात. ही गोष्ट तसे पाहू जाता काही कमी आशादायक नाही. प्राण गेला तरी बेहत्तर; पण अस्पृश्यांकरिता हिंदूंहून वेगळे असे मी काही सुद्धा मिळू देणार नाही. या आपल्या निश्चयापासून गांधी ढळू शकतात एवढेच या मुलाखतीने सिद्ध केले. गांधींनी आरंभीच आपले प्राण पणास लावण्याची प्रतिज्ञा याबाबतीत तरी निदान करावयास नको होती.

दुसऱ्या आमच्यासमोर असलेला चर्चेचा विषय म्हटला म्हणजे हिंदू प्रतिनिधी व सरकार यामध्ये हिंदुस्थानची राजकीय प्रगती कोणत्या पद्धतीवर झाली पाहिजे, याबाबतीत उत्पन्न झालेला लढा होय. सरकार तूर्त फक्त प्रांतीय स्वायत्तता देण्याच्याच विचारात आहे. मध्यवर्ती सरकारची जबाबदारी हिंदुस्थानच्या स्वाधीन करण्यास सरकार आजच तयार नाही. पण या भांडणामुळे या जबाबदारीच्या स्वराज्याची अंतिम मर्यादा कोणती व संरक्षक बंधनाचे निश्चित स्वरूप काय? हा जो मुख्य महत्त्वाचा प्रश्न तो तसाच बाजूला पडून राहिला आहे. आम्ही अल्पसंख्याकांनी असे धोरण स्वीकारले आहे की, जबाबदारीचे स्वराज्य (प्रांतिक व मध्यवर्ती) आम्हालाही पाहिजे. पण जातीविशिष्ट प्रश्नांचा निकाल लागेपर्यंत त्याच्या तपशिलाचा विचार करता येत नाही.

५ नोव्हेंबरला दुपारी सर्व प्रतिनिधींना राजेसाहेबांमार्फत चहापार्टीचे आमंत्रण होते. मि. गांधी आदिकरून सर्व हिंदू संस्थानिक व युरोपियन प्रतिनिधी हजर होते. बादशहाशी दोन-चार शिष्टाचाराचे शब्द बोलण्यासाठी सरासरी ८-१० इसमांची आधीच निवड करण्यात आली होती. मी त्यांपैकी एक होतो. राजेसाहेबांशी बोलण्याकरिता जाण्याची जेव्हा मजवर पाळी आली तेव्हा लहानपणी पहिल्या दिवशी मास्तरांसमोर उभे राहताना जसे वाटत होते तसे मला वाटू लागले. राजेसाहेबांशी काय बोलावे व त्यांना काय सांगावे हेच मला समजेना. क्षणभर मी अगदी गोंधळल्यासारखा झालो. पण राजेसाहेबांनी माझी काळजी दूर केली. त्यांनीच प्रथम हिंदुस्थानातील अस्पृश्य जनतेची एकंदर परिस्थिती व आयुष्यक्रम कशा प्रकारचा आहे, यासंबंधी विचारपूस केली. मी त्यांना शक्य तितक्या थोड्या पण निश्चित शब्दांत अस्पृश्य जनतेच्या परिस्थितीची माहिती सांगितली. खुद्द राजेसाहेबांच्या ऐकिवात मी सांगितलेल्या गोष्टींपैकी बऱ्याच गोष्टी असाव्यात असे मला वाटत असल्याचे त्यांच्या बोलण्यावरून दिसले. मी सांगितलेली हकिकत ऐकत असताना त्यांचे ओठ व हातपाय थरथर कापत होते, इतका त्यांच्या मनोभावनेला धक्का बसला. माझे शिक्षण कसे व कोठे झाले, माझे वडील काय करीत होते, वगैरे विचारपूस राजेसाहेबांनी अगदी आस्थापूर्वक केली. परवा पंतप्रधानाबरोबरही माझे बराच वेळ बोलणे झाले. सर्वसाधारण परिस्थितीचा व तिला धरून अस्पृश्य समाजाला कोणत्या गोष्टी हितावह होतील यासंबंधीचा या मुलाखतीत आम्ही विचारविनिमय केला.

गेल्या १० तारखेला 'इन्स्टिट्यूट ऑफ इंटरनॅशनल अफेअर्स' या संस्थेच्या सभागृहात माझे भाषण झाले. अल्पसंख्याक समाजाच्या प्रतिनिधींनी आपापली बाजू ब्रिटिश जनतेसमोर मांडण्याची संधी द्यावी या हेतूने हा कार्यक्रम मुद्दाम ठरविण्यात आला होता. मी माझ्या भाषणात अस्पृश्यांच्या वतीने पुढे मांडण्यात आलेल्या मागण्यांची आवश्यकता व उपयुक्तता आजच्या परिस्थितीत का व कशी आहे, याचे सप्रमाण विवेचन केले. सर महंमद शफींनी मुसलमानांची बाजू मांडली. सरदार उज्ज्वलसिंग शिखांच्या वतीने बोलले, सर ह्युबर्ट कार यांनी युरोपियन समाजाच्या मागण्यांचे समर्थन केले. हा कार्यक्रम चांगला यशस्वी झाला. ब्रिटिश जनतेपुढे काँग्रेसच्या व बहुसंख्य हिंदू समाजाच्या वतीने मि. गांधी वगैरे प्रतिनिधींनी आपली एकतर्फी बाजू मांडली होती. दुसरी बाजूही त्यांच्यापुढे येणे जरूर व ओघप्राप्तच होते.'

लंडन, ता. १५ ऑक्टोबर १९३१

जातीविशिष्ट प्रश्नाच्या बाबतीत मि. गांधींची वृत्ती व धोरण काय आहे याचा खरा व स्पष्ट पुरावा त्यांनी घटना समितीत, फेडरल स्ट्रक्चर कमिटीत जे भाषण केले त्यावरून आम्हाला लागला. फेडरल कायदेमंडळाची रचना कशी असावी, त्यांच्यात कशा प्रमाणात व कोणत्या तत्त्वांवर सभासदांची निवड करण्यात यावी, या प्रश्नांवर आमची चर्चा चालली होती व त्यावेळेस गांधींचे या जातीविशिष्ट प्रश्नांसंबंधीचे धोरण प्रकट झाले. कॉंग्रेसचा प्रतिनिधी या नात्याने फक्त मुसलमान व शीख या समाजासच स्वतंत्र प्रतिनिधित्व देण्यास आम्ही तयार आहोत व अस्पृश्यादी इतर अल्पसंख्याक समाजांनी केवळ सार्वत्रिक मतदानप्राप्तीच्या आश्वासनावरच संतुष्ट राहिले पाहिजे, त्यांना इतर कोणत्याच सवलती मिळणार नाहीत व मिळण्याचे कारण नाही, असा स्पष्ट खुलासा गांधींनी आपल्या भाषणातून केला. माझ्या भाषणानंतर गांधींचे हे भाषण झाल्यामुळे त्यांचे हे धोरण कसे व का चुकीचे आहे याचे स्पष्टीकरण करून त्यांच्या मुद्द्यांना सप्रमाण उत्तर देण्याची संधी मला मिळाली नाही व तो प्रश्न तात्पुरता तसाच पडून राहिला.

२६ सप्टेंबर १९३१ रोजी मायनॉरिटीज सबकमिटीची (अल्पसंख्याक वर्गीय पोटकमिटीची) बैठक सुरू व्हावयाची होती. हा दिवस जवळजवळ येऊ लागला होता. एक दिवस श्री.देवीदास गांधी (गांधींचे चिरंजीव) आले आणि मला म्हणाले की, “माझे वडील तुम्हाला भेटू इच्छितात.” मी बरे म्हटले व सौ. सरोजिनी नायडू यांच्या बिऱ्हाडी आधी ठरलेल्या वेळी व संकेतानुसार गांधींची भेट घेतली. आपल्या नेहमीच्या पद्धतीने ते मला म्हणाले, “सांगा, तुम्हाला काय पाहिजे?” आम्हाला काय पाहिजे हे यापूर्वी इतक्या स्पष्टपणे व जाहीरपणे सांगण्यात आले होते की, तोच प्रश्न पुनः पुन्हा विचारला जावा व तीच ती उत्तरे पुनः पुन्हा देण्या-घेण्याची वेळ यावी ही गोष्ट काही विशेष समाधानकारक अगर आशाजनक अशी नव्हती. तरी पण अस्पृश्यांच्या वतीने त्यांच्याकरिता मी काय मागतो व ते का मागतो याची यथोचित कल्पना गांधींना अद्यापही झाली नसल्यास ती करून देण्यास आपले काही बिघडत नाही, असा विचार करून मी माझ्या मागण्यांचा सविस्तर व सप्रमाण पाढा गांधींपुढे वाचून दाखविला. संध्याकाळचे आठ वाजल्यापासून रात्रीच्या अकरा वाजेपर्यंत म्हणजे बरोबर तीन तास मुलाखत चालली होती. गांधी सूत कातत होते व माझे म्हणणे लक्षपूर्वक ऐकत होते. मधूनमधून ते मला प्रश्नही विचारीत. आपल्या मतांचा थांग त्यांनी मला लागू दिला नाही. पण माझे म्हणणे काय आहे हे त्यांना स्पष्टपणे कळावे असा माझा

हेतू असल्यामुळे त्यांच्याप्रमाणे मला माझे विचार झाकून ठेवण्याचे काहीच प्रयोजन नव्हते. वास्तविक पाहता गांधींनी माझ्याशी तशीच मोकळ्या मनाने चर्चा करायला हवी होती. प्रतिपक्षाचे विचार त्यांच्या तोंडून वदवून घ्यावे; पण आपल्या विचारांचा ठाव मात्र त्याला कळू देऊ नये, ही चाणक्यनीती एरव्ही मुत्सद्दीपणाचे लक्षण समजले जाते; पण याप्रसंगी ती अप्रासंगिक व अकारण होती.

माझ्या मनात असते तर हा डाव मलाही खेळता आला असता. पण त्याने काय साध्य होणार होते? माझ्या मागण्यांना विरोध करणेच कॉंग्रेस आदेशानुसार गांधींना प्राप्त होते, असे घटकाभर जरी गृहीत धरले, तरी तसेदेखील मोकळ्या मनाने व विश्वासपूर्वक चर्चा करून त्यांना करता आले असते. त्यांचा विरोध मी मानला नसता; पण त्यांच्या विरोधाची कारणे मी सहानभूतिपूर्वक समजू शकलो असतो. पण खेदाची गोष्ट ही की मी दाखविला तसा मोकळेपणा गांधींनी याही प्रसंगी व्यक्त केला नाही. माझे सारे म्हणणे ऐकून घेतल्यावरही आपले म्हणणे काय आहे व ते तसे का आहे, याचा खुलासा गांधींनी केला नाही. मी त्यांना तसे करायला लावले असते; पण सरोजिनीबाईंनी मला खुणेने काही न बोलण्याविषयी सुचविले व सर्वकाही तुमच्या मनाप्रमाणे जुळून येईल; पण जरा दमाने घ्या, असे कायसे त्या पुटपुटल्या. मी ही मग गांधींचे हृद्गगत खुद्द त्यांच्या तोंडून तिथल्या तिथे वदवून घेण्याचा माझा विचार सोडून दिला. वेळही फार झाला होता. सरोजिनीबाईही उपाशी होत्या. अकरा वाजता गांधींचा निरोप घेऊन मी बाहेर पडलो. माझ्या आधी बॅ. जीनांशी त्यांची मुलाखत झाली होती व मुसलमानांच्या हक्कांसंबंधी वाटाघाट गांधींनी जीनांशी केली हे मला मागाहून समजले'

❖❖❖

अल्पसंख्याकांच्या प्रश्नाचा विचार करण्याकरिता नेमलेल्या कमिटीच्या बैठकीचा दिवस एकदाचा उगवला व रॅम्से मॅक्डोनाल्डच्या अध्यक्षतेखाली ती बैठक सुरू झाली. मुसलमान प्रतिनिधींशी गांधींनी आगाऊ केलेल्या संकेतानुसार आजची बैठक तहकूब करावी व अल्पसंख्याकांच्या प्रश्नांची आपापसात तडजोड होण्यासाठी अधिक वेळ मिळावा अशा अर्थाचा ठराव गांधींनी मांडला व त्याला मी, सर सुलतान मोहम्मद शाह आगाखान यांनी पाठिंबा दिला. वास्तविक पाहता हा ठराव येण्यापूर्वी गांधींनी मुसलमान व शीख प्रतिनिधींची संमती मिळविली होती व त्यांना आपल्या विश्वासात घेतले होते, त्याप्रमाणे आमच्याशीही त्यांनी वागावयास पाहिजे होते. अधिक 'वेळ मिळावा' या त्यांच्या ठरावाला मी अगर दुसऱ्या

कोणीही विरोध केला नसता; पण त्याबाबतीत आगाऊ चर्चा मात्र मुसलमान, शीख व आपल्या मतानुवर्ती हिंदू प्रतिनिधींशिवाय इतर प्रतिनिधींशी करावयाची नाही, इतकेच नव्हे तर मला बोलावून माझी मागणी काय आहे याची माझ्याशी तीन तास चर्चा करून, आपले स्वतःचे मत कितपत बदलले आहे याचा मला सुगावाही लागू न देता हा असा तहकुबीचा ठराव आणावयाचा व त्याला माझ्यासारख्याने हरकत घेतली अगर खुलासा विचारला म्हणजे डॉ.आंबेडकर विरोध करतो असा उलटा बोभाटा करण्याची संधी आपल्या अनुयायांना व भक्तगणास घ्यावयाची व आपण शांतीब्रह्माचा आव आणून तिऱ्हाइताच्या दृष्टीनेही माझे वर्तन उतावीळपणाचे व उद्दामपणाचे दिसेल अशी परिस्थिती व असा आभास उत्पन्न करावयाचा, या गांधीनीतीला काय म्हणावे?

पण कितीही आरोप आले तरीही या गांधीनीतीला तोंड दिल्याशिवाय गत्यंतर नसल्यामुळे गांधी, आगाखानांच्या या ठरावाला विरोध करण्यासाठी मी उभा राहिलो. गांधींनी ज्याअर्थी अस्पृश्यांना स्वतंत्र मतदारसंघ व राखीव जागा वगैरे सवलती देण्याचे जाहीरपणे नाकारले, त्याअर्थी अस्पृश्यांच्या वतीने त्यांच्याशी वाटाघाटी करण्यासारखे आता काही उरले नाही आणि म्हणून त्या कमिटीने आधी आमच्या मागण्यांचा विचार करणे इष्ट व न्यायतः आवश्यक आहे, असे मी सांगितले. माझा विरोध पाहून सर्वजण आश्चर्यचकित झाल्यासारखे दिसले. कमिटीनेच अध्यक्ष व पंतप्रधान मि. रॅम्से मॅक्डोनाल्ड यांनी गांधींकडे पाहिले व मी घेतलेल्या हरकतीला आपण उत्तर द्यावे, अशी त्यांनी गांधींना सूचना केली.

पण माझ्या सरळ प्रश्नाला सरळ उत्तर देण्याऐवजी काँग्रेसच्या या निर्णयामुळे मी असा बांधलो गेलो आहे व काँग्रेसने अस्पृश्यांकरिता काय काय केले व काय काय करण्याचे ठरविले आहे, असे लांबलचक आढेवेढे घेत-घेत गांधींनी भाषण दिले. पण त्याने कोणाचेच समाधान होईलसे दिसले नाही, असे त्यांचे त्यांना वाटल्यामुळेच जणू काय ते शेवटी म्हणाले की, "काँग्रेस फक्त मुसलमान व शीख या दोन समाजांनाच स्वतंत्र प्रतिनिधित्व देण्यास तयार आहे, अस्पृश्यांना स्वतंत्र मतदारसंघ अगर राखीव जागा वगैरे हिंदूंहून वेगळ्या अशा जातीविशिष्ट सवलती देण्यास काँग्रेस कबूल नाही. असे असले तरी मुसलमानादी अल्पसंख्याक समाजाच्या प्रतिनिधींनी तुमच्या मागण्या जर कबूल केल्या तर त्यांना काँग्रेसच्या वतीने मान्यता देण्याचा अधिकार माझ्या हाती आहे. कारण काँग्रेसचा निर्णय तसा लांबलचक आहे." गांधींकडून असे आश्वासन मिळाल्यावर तहकुबीच्या यांच्या ठरावाला विरोध करण्याचे मला कारण उरले नाही. मी माझा विरोध मागे घेतला.

यानंतर विशेष असे काही घडलेले दृष्टोत्पत्तीस आले नाही. फक्त मुसलमान प्रतिनिधींशी गांधींच्या दोन-तीन वेळा गाठीभेटी झाल्या. इतर अल्पसंख्याक समाजाच्या प्रतिनिधींशी त्यांनी काही विचारविनिमय केला नाही. पण एक दिवस आम्हाला म्हणजे मी, ख्रिश्चन, अँग्लो इंडियन वगैरे समाजाच्या प्रतिनिधींना गांधींकडून अवचित आमंत्रण आले. त्याप्रमाणे आम्ही गांधींना जाऊन भेटलो. 'तुम्हाला काय पाहिजे?' हा प्रश्न पुन्हा विचारण्यात आला आणि सर्वांबरोबर मीही अस्पृश्यांच्या मागण्यांचा पुन्हा एकदा पाढा वाचला. या खेपेला पंडित मदन मोहन मालवीय तेथे होते. आमचे सर्वांचे म्हणणे ऐकून घेतल्यावर तुमच्या सर्वांच्या मागण्या मी कशा पुरवाव्यात हेच मला समजत नाही. असे गांधी मोठ्या तापटपणाने उद्गारले. आम्हीही अर्थात मग त्यांच्या रागालोभाची पर्वा न करता आमच्या मागण्या परत घेण्याचे नाकारले. त्यांचा निरोप घेऊन जेव्हा परत येऊ लागतो तेव्हा ते म्हणाले की, "मी आता पंतप्रधानांना सांगेन की, आमचे मतभेद मिटत नाहीत व तडजोडीचे माझे प्रयत्न निष्फळ ठरले आणि यापुढे अधिक वेळ तहकुबी अगर तडजोडीसाठी मला नको आहे." पण गांधींच्या या धमकावणीला भिण्याचे आम्हाला कारण नव्हते. आमचे काय म्हणणे आहे ते प्रत्यक्ष कमिटीपुढेच आम्ही मांडण्याचे ठरविले.

पण कमिटीची बैठक जेव्हा पुन्हा सुरू झाली तेव्हा खुद्द गांधींनीच याही खेपेला तहकुबीचा ठराव मांडलेला पाहून मला फार आश्चर्य वाटले. गांधी काहीतरीच बोलतात आणि असे विसंगतपणे का वागतात, याचा नीटसा उलगडा होईना. पण या खेपेला त्यांच्या या सूचनेला मी विरोध केलेला नाही. या दुसऱ्या तहकुबीच्या वेळी या जातीविशिष्ट प्रश्नांची तडजोड घडवून आणण्यासाठी एक खासगी कमिटी नेमण्यात आली व तिच्या अध्यक्षस्थानी गांधींची निवड झाली. गांधींनी याप्रसंगी तीन योग्य व महत्त्वाचे प्रश्न पुढे ठेवून कार्याला व्यवस्थितपणे सुरुवात केली. त्यांनी या कमिटीपुढे विचारार्थ मांडलेले तीन मुद्दे येणेप्रमाणे आहेत.

१) कोणकोणत्या समाजांना अगर जातींना खास अगर स्वतंत्र प्रतिनिधित्वाची आवश्यकता आहे.

२) हे प्रतिनिधित्व त्यांना कोणत्या पद्धतीने म्हणजे संयुक्त अथवा स्वतंत्र मतदान पद्धतीने मिळविणे इष्ट आहे?

३) ज्या ज्या समाजांना स्वतंत्र प्रतिनिधित्व देण्यात येईल, त्या त्या समाजांना प्रत्येकी किती जागा मिळाल्या पाहिजेत?

या योजनेनुसार अस्पृश्य समाज, मुसलमान, शीख, हिंदी, ख्रिश्चन, अँग्लो इंडियन व युरोपियन्स या समाजांच्या प्रतिनिधींना आपापले विचार प्रकट करण्याविषयी गांधींनी सांगितले व त्याप्रमाणे आम्ही प्रत्येकाने आपापली बाजू गांधींना, त्याचप्रमाणे परस्परांना समजावून सांगितली. पण या भिन्न-भिन्न मागण्यांची तारतम्य बुद्धिपूर्वक सांगड घालण्याचा प्रयत्न करण्याऐवजी गांधींनी पुन्हा वैतागपूर्वक एकदम काखा वर केल्या व हे सारे अशक्य दिसते, असे रागारागाने ते पुन्हा उद्‌गारले. हा प्रश्न मिटविण्याचा त्यांनी अंतःकरणपूर्वक असा मुळीच प्रयत्न केला नाही. अल्पसंख्याकांचा प्रश्न जरी अवघड असला तरी तो इतक्या विकोपाला खचित गेला नसता. असले प्रश्न सोडविण्यास लागणाऱ्या स्थिर व तारतम्यबुद्धीचा गांधींच्या ठायी स्वभावतःच असलेला अभाव व अस्पृश्यांच्या बाबतीत त्यांनी व्यक्त केलेला अवास्तव दुराग्रह या दोन गोष्टी या बाबतीतील अपयशात मुख्यतः जबाबदार आहेत. यानंतर आणखी एक-दोन वेळा गांधींच्या अध्यक्षतेखाली आमच्या बैठकी झाल्या; पण गांधींनी आरंभीच अवसानघातकी वृत्ती दाखविल्यामुळे कोणीच अंतःकरणपूर्वक या चर्चेत भाग घेतला नाही.

शेवटी याही मुदतीचा अवधी संपुष्टात आला. आमची तडजोड होऊ शकत नाही असे मायनॉरिटी कमिटीपुढे मि.मॅक्डोनाल्डसमोर उद्या आपल्याला पुन्हा रडगाणे गावे लागेल या विचाराने आम्हा प्रत्येकाला शरमिंदे करून टाकले. ही लज्जास्पद आपत्ती टाळावी व आजचे मरण उद्यावर ढकलावे म्हणून सरोजिनी नायडूबाईंनी एक युक्ती सुचविली. पंजाबचा प्रश्न मध्यस्थाच्या कमिटीकडे सोपविण्यास आपण सर्वांनी तयार व्हावे व इतर प्रश्न सुटण्याच्या बेतात आहेत, असे जाहीर करून हा शरमेचा प्रश्न टाळावा, असे बाईंचे म्हणणे पडले. पण शीख व मुसलमान यांचा वांधा उत्पन्न झाला. ते म्हणाले, "आम्ही या गोष्टींवर विचार करून मग सांगतो." ही वाटाघाट होईपर्यंत रात्रीचे ८ वाजले होते, म्हणून पुन्हा अकरा वाजता म्हणजे तीन तासांनी सर्वांनी जमावे व मध्यंतरी मुसलमानांनी व शिखांनी पंजाबबद्दलच्या सरोजिनीबाईंच्या सूचनेचा विचार करून आपापला निर्णय जाहीर करावा असे ठरले. त्याप्रमाणे रात्री अकरा वाजता आम्ही एकत्र जमलो. पण याही प्रसंगी पंजाबच्या वतीने मला एक सूचना पुढे आणावी लागली. ती मी जर प्रारंभी आणली असती तर 'आधी तुम्ही स्वस्थ का बसला?' असा उपदेश मला ऐकायला मिळाला असता. म्हणून मी आधीच सांगितले की जे मध्यस्थ अगर लवाद मंडळी पंजाबचा निर्णय देण्यासाठी तुम्ही नेमाल त्या लवाद मंडळातील सभासदांना पंजाबमधील अस्पृश्यांचा प्रश्न लक्षात घेऊन मग हिंदू, मुसलमान

व शीख यांच्यासंबंधीचा निर्णय देण्यासंबंधी तुम्ही स्पष्ट सूचना देऊन ठेवाव्यात, नाही तर लवाद मंडळाच्या निर्णयाला विरोध करण्यास आपण मला भाग पाडाल.

पण माझ्या या सूचनेचा विचार करण्याची वेळच मुळी इतर प्रतिनिधींनी येऊ दिली नाही. पंजाबचा प्रश्न सोडविण्यासाठी लवाद नेमावा ही सरोजिनीबाईंची मूळ योजना जागच्या जागी विराम पावली. शिखांचे प्रतिनिधी आणि डॉ. बी. एस. मुंजे, पं.मालवीय वगैरे हिंदू महासभेचे प्रतिनिधी यांनी मध्यस्थ मंडळींची सूचना मान्य केली; पण या मध्यस्थ मंडळाचे सभासद राउंड टेबल कॉन्फरन्समधून निवडण्यात यावेत या सरोजिनीबाईंच्या व गांधींच्या योजनेला शिखांनी व हिंदूंनी हरकत घेतली. उलट लवाद मंडळाचे सभासद राउंड टेबल कॉन्फरन्समधील सभासदांपैकीच असले पाहिजेत, बाहेरचे आम्हास नकोत असा मुसलमानांनी आग्रह धरला. शिखांना व मुंजे-मालवीयांना अशी भीती पडली की, जर राउंड टेबल कॉन्फरन्समधून मध्यस्थांची निवड केली तर गांधी व तेजबहादूर सप्रू यांची नावे पुढे येतील व मुसलमानही त्यांच्या मध्यस्थीला मान्यता देतील. गांधींचा व तेजबहादूर सप्रूंचा ओढा मुसलमानांकडे असल्यामुळे त्यांचा निर्णय शिखांना व हिंदूंना हितावह होणार नाही या धास्तीमुळे शिखांनी व हिंदूंनी ही योजना मान्य केली नाही. गांधींविषयी हिंदू महासभावाल्यांनी व त्यांच्या नादी लागून शिखांनी हा एक प्रकारचा अविश्वासच प्रकट केला आहे, या विचाराने गांधीभक्त व काँग्रेसमतवादी हिंदू प्रतिनिधींत बरीच खळबळ उडाल्याचे समजते. ते काही असो; पण अकरा वाजता आम्ही जमलो व साडेबारा वाजता निराश होऊन परत फिरलो. ही गोष्ट मात्र निश्चित घडली.

त्याचप्रमाणे जाता-जाता आम्ही असेही ठरविले की, शेवटी काहीच तडजोड न होता आपणाला उद्या कमिटीपुढे जावे लागणार ही खरोखरच खेदाची व शरमेची गोष्ट आहे. पण वितुष्ट वाढले असले तरी आपल्या अयशस्वी प्रयत्नांची हकिकत सांगताना कमिटीपुढे आपण भाषण करू नये. पण हा आपापसातील करार गांधींनीच आधी मोडला. दुसऱ्या दिवशी मि.मॅक्डोनाल्ड यांच्या अध्यक्षतेखाली भरलेल्या मायनॉरिटी सबकमिटीपुढे भाषण करताना इतरांना चीड येईल अशी अप्रासंगिक व अनावश्यक विधाने गांधींनी केली. गांधी म्हणाले की, "माझा प्रयत्न फसला व पुन्हा प्रयत्न करून पाहण्याची माझी इच्छा नाही." शिवाय ते असे म्हणाले की, "जातीविशिष्ट प्रश्नांची तडजोड होणे न होणे हा काही महत्त्वाचा प्रश्न नाही." एवढेच बोलून ते थांबले असते तर काही हरकत नव्हती. पण ते आणखी पुढे म्हणाले की, "राउंड टेबल कॉन्फरन्सला आलेले प्रतिनिधी हे सरकारने निवडलेले सरकारचे

बगलबच्चे आहेत व म्हणून त्यांच्याशी तडजोड मला करता आली नाही." गांधींचे हे विधान इतके खोडसाळपणाचे, इतरांना बुद्धिपुरस्सर अपमान करणारे व संतापजनक होते की, त्याबद्दल त्यांचा खरपूस समाचार घेतल्याशिवाय मला गत्यंतरच उरला नाही. सर मुहम्मद शफी, सर एपी पेट्रो वगैरे प्रतिनिधींना जरा सौम्य शब्दांत गांधींची कानउघाडणी केली; पण माझी निर्भीड व प्रखर टीका त्यांना विशेष जाणवली. त्यांच्यावर अशी कठोर टीका मी जाहीरपणे केली नसती; पण गांधींची एकंदर वागणूकच इतकी संतापजनक होती की, त्यावेळेस त्यांना तसे सडेतोड उत्तर मी दिल्याशिवाय माझ्याच्याने राहावले नाही. माझ्या त्या प्रसंगीच्या टीकेचा व भाषणाचा हिंदुस्थानात शक्य तितका विपर्यास करण्यात येईल हे मी जाणून आहे; पण एरव्ही तरी माझ्याविरुद्ध करण्यात येणाऱ्या कोलाहलात माझ्या टीकाकारांनी न्याय अगर समतोलबुद्धी कधी दाखविली आहे?

गांधींचे, सर मुहम्मद शफींचे व माझे भाषण ऐकल्यानंतर मि. रॅम्से मॅक्डोनाल्डनेदेखील गांधींची सपाटून हजेरी घेतली आणि कमिटीचे काम तूर्त तहकूब ठेवल्याचे जाहीर केले. यानंतर हिंदुस्थानच्या स्टेट सेक्रेटरी साहेबांनी मला भेटीला बोलाविले. त्यांनाही मी निक्षून सांगितले की, अस्पृश्यांना आवश्यक हक्क मिळाल्याशिवाय राज्यघटनेला अस्पृश्य समाजाची मान्यता आता मिळणार नाही.

गांधींशी माझा विरोध असला तरी त्यांच्या प्रामाणिक व सरळ वृत्तीच्या लौकिकाविषयी माझ्या मनात आदर होता. पण मुसलमानांशी संगनमत करताना अस्पृश्यांच्या मागण्यांना विरोध करण्यास प्रवृत्त करण्याचा त्यांनी जो कावेबाजपणाचा प्रयत्न केला तो त्यांच्यासारख्यांनाच नव्हे तर कोणाही भल्या माणसाला शोभण्यासारखा नव्हता. ही गोष्ट जेव्हा मला खात्रीलायकपणे समजली तेव्हा मात्र मला गांधींविषयी एक प्रकारचा अनादर वाटला व संताप आला. गांधींनी मला सरळ विरोध केला असता तर मला खेद अगर विषाद वाटला नसता; पण त्यांची क्षुद्रपणाची भेदनीती पाहून मला खरोखरच फार राग आला. मी त्यांच्याविरुद्ध केलेल्या टीकेला इतरांच्या टीकेपेक्षा तिखटपणा दिसतो, त्याच्या मुळाशी गांधींच्या या क्षुद्र भेदनीतीच्या जाणिवेमुळे आलेला संताप आहे. 'लंडन टाइम्स' वगैरे येथील इंग्लिश पत्रात लेख लिहून गांधींच्या या क्षुद्र कारस्थानाचा मला स्फोट करावा लागला. हिंदुस्थानातील काही प्रमुख पत्रांकडेही या दंभस्फोटाची हकीकत मी पाठविली आहे. सुदैवाने गांधींचे हे कारस्थान सिद्धीस गेले नाही. मुसलमान प्रतिनिधींनी अस्पृश्यांच्या

मागण्यांना विरोध करण्याचे साफ नाकारले, याबद्दल मी व रा.ब.श्रीनिवास यांनी अस्पृश्य समाजाच्या वतीने मुसलमान प्रतिनिधींचे जाहीरपणे आभार मानलेले आहेत.

मी असे काही संगनमत अस्पृश्यांविरुद्ध मुसलमानांशी केले नाही, असे गांधींनी येथे एका सभेत म्हटल्याचे प्रसिद्ध झाले आहे. पण मुसलमानांच्या मागण्या गांधींनी कबूल करण्यापूर्वी आधी मुसलमानांनी गांधींच्या कोणत्या अटी कबूल केल्या पाहिजेत यांची जी यादी आता प्रसिद्ध झाली आहे, त्यात ही अट प्रामुख्याने आहे. एकीकडे मला आश्वासन द्यावयाचे की जर इतर अल्पसंख्याक समाजाने तुमच्या मागणीला विरोध केला नाही, तर मी काँग्रेसच्या वतीने काँग्रेस जरी विरुद्ध असली तरी, तुमच्या मागण्यांचा विचार करीन. आणि अशा वेळेस आम्हाला विरोध करण्याविषयी मुसलमानांना गळ घालावयाची, याला जर कारस्थान म्हणावयाचे नाही तर आणखी काय म्हणावयाचे? अस्पृश्य समाजाविषयी गांधींनी प्रकट केलेल्या या अन्यायी व पक्षपाती वृत्तीबद्दल येथील त्यांच्या काही अनुयायांनादेखील सखेदाश्चर्य वाटत आहे. गांधींच्या या विसंगत वर्तनाचा मेळ कसा घालावा याचे त्यांनाही बापड्यांना कोडे पडले आहे. खुद्द गांधीही आपल्या या वर्तनाचे समर्थन नाना प्रकारे करू पाहत आहेत. पण गांधी याबाबतीत इतके घसरले आहेत की त्यांनी कितीही प्रयत्न केले तरी त्यांना त्यांचे आसन आता पूर्वीप्रमाणे स्थिरस्थावर करता येणे दुरापास्त आहे. माझ्याकडे हिंदुस्थानच्या निरनिराळ्या भागांतून अस्पृश्य समाजाकडून ज्या अनेक तारा गांधींविरुद्ध रोज येऊन राहिल्या आहेत, त्यावरून हिंदुस्थानातील अस्पृश्य समाजात ही खळबळ उडाली आहे याची मला चांगली कल्पना करता येते. माझ्या निषेधाच्याही काही तारा आल्या आहेत. पण तो निषेध राष्ट्रीय स्पृश्य हिंदूंनी अस्पृश्यांच्या वतीने अगर त्यांच्याकडून बनवून पाठविलेला (अस्सल) राष्ट्रीय निषेध आहे आणि इतकेही करून हा मालमसाला फार थोडा आहे. हा 'राष्ट्रीय' निषेध म्हणजे बोलूनचालून रा.टे.परिषदेचे तारू दुसऱ्याही खडकावर फुटू पाहत आहे. हिंदुस्थान सरकारकडून पैशासंबंधाचे आपले हक्क निश्चितपणे मान्य केले गेल्याशिवाय आपण फेडरेशनमध्ये शिरण्यास तयार नाही असे राजे लोक आता म्हणू लागले आहेत. म्हणजे याचा अर्थ अनियंत्रित अगर अमर्याद काळपर्यंत फेडरेशन घटनेची तहकुबी होणे असा समजला पाहिजे. सर तेजबहादूर सप्रूदेखील यामुळे राजे लोकांवर नाखूश झाले आहेत.

शिवाय संस्थानी प्रजेच्या विद्यमाने येथे आलेल्या शिष्टमंडळाने माझी भेट घेतली. संस्थानी प्रजेच्या वतीने मी राउंड टेबल कॉन्फरन्समध्ये झगडत आहे ही गोष्ट त्यांना समजल्यामुळे शिष्टमंडळाचे सभासद येऊन मला भेटले व आपली गाऱ्हाणी त्यांनी मला सांगितली. त्यांनी

मला सांगण्यापूर्वीच त्यांची गाऱ्हाणी काय आहेत याची मला यथोचित जाणीव होती व म्हणून संस्थांनी प्रजेच्या हक्कांकरिता मी संस्थानिकांबरोबर झगडलो व त्यांचाही रोष मी माझ्यावर ओढून घेतला. मी अजूनही वेळ आली म्हणजे त्यांच्या हक्कांकरिता झगडेन, पण मला असावा तसा याही बाबतीत कोणाचा पाठिंबा नाही. फेडरल स्ट्रक्चर कमिटीत भाषण करताना संस्थांनी प्रजेची बाजू मांडता येईल तितक्या मुद्देसूद रीतीने व जोराने मी मांडली. इतर कोणी न दिला तरी निदान मि. गांधी तरी याबाबतीत मला जोराचा पाठिंबा देतील अशी मला व श्री. जोशी वगैरे मंडळींना मोठी आशा वाटत होती. पण माझ्या भाषणानंतर दुसऱ्या दिवशी गांधींचे जे भाषण झाले ते ऐकून आमची फार निराशा झाली. कोणाला दुखवू नये हे गांधींचे तत्त्व राजेरजवाड्यांच्या बाबतीत अचूक पुढे आले. अस्पृश्यांच्या बाबतीत मात्र ही त्यांची अहिंसा दडी मारून बसली होती. कारण ते मुसलमानांप्रमाणे जबरदस्तही नाहीत व राजे लोकांप्रमाणे श्रीमंतही नाहीत. गरीब, असाहाय्य माणसाच्या प्रेतावर ज्याप्रमाणे कोणत्याही डॉक्टरने प्रयोग करून पाहण्याची आपली हौस भागवून घ्यावी व त्याची त्याने बेगुमानपणे वाटेल तशी चिरफाड करावी त्याचप्रमाणे गांधींच्या सत्याचे व तत्त्वनिष्ठेचे प्रयोग गरीब बिचाऱ्या अस्पृश्यांच्या जिवावर चाललेले दिसतात. अस्पृश्यांना राखीव जागाही मिळू नयेत म्हणून आपल्या जिवाचे रान करण्यास सज्ज झालेले गांधी राजेरजवाड्यांपुढे असे मेणासारखे मऊ बनलेले पाहून 'देवो दुर्बलघातकः' या सामान्य नियमाला हेदेखील अपवाद ठरू शकले नाहीत, ही गोष्ट सिद्ध झाली.

मि. गांधी हे मूर्खाच्या साम्राज्यात (In a Fools Paradies) विहार करणाऱ्या तत्त्वज्ञानांपैकी एक योग्यभ्रष्ट विभूती दिसते. त्यांना वाटते की, ब्रिटिश साम्राज्यातील 'डोमिनियम स्टेट्स' पदरात पडलेले राजेरजवाडे रामराज्यासारखे सत्त्वशील बनतील. आपल्या कल्पनेप्रमाणे मग त्यांना आपण प्रजेशी वागावयाला लावू; पण गांधींना हे समजावयास पाहिजे की, संस्थानिक हे सर्वांत संरक्षक बंधनाचे (Safe Guards) व राखीव हक्कांचे (Reservation) कट्टर पुरस्कर्ते आहेत. ब्रिटिश साम्राज्यसत्तेशी आपल्या ऋणानुबंधाचे धागेदोरे अखंड व अभंगपणे बांधले जावे असे जर कोणाला वाटत असेल तर ते संस्थानिकांना होय. पण ब्रिटिश साम्राज्य सत्तेतून आजच सुटून निघणाऱ्या म्हणजे संपूर्ण स्वातंत्र्याचा ठराव पास करणाऱ्या कॉंग्रेसच्या या डिक्टेटरला ही साधी गोष्ट कळू नये आणि अस्पृश्यांच्या बाबतीतली तत्त्वनिष्ठेची धार बोथट बनावी; पण केवळ नाइलाज म्हणून संरक्षक बंधनांची व राखीव हक्कांची काही काळापर्यंत मागणी करणाऱ्या अस्पृश्यांवर प्राण जाईपर्यंत त्यांनी तुटून पडावे,

त्यांची लाजलज्जा काढावी, आपल्या संग्रही असेल नसेल तेवढ्या तत्त्वनिष्ठेचा मारा या दीनदुबळ्या लोकांवर करावा यापेक्षा अधिक मोठा ढोंगीपणा अगर अधिक मोठे अजाणपण अन्य कोणते असू शकेल? गांधींचे अंधभक्त अगर गांधींचे अनुयायी म्हणून मिरविणारे हंगामी देशभक्त काहीही म्हणोत, गांधींची सत्त्वपरीक्षा या रा.टे.परिषदेच्या निमित्ताने झाली व तिच्यात ते नापास झाले. त्यांच्या ठायी मुत्सद्दीपणाही दिसून आला नाही आणि त्यांनी आपल्या ठायीच्या महात्मेपणाचे प्रत्यंतरही दाखविले नाही. माझ्याप्रमाणे त्यांच्याशी उघड व स्पष्ट विरोध करणाऱ्या व त्याच वेळी त्यांच्याविषयी सहानुभूती व आपलेपणा बाळगणाऱ्या दुसऱ्याही पुष्कळांनी हेच मत व्यक्त केले आहे. त्यांपैकी तर एकजण काहीशा खेदयुक्त विनोदाने म्हणाला की, "गांधींना येथून स्वदेशी पळवून नेले पाहिजे, नाही तर एकट्या गांधी या व्यक्तीचाच नव्हे, तर ज्या राष्ट्राचे पुढारी म्हणून ते मानले जातात त्या आपल्या - राष्ट्राचा उरलासुरला लौकिकही रसातळाला जाईल!" श्री. विठ्ठलभाई पटेलांची व माझी परवा भेट झाली. गांधींच्या एकंदर धोरणाबद्दल त्यांनी तीव्र नापसंती व्यक्त केली. "गांधींनी सारा ब्रह्मघोटाळा करून टाकला आहे", असे ते म्हणाले.

१० नोव्हेंबरला नसली तरी २० नोव्हेंबरला राउंड टेबल कॉन्फरन्स संपुष्टात येणार ही गोष्ट आता स्पष्ट दिसत आहे. कोणता कार्यभाग साधून ही राउंड टेबल कॉन्फरन्स संपुष्टात आली, या रा.टे.परिषदेचा शेवट अत्यंत खेदजनक तऱ्हेने होईल अशी मला भीती वाटते आणि असे झाल्यास त्याबद्दलची मुख्य जबाबदारी गांधींच्या माथी बसेल. रा.टे.परिषदेचा शेवट हिंदुस्थानला हितकर होईल असा प्रयत्न गांधींच्या हातून झालेला नाही. त्यांनी स्वीकारलेले अर्धवट धोरण अपयशी न ठरल्यास ते आश्चर्य समजले पाहिजे. अस्पृश्यादी अल्पसंख्याक समाजाच्या प्रतिनिधींनी ज्या मागण्या सादर केल्या होत्या त्या किती यथार्थ आहेत व त्यांच्या पाठीशी असलेली भावना किती तीव्र आहे याची जाणीव गांधींना झाली नाही व ती करून घेण्याचा प्रयत्नही त्यांनी केला नाही.

त्यामुळे त्या मागण्यांना कःपदार्थ व क्षुल्लक लेखण्याची व त्यांची एक प्रकारे कुचेष्टा व अवहेलना करण्याची घोडचूक गांधींच्या हातून घडत गेली व त्यायोगे अल्पसंख्याकांचा प्रश्न समाधानकारकपणे व शहाणपणाने त्यांच्या हातून सुटण्याऐवजी तो त्यांनी विकोपाला नेऊन सोडला. त्यांच्यासारख्यांना तर नाहीच नाही; पण एखाद्या साध्या प्रामाणिक गृहस्थालाही शोभले नसते असले डावपेच गांधी यावेळी खेळून चुकले. अल्पसंख्याकांचा प्रश्न सोडविण्याचे मिष करून गांधींनी एका समाजाला दुसऱ्या समाजावर उठविण्याची चाणक्यपंथीय भेदनीतीही

उपयोगात आणून पाहिली. पण या साऱ्या अनुकंपनीय व लज्जास्पद डावपेचात मि. गांधी चोहीकडून सफशेल फसले. या घालमेलीत त्यांच्या ठायीचा महात्मेपणा त्यांना आवरू शकला नाही, अथवा त्यांच्या ठायी कल्पनात येणाऱ्या मुत्सद्दीपणानेही या प्रसंगी त्यांना हात दिला नाही. कॉंग्रेसच्या नावाने राष्ट्रहिताच्या व राष्ट्रगौरवाच्या ज्या काही मागण्या गांधींनी सादर केल्या होत्या, त्यांना मी जरी कॉंग्रेसचा अगर गांधींचा अनुयायी नसलो तरी, मी मनोभावी पाठिंबा दिला असता, तोही गांधींनी माझ्यासारख्याला देऊ देण्याची संधीच मिळू शकली नाही. 'प्राण गेला तरी बेहत्तर, पण अस्पृश्यांना स्वतंत्र असे काही मिळू देणार नाही' हा आपला दुराग्रह गांधीजींनी इतक्या अतिरेकाला नेऊन पोचविला की त्याला आळा घालण्यातच मला गुरफुटून जावे लागेल. प्रांतिक सरकार हे मध्यवर्ती सरकारला जबाबदार असावे असे माझेही कॉंग्रेसप्रमाणेच मत असल्यामळे याबाबतीत मी कॉंग्रेसच्या मताचा पुरस्कार निःसंशय केला असता; पण गांधींच्या प्राणघातकी धोरणामुळे तशी संधीच मला मिळू दिली नाही! या वादविवादात भाग घेण्याचे मला नाकारावेच लागले. याचा परिणाम असा झाला की, मुसलमान, खिश्चन, अस्पृश्य वगैरे प्रतिनिधी ज्याअर्थी या वादविवादात त्यांचा प्रश्न सुटेपर्यंत भाग घेत नाहीत, त्याअर्थी ते पुढे चालविण्यात अर्थ नाही असे म्हणून लॉर्ड सँकी यांनी फेडरल स्ट्रक्चर कमिटीचे कामच आजपासून तहकूब ठेवले आहे.

मध्यवर्ती सरकारकडे जबाबदारी असावी अगर असू नये या महत्त्वाच्या प्रश्नाचा विचार आजच व्हावयास पाहिजे होता, तो झाला नाही. याचा अर्थ गांधींचे येथे येणे सर्वस्वी निष्फळ ठरले, असे म्हणावयास काही हरकत नाही. या प्रश्नाचा निकाल लावून घेणे तर बाजूलाच राहिले; पण नुसती चर्चा करण्याची संधीही गांधींनी साधून घेतली नाही. याप्रमाणे गांधींचे येणे सर्वतोपरी निष्फळ झाले इतकेच नसून, ते आपापसातील बाबी कलहास कारणीभूत झाले असेच आता म्हटले पाहिजे. जगज्जेत्या जुलियस सीझरच्या गौळ प्रांतावरील स्वारीचे वर्णन करताना इतिहासकाराने म्हटले की, 'सीझर आला, त्याने पाहिले व त्याने जिंकले.' गांधींच्या इंग्लंडमधील आगमनाविषयी लिहिताना - गांधी आले आणि गांधींनी पाहिले एवढे लिहून भावी इतिहासकार आपली लेखणी खाली ठेवील. गांधींनी जिंकले असे त्याला नमूद करून ठेवता येणार नाही. गांधींच्या अपयशाबद्दल पुष्कळसा खेद वाटत आहे. गांधी आले नसते तर त्यांची व कॉंग्रेसची झाकलेली मूठ उघडी तरी पडली नसती, असे त्यांच्या मित्रांना व अनुयायांनादेखील वाटत असून तसे त्यापैकी काही आता उघडपणे बोलू लागले आहेत.

लंडन, ता. २९ ऑक्टोबर १९३१

'प्रो.हेरॉल्ड लास्कीसारख्या काही ब्रिटिश गांधीभक्तांच्या गांधीविषयक भक्तीला गांधींची कित्येक प्रसंगी प्रकट होणारी लोकशाहीला न शोभणारी वृत्ती पाहून धक्के बसू लागले आहेत. राउंड टेबल कॉन्फरन्सचा जर बोजवारा उडाला तर त्याचा काय परिणाम होईल? हा प्रश्न सर्वत्र विचारला जात आहे. मलाही येथे हा प्रश्न पुष्कळांनी विचारला आहे. माझ्या मते, हा प्रश्न गांधींनीच विचारात घेतला पाहिजे. कायदेभंगांची चळवळ मी पुन्हा सुरू करीन, असे गांधींनी म्हटल्यास प्रसिद्ध झाले आहे. पण या खेपेला असे काही करण्यापूर्वी दोन गोष्टी गांधींना विचारात घ्यावयास लागतील. पहिली गोष्ट, सध्याचे सरकार कॉझर्व्हेटिव्ह पक्षाचे आहे व गांधींनी असा काही उपक्रम केल्यास त्यास मुळातच आळा घालण्यास ते सज्ज व समर्थ आहे. असे काही केल्यास हिंदुस्थानातील अल्पसंख्याक समाजाच्या या खेपेच्या धोरणाचाही विचार गांधींना करावा लागेल. गेल्या खेपेस कॉंग्रेसच्या कायदेभंगाच्या वगैरे कोणत्याच चळवळीला अल्पसंख्याक समाजांनी विरोध केला नाही. कॉंग्रेसने रा.टे.परिषदेत भाग घेतल्यावर ती आपल्या न्याय व आवश्यक हक्कांचा पुरस्कार करील व आपल्या मागण्यांना पाठिंबा देईल, अशी कॉंग्रेसविषयी अल्पसंख्याक समाजांना आशा वाटत होती. पण या खेपेला कॉंग्रेसने त्यांची ही आशा फोल ठरविली असून कित्येकांच्या बाबतीत धडधडीत अन्यायाचे, जातीविशिष्ट स्वार्थाचे व विसंगतपणाचे धोरण कॉंग्रेसने स्वीकारल्याचे त्यांच्या प्रत्ययास आल्यामुळे या खेपेला कॉंग्रेसचा कायदेभंगाचा राष्ट्रीय खेळ पाहत नुसते तटस्थ न राहता कॉंग्रेसला विरोध करण्यासही ते आता मागेपुढे पाहणार नाहीत. कारण काही अल्पसंख्याक समाजांना कॉंग्रेसकडे पाहण्याची वृत्ती बदलली आहे. एकट्या मुंबई प्रांतातून नव्हे तर पंजाब, बंगाल, मद्रास वगैरे हिंदुस्थानाच्या सर्व भागांतून कॉंग्रेस, गांधी विरोधाचे गेल्या पंधरवड्यात अनेक टेलिग्रॅम्स मजकडे येत आहेत. गांधीजी खरोखर मोठ्या भ्रमात गुरफटलेले आहेत. अस्पृश्यांतील दीनदुबळेपणा, त्यांची असहायता एवढीच फक्त दृष्टीसमोर धरून त्यांची कीव करण्याची व त्यांना उपकृत करून त्यांचा उद्धार करण्याची संधी (साधू) कल्पना गांधींच्या ठायी घर करून बसलेली आहे. अस्पृश्यांतील जागृत झालेल्या मनुष्योचित स्वाभिमानादी भावनांची जाणीव झालेली नसल्यामुळे अस्पृश्यांच्या या विरोधाचे आकलनही आता त्यांना होणे शक्य नाही. मी इतका अस्पृश्योद्धारक असूनही मला का विरोध करतात, हे कोडे मि. गांधींना आता या जन्मी सुटण्याचा संभव नाही आणि त्यामुळे

गांधीपक्ष व अस्पृश्य समाज हे आता परस्परांपासून विभक्त व एकमेकांना विरोधी होणार, ही गोष्ट उघड व स्वाभाविक आहे.

व्यक्तिशः माझा व गांधींचा मतभेद पूर्वीइतकाच आजही तीव्र आहे. मी गांधींशी आदरपूर्वक व अदबीने वागलो नाही, अशी गांधींच्या मित्रांची माझ्याविरुद्ध तक्रार आहे. माझे त्यांना उत्तर आहे की, मी गांधींना भक्त अगर अनुयायी नसल्यामुळे माझ्याकडून श्रद्धायुक्त भक्तीची अपेक्षा करण्यात काही अर्थ नाही; पण गांधींशी माझे वर्तन शिष्टाचाराला मात्र सोडून नाही. त्यांच्यासारख्या प्रतिस्पर्ध्यांशी जसे वागणे भाग आहे तसेच मी वागत आहे. गांधींकडे पाहण्याची इतरांची, विशेषतः त्यांच्या भक्तगणांची दृष्टी भक्तिभावपूर्ण असल्यामुळे माझा आवश्यक व स्पष्ट विरोधही त्यांना अवखळ वाटतो, त्याला माझा नाइलाज आहे. मी मि. गांधींच्या इतक्या स्पष्ट शब्दांत अस्पृश्य समाजाच्या भावनेची कल्पना करून दिली तरी त्यांचा भ्रम व दुराग्रह अद्याप दूर होत नाही. मीच अस्पृश्यांचा खरा प्रतिनिधी आहे व अस्पृश्यांना स्वतंत्र प्रतिनिधित्वाची जरुरी नाही, हे आपले पालुपद अद्यापही ते सोडण्यास तयार नाहीत. मुसलमानांना व शिखांना जे देण्यास तुम्ही तयार आहात ते अस्पृश्यांना मिळू नये असे आपण कोणत्या तोंडाने म्हणू शकता, यासारख्या प्रश्नांचा भडिमार येथेही त्यांच्यावर करता येतो. असे कोणी विचारले म्हणजे मि. गांधी चिडल्यासारखे होतात. कारण या प्रश्नाचे सरळ व सयुक्तिक उत्तर त्यांनाच काय पण कोणालाच देता येण्यासारखे नाही.

म्युरियल नावाची एक फ्रेंच बाई मला भेटली. संस्कृत भाषेचा त्यांचा व्यासंग फार दांडगा आहे. मि. गांधींची कीर्ती ऐकून त्यांच्याविषयी त्या बाईला फार आदरभाव वाटत आहे. त्या फ्रेंच बाई मला म्हणाल्या की, "आज सकाळीच मी गांधींना जाऊन भेटले व त्यांच्याजवळ त्यांनी अस्पृश्यांच्या बाबतीत जे हे विसंगतपणाचे धोरण स्वीकारले आहे त्याचे कारण विचारले." गांधी म्हणाले की, "अस्पृश्यांना जर स्वतंत्र प्रतिनिधित्व दिले तर ते अस्पृश्य राहतील. म्हणून मी त्यांना स्वतंत्र प्रतिनिधित्व अगर खास सवलती मिळू देण्याच्या विरुद्ध आहे." यावर त्या बाईने गांधींना म्हटले की, "असे जर असते तर खुद्द अस्पृश्यांच्या डॉ.आंबेडकरादी प्रतिनिधींनीच ही गोष्ट स्वीकारली नसती." यावर गांधी काय उत्तर देणार? बाई म्हणाल्या की, "ते जरा चिडल्यासारखे दिसले व 'मी निघून जावे' अशा प्रकारची अप्रत्यक्ष सूचना त्यांनी मला दिली." परवा गांधींचे 'इन्स्टिट्यूट ऑफ इंटरनॅशनल अफेअर्स' या संस्थेसमोर भाषण झाले. त्यातही अस्पृश्यांच्या बाबतीत त्यांनी स्वीकारलेल्या धोरणाचे समर्थन करण्याचा गांधींनी प्रयत्न करून पाहिला. याच संस्थेबरोबर माझेही १०

नोव्हेंबरला भाषण व्हावयाचे आहे. त्या वेळेस गांधींच्या मुद्द्यांचा फोलपणा मी सप्रमाण सिद्ध करून दाखविणार आहे. अस्पृश्यांच्या मागण्यांचा जीव जाईपर्यंत विरोध करण्याचा संकल्प गांधींनी केला असल्याचे मला समजले आहे. पण या दुराग्रही संकल्पाची भीती बाळगण्याचे मला कारण नाही.

कालच एका गृहस्थाकडून मला जेवणाचे आमंत्रण आले आहे. हे गृहस्थ गांधी व माझे दोघांचेही स्नेही आहेत. गांधींनी अस्पृश्यांचे आतापर्यंत कल्याणच केले आहे असे माझ्याकडून त्यांना वदवून घ्यायचे आहे. वास्तविक गांधींना या बाबतीत द्यावयाचे ते श्रेय मी कधीच दिलेले नाही. भूतदयेच्या दृष्टीने अस्पृश्यांची केविलवाणी स्थिती व दुर्दशा पाहून त्यांचे कोमल अंतःकरण त्यांना समजू लागल्यापासून जळत आहे व अस्पृश्यांची अस्पृश्यता नष्ट व्हावी म्हणून ते प्रयत्न करीत आहेत, ही गोष्ट मी कधीच नाकारलेली नाही. पण अस्पृश्यांविषयी दया, करुणा अगर कीव बाळगणारी व्यक्ती सर्वज्ञ असलीच पाहिजे अगर तिला अस्पृश्यतेचे बरोबर निदान झाले असून अस्पृश्यनिवारणाचा तिचा कार्यक्रम अगर तपशील बरोबर व अचूक मानलाच पाहिजे, ही गोष्ट गांधीजींच्या बाबतीत गृहीत धरून चालण्यास मी तयार नाही. आमच्या ह्या स्नेहाने हा प्रश्न काढल्यास त्यांना ही गोष्ट पटवून देण्याचा मी अवश्य प्रयत्न करीन. गांधींशी असलेला माझा मतभेद अगर विरोध अनाठायी आहे, अशी उलट माझीही खात्री पटविण्याची मी त्यांना पूर्ण संधी देईन.'

❖❖❖

मि. गांधींच्या अविचारी विरोधामुळे एक गोष्ट मात्र घडून आली. अल्पसंख्याक समाजांना वेगवेगळे पाडून त्यांची मुस्कटदाबी करण्याची जी भेदनीती गांधींनी स्वीकारली होती त्याचा परिणाम त्यांच्या इच्छेप्रमाणे न होता ते उलट एक झाले व येणेप्रमाणे गांधींची ही चाणक्यनीती त्यांच्याच अंगाशी आली. मी अस्पृश्य समाजाला इतकेच आश्वासन देऊ इच्छितो की, स्वराज्याचा म्हणजेच राजकीय सत्तेचा पुरेसा हिस्सा अस्पृश्यांना धर्मादाय अगर मेहरबानीखातर नव्हे तर राजरोसपणे व हक्कपूर्वक मिळण्याची तरतूद होईपर्यंत गांधींच्याही हाती तो स्वराज्याचा ठेवा आपण आता लागू देणार नाही, हे निश्चित समजावे.

माझ्याविरुद्ध हिंदुस्थानातील राष्ट्रीय पत्रांनी जी शिव्यागाळीची व गैरसमज पसरविण्याची मोहीम चालविली आहे, त्या संबंधींचे बरेच निवडक व वेचक नमुने मजकडे आले असून त्यापैकी थोडे मी वाचूनही पाहिले. त्यांचे पक्षपाती व अहिंसेचे पुरस्कर्ते म्हणविणाऱ्या या

लोकांचे सत्यप्रेम सचोटीचे व नेकीचे आहे, असा खोटा विश्वास मी कधीच बाळगला नव्हता व त्यामुळे त्यांचे हे विपर्यस्त व खऱ्याखोट्याची छाननी न करता केलेले लिखाण वाचून मला आश्चर्य वाटले नाही, अगर माझी निराशाही झाली नाही आणि त्यातल्या त्यात समाधानाची व गौरवाची गोष्ट ही की, हिंदुस्थानातील अस्पृश्य जनताही काँग्रेसच्या विरोधाला वचकून स्वस्थ बसली नाही. पूर्वी कधी झाली नव्हती इतकी स्वाभिमानजन्य जागृती गांधीजींच्या या अन्यायी विरोधामुळे हिंदुस्थानच्या सर्व भागातील अस्पृश्य व पददलित जनतेत उत्पन्न झालेली आहे. एकट्या महाराष्ट्रातूनच नव्हे तर हिंदुस्थानच्या निरनिराळया भागातून माझ्या मागण्यांना पाठिंबा देणारे अनेक संदेश मजकडे आलेले आहेत. गांधी व आंबेडकर या दोन व्यक्तींच्या रूपाने अस्पृश्य जनतेसमोर प्रकट झालेल्या दोन निरनिराळया ध्येय व धोरणांपैकी आपल्याला आवश्यक कोणते हे सर्वसामान्य जनतेनेही अचूक ओळखले आहे. काही अस्पृश्यांना हाती धरून काँग्रेसने त्यांच्यामार्फत माझ्या मागण्यांना विरोध करणारे चार-पाच टेलिग्रॅम्स पाठविले आहेत. पण त्यातही त्यांची दिशाभूल करण्यात आलेली स्पष्टपणे दिसत आहे.

मजकडे हिंदुस्थानातील ज्या अनेक वर्तमानपत्रांतील उतारे पाठविण्यात आले आहेत. त्यात 'ज्ञानप्रकाश' पत्राचेही उतारे आहेत. राउंड टेबल कॉन्फरन्सच्या बाबतीत अस्पृश्य समाजाच्या ज्या पुण्यास सभा झाल्या त्यांची हकीकत त्यात देण्यात आली आहे. त्या सभांना अनुलक्षून ज्ञानप्रकाशात एक संपादकीय लेखही प्रसिद्ध झाला आहे. ज्ञानप्रकाश पत्र हे काँग्रेसच्या अगर हिंदूंच्या इतर पत्रांप्रमाणे माझ्याविरुद्ध एकतर्फी लिहिणारे पत्र नाही. पण मला भरवसा वाटत असल्यामुळे त्याचा येथे मी मुद्दाम उल्लेख केला आहे. पण त्या पत्रातील संपादकीय लेख वाचून गांधींत व माझ्यात जो वाद उपस्थित झाला आहे, त्याचे आकलन ज्ञानप्रकाशसारख्या पत्रालाही होऊ नये याचे मात्र मला आश्चर्य वाटल्याशिवाय राहिले नाही. मि. गांधी हे अस्पृश्यांना संयुक्त मतदान पद्धतीचे व राखीव जागेचे दान देण्यास राजी अगर उत्सुक आहेत; पण मीच ते स्वीकारण्यास तयार नसून स्वतंत्र मतदान पद्धतीचा मी हट्ट धरून बसलो आहे, अशा प्रकारची समजूत माझ्या काही प्रामाणिक टीकाकारांचीही झालेली असावी, असे ज्ञानप्रकाश, सभांचे रिपोर्ट व संपादकीय लेख वाचून माझ्या ध्यानी आले; पण हा समज मुळातच चुकीचा आहे.

आज जे काही दोन-चार अस्पृश्य पुढारी माझ्याविरुद्ध असतील त्यांनाही आपला विरोध आवरून घ्यावा लागेल. गांधी आपल्या मनात वाटेल ते मांडे खुशाल खावोत; पण अस्पृश्यांचे

हिताहित कशात आहे हे माझ्यासारख्या अस्पृश्याला त्यांच्यासारख्या स्पृश्यापेक्षा अधिक चांगले समजते. हेच अस्पृश्यांच्या वतीने त्यांच्यासारख्याच्या दुराग्रहाला माझे उत्तर आहे व ते देताना सर्व स्वाभिमानी अस्पृश्य जनतेचे हृदय मी बोलत आहे, असा माझा विश्वास आहे. गांधी राउंड टेबल कॉन्फरन्समध्ये आले नसते तर त्यात त्यांची झाकली मूठ सव्वा लाखाची राहिली असती, असे त्यांचे पक्षपातीही आता उघडपणे बोलू लागले आहेत. परवा तर गांधींनी एक भयंकर ब्रह्मघोटाळा करून ठेवला होता. प्रत्येक प्रतिनिधी या घोडचुकीबद्दल मनातल्या मनात त्यांच्यावर जळफळत असेल.

मि.रॅम्से मॅक्डोनाल्डला परवा काही हिंदी प्रतिनिधींनी एक जाहीर पत्र पाठविल्याचे वर्तमान तेथेही वर्तमानपत्रांतून लोकांना समजले असेलच. त्यात असे लिहिले होते की, ब्रिटिश सरकार हिंदुस्थानला फक्त एक प्रांतिक स्वराज्याचेच अधिकार देणार असल्याचे आमच्या कानावर आले आहे; पण मध्यवर्ती सरकारची अधिकारसूत्रे हाती घेण्याची सत्ता जर आम्हाला देण्यात येत नसेल तर नुसत्या प्रांतिक स्वराज्याच्या हक्कांवर संतुष्ट होण्यास हिंदू जनता मुळीच तयार नाही, अशा आशयाचे पत्र असून त्यावर गांधींची पहिली सही आहे. पण हे पत्र लिहिण्याचा प्रसंग व्ही. एस. श्रीनिवास, तेजबहादूर सप्रू वगैरे हिंदी प्रतिनिधींवर का ओढवला? व गांधींना त्याच्यावर सही करण्यास त्यांनी का लावले? याचा खरा इतिहास हिंदुस्थानातील लोकांना तूर्त समजावयाचा नाही. तो समजल्यावर गांधींना सर्वज्ञ समजणाऱ्या व स्वतःस राजकारणी समजणाऱ्या त्यांच्या शिष्यगणासही मोठा धक्का बसल्याशिवाय राहणार नाही. या पत्रांसंबंधी खरा प्रकार असा आहे की सोमवार, ता. २ नोव्हेंबर रोजी मि.गांधींची पंतप्रधानांशी भेट झाली. त्याप्रसंगी तूर्त प्रांतिक स्वायत्तता दिल्यास चालेल की नाही, असा प्रश्न पंतप्रधानांनी गांधींना विचारला. तूर्त प्रांतिक स्वराज्याचे अधिकार मिळाले तरी चालेल असे औदार्याच्या व आपल्या तडजोडी स्वभावाची परीक्षा पटविण्याच्या भरात गांधी कबूल करून चुकले. गांधींनी असा काही ब्रह्मघोटाळा करून ठेवीला आहे याचा तब्बल दोन दिवस कोणाला पत्ताच लागला नाही; पण गुरुवारी हे बेंड फुटले. हिंदू प्रतिनिधी अगदी भयचकित झाले.

शुक्रवारी गांधींची खूप उलटसुलट तपासणी केली. आपण असे आश्वासन पंतप्रधानांना दिले आहे असे गांधींनी कबूल केले; पण 'त्याचा अर्थ माझा असा होता आणि तसा नव्हता' वगैरे शब्दांचे अनेक अर्थ लावून नेहमीप्रमाणे ते आपल्या चुकीचे समर्थन करू लागले. त्यांच्या आंधळया भक्तांनाही ते पटण्यासारखे नव्हते. पण बिचारे करतील काय? मनातल्या मनात

चरफडले व लागलीच वर उल्लेखलेले पत्र लिहून त्याच्यावर गांधींची पहिली सही घेतली. ही सही पाहून पंतप्रधान जे काही समजावयाचे ते समजतीलच व वेळ आली म्हणजे बोलूनही दाखवतील. पण गांधींना या सहीने बांधून घेतल्यामुळे ते यापुढे कोणत्याच अर्थाने 'आम्हाला आधी प्रांतिक स्वराज्य मिळाले तरी चालेल' अशा प्रकारची कबुली ब्रिटिश मुत्सद्द्यांना देणार नाहीत, असा भरवसा हिंदू प्रतिनिधींना वाटत आहे. ठराविक शब्दतत्त्वज्ञानाची शाब्दिक जाळी विणण्यापलीकडे राजकारणाचे गांधीजींना ज्ञान नाही व अभ्यासाने ते संपादन करण्याची कुवत व ग्राहकशक्ती त्यांच्यात आता राहिली नाही आणि त्यामुळे नको तेथे मुसळ जाऊ द्यावयाचे व इतरत्र सुईलाही मज्जाव व्हावा म्हणून प्राणपणास लावण्याइतका निग्रह दाखवावयाचा, नको तेथे मेणापेक्षाही मऊ बनावयाचे; पण तसे काही कारण नसता भलत्याच ठिकाणी दगडाचा कठीणपणा अगर चामड्याचा चिवटपणा व्यक्त करावयचा, हा गांधींचा स्वभाव या रा.टे.परिषदेच्या निमित्ताने इतका उघडकीस आला आहे की त्यामुळे ते येथे येण्याच्या भानगडीत न पडते तर फार बरे झाले असते, असे म्हणण्याची पाळी त्यांच्या विचारी मित्रांवरसुद्धा आता आली आहे.

अल्पसंख्याक वर्गांनी आपापसात जी तडजोड घडवून आणली आहे, तिच्याविरुद्ध गांधींनी एक जोरदार भाषण केले. विशेषतः अस्पृश्य समाज हा हिंदू समाजाचा भाग आहे व म्हणून तो अल्पसंख्याक या स्वतंत्र सदराखाली येऊ शकत नाही, हा आपला नेहमीचा मुद्दा पुढे करून त्यांनी अस्पृश्यांच्या मागण्यांना कसून विरोध केला आहे. मलाही त्यामुळे आता गांधींच्या मुद्द्यांना रोखठोक उत्तर द्यावे लागणार आहे व त्यामुळे हिंदुस्थानातील हिंदू पत्रांचा जळफळाट होणार हे उघड आहे. पण त्याला मी तरी काय करावे? याची सर्व जबाबदारी गांधींवर आहे व हे सत्य उशिरा का होईना; पण स्पृश्य हिंदू जनतेला पटल्याशिवाय राहणार नाही, असा माझा दृढ विश्वास आहे.

गोलमेज परिषदेत मी जी भूमिका स्वीकारली ती माझ्या सदसद्विवेकाला अनुसरून होती. तिला गांधींनी विरोध केला तरी मी ती भूमिका सोडली नाही. अस्पृश्य व हिंदू हे भाई-भाई आहेत आणि त्यांच्यात दिलजमाई घडवून आणावी, असा गांधींनी पवित्रा घेतला आणि मुसलमानांबरोबर गुप्त खलबत्ते करून मुसलमानांना ते म्हणाले, "तुमच्या १४ मागण्या कॉंग्रेसतर्फे मान्य करतो, मात्र तुम्ही अल्पसंख्याकांनी आणि अस्पृश्यांनी स्वतंत्र मतदारसंघ मागू नयेत अशी भूमिका घेतली पाहिजे." याबद्दलचा पुरावा मजजवळ आहे. एखाद्या गांधीशिष्याला तो पहावयाचा असेल तर त्याने माझ्या कचेरीत यावे. मुसलमानांचा स्वतःला

पाठिंबा मिळविण्यासाठी गांधींनी सर सुलतान मोहम्मद शाह आगाखान यांची त्यांच्या हॉटेलात जाऊन भेट घेतली. बाजारातून कुराणाची प्रत विकत घेऊन ते भेटीला गेले व सर सुलतान मोहम्मद शाह आगाखानांना ते बनवू लागले. पण सर सुलतान मोहम्मद शाह, आगाखान गांधींना म्हणाले, "अस्पृश्य समाज फार दुबळा आहे. त्याला सर्व तऱ्हेचे साहाय्य व हक्कही पाहिजेत. मुसलमानांपेक्षाही त्यांची गरज जास्त आहे हे मी जाणतो व त्याप्रमाणे मी वागेन." मग गांधी निराशेने परतले. गोलमेज परिषदेच्या सर्व घडामोडीतून हा अनुभव आला की, एकटा पुढारी काही करू शकत नाही. त्याला समाजाचा पाठिंबा पाहिजे आणि तो समाज स्वतःच्या प्रेरणेने, हिमतीने आणि प्रयत्नाने प्रगतीसाठी धडपड करणारा असला पाहिजे. मला महात्मा पदवी देऊन तुम्ही गांधींसारखी माझी स्थिती करू नका. गांधी जे बोलतात ते सर्वमान्य, ते जे करतात तेही सर्वमान्य, अशी अंधभक्ती गांधींच्या अनुयायात उत्पन्न झाली ती त्यांच्या महात्मा पदवीतून. तुमची अशी स्थिती होऊ नये. तुम्ही माझे अंधभक्त होऊ नये. पुढाऱ्यांवर विसंबू नका. तुम्ही स्वयंप्रज्ञ व्हा.

सर्वांनी सहकार्य व पाठिंबा दिला म्हणूनच अस्पृश्यांच्या राजकीय हक्कांसाठी आम्हाला झगडा करण्यास उत्तेजन मिळाले. माझी चळवळ व माझे कार्य हे फक्त महार समाजापुरतेच आहे, असा ज्यांनी गैरसमज करून घेतलेला आहे तो त्यांनी काढून टाकावा व माझ्याशी सहकार्य करावे. राष्ट्रीय वृत्तीची म्हणून मिरविणारी वर्तमानपत्रे मला 'राष्ट्रघातकी' वगैरे शिव्याशाप देतात, त्या पत्रांना खरे राष्ट्रकार्य म्हणजे काय हे समजत नाही. या वर्तमानपत्रांच्या प्रचाराला बळी न पडता मला अस्पृश्यांनी भरपूर पाठिंबा दिला, म्हणूनच मला लंडनमध्ये थोडे-बहुत कार्य करता आले. तुम्ही तुमची संघटना करा व शिस्तीच्या व हिमतीच्या मार्गाने आपली सर्वांगीण उन्नती करून घ्या.

आज हिंदुस्थान देशामध्ये देशद्रोही, देशविघातक, हिंदुधर्मविघातक व हिंदू-हिंदूंत दुफळी पाडणारा असे अत्यंत मोठ्या प्रमाणावर जर कोणास म्हणण्यात येत असेल तर ते मलाच होय. परंतु हे वादळी वातावरण शांत झाल्यानंतर रा.टे.परिषदेच्या कार्याची जर आजचे माझे टीकाकार काळजीपूर्वक छाननी करतील तर त्यांना एक गोष्ट कबूल करावी लागेल ती ही की, डॉ.आंबेडकर यांनी राष्ट्रासाठी काहीतरी केले आहे. जर ही गोष्ट हल्लीचे दूषित वातावरण बदलल्यानंतरही त्यांनी कबूल केली नाही, तर त्यांना मी कवडीचीही किंमत देणार नाही. माझ्या कार्यावर माझ्या दलित समाजाचा विश्वास आहे हीच गोष्ट मी अत्यंत मोठी समजतो. ज्या समाजात माझा जन्म झाला आहे व ज्यांच्यात मी वावरत आहे आणि ज्यांच्यात मी

मरणार आहे, त्यांच्यासाठीच मी कार्य करीत राहणार आहे. माझ्या टीकाकारांची मला पर्वा नाही. मी देशाचे कार्य करीत नाही, असा माझ्यावर आरोप आहे. आज शंभर वर्षांपूर्वी सुधारक, दुर्धारक, जहाल, मवाळ लोकांचे राष्ट्राच्या नावावर आपल्या जातीच्या लोकांचे पोट भरण्याचे कार्य चालले आहे. त्या लोकांनी माझ्या समाजासाठी काही केले नाही, मग माझ्यापासून त्यांनी राष्ट्रकार्याची अपेक्षा का करावी? मला माझ्या समाजाची सेवा केली पाहिजे. महाड, नाशिक आणि इतर ठिकाणच्या सत्याग्रहांवरून माझी अशी खात्री झाली आहे की, हिंदू लोकांची अंतःकरणे दगड-विटांच्या भिंतींप्रमाणे निर्जीव आहेत. त्यांना माणसाला माणूस म्हणण्याची, इतरांना बरोबरीचे हक्क देण्याची चाड नाही. दगडाच्या भिंतीवर डोके आपटून आपण कपाळमोक्ष केला तर शेवटी रक्तच येणार. परंतु त्या भिंतीच्या ठिकाणाची कठोरता नाहीशी होणार नाही. तेव्हा या बाबतीत माझे पूर्णपणे मतपरिवर्तन झाले आहे. आजपर्यंत आपल्याला हिंदूंच्या देवांचे दर्शन झाले नाही म्हणून आपण मेलो नाही किंवा आजपर्यंत हिंदूंच्या देवळात जाणारी गाढवे, कुत्री, मांजरे वगैरे जनावरे माणसे झाली नाहीत. ते आम्हास शिवून घेत नाहीत तर आम्हीही त्यांना शिवून घेणार नाही.

या हिंदू धर्माने आपले जितके अकल्याण केले आहे तितके कोणत्याच साथीच्या रोगाने सुद्धा केले नाही. मी तुम्हाला सांगत नाही काही, तुम्ही या हिंदू धर्माला चिकटून राहा. आज ज्या हिंदू धर्मात आम्ही २००० वर्षे राहिलो, ज्याची उभारणी केली व ज्याचे रक्षण करण्याकरिता आमची सबंध आयुष्ये गेली त्याच हिंदू धर्मात आमची किंमत कवडीमोल आहे. आम्ही जो संग्राम चालविला आहे तो केवळ देवळे खुली व्हावीत म्हणून नव्हे किंवा शेवाळ साठलेल्या तळ्याचे पाणी पिण्याकरिता नव्हे. आम्हाला ब्राह्मणाच्या घरात जावयाचे नाही. आम्हाला सहभोजन नको. आम्हाला ब्राह्मणांच्या मुली नकोत. आमच्या समाजात का मुली नाहीत, म्हणून आम्ही ब्राह्मणांच्या मुलींची अपेक्षा करावी? की आमच्या बायांना संतती होत नाही, की त्यांच्या पोटच्या पोरांना इंद्रिये नसतात? तसे काही नाही. तर आजचा आमचा हा लढा फक्त राजकीय सत्तेकरिता आहे. म्हणाल, तर तुम्हा सर्वांना सोडून जाववतच नाही. मी कोठेही गेलो तरी मी माझ्या स्वतःच्या हिमतीवर राहू शकेन. परंतु मी तुमच्यामध्येच का राहतो याचे कारण मला तुम्हाला सोडून जाववत नाही, एवढेच आहे. आणि दुसरे, मी जे काम हाती घेतलेले आहे ते मला शेवटास न्यावयाचे आहे. मी तुम्हाला इतकेच सांगतो की, या धर्माच्या भानगडीत पडू नका!

●●●

पुणे करार

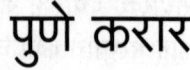

ब्रिटिश सरकारने जो न्याय निवाडा प्रसिद्ध केलेला आहे त्यात अस्पृश्य वर्गासाठी जे स्वतंत्र मतदारसंघांचे हक्क दिलेले आहेत, त्याबद्दल मि. गांधी प्राण पणाला लावून उपवास करणार आहेत, ते पाहून मला त्यांच्या भूमिकेचे मनस्वी आश्चर्य वाटले. स्वतंत्र मतदारसंघामुळे हिंदुस्थानच्या स्वातंत्र्याला अडथळे उत्पन्न होतील, असे गांधींनी रा.टे.कॉ. मध्ये बोलून दाखविले होते, तर मग स्वतंत्र मतदारसंघाच्या बाबतीत प्राणांतिक उपवास करण्याऐवजी स्वातंत्र्यासाठीच का केला नाही? आणि हा उपवास स्वतंत्र मतदारसंघासाठी आहे तो फक्त अस्पृश्यांच्या बाबतीत का? मुसलमान, शीख वगैरेंच्या बाबतीत का नाही? अस्पृश्यांनी आपली स्थिती सुधारण्यास हातपाय हालविले की, लगेच सर्व हिंदू त्यांच्यावर तुटून पडतात. अस्पृश्यांना आपली स्थिती सुधारण्याचा मार्ग खुला नाही, कारण तो हिंदूंनी रोखून धरला आहे. अशा स्थितीत अस्पृश्यांना राजकीय हक्क मिळवून देण्यास काहीच केले नाही. उलट त्या हक्कांना ते विरोध करतात आणि वर म्हणतात की, मी अस्पृश्यांचा खरा हितकर्ता आहे. त्यांची विचारसरणी समजणे माझ्या आवाक्याबाहेर आहे.

हिंदू लोक अस्पृश्यांना गुलाम म्हणून वागवितात. तेव्हा ते आपल्या हक्कांचे त्यांना वाटेकरी कधीही करणार नाहीत, अशी विचारसरणी गोलमेज परिषदेत मांडून अस्पृश्यांना खास राजकीय हक्क दिले पाहिजेत, अशी मी मागणी केली. गांधींनी या मागणीला विरोध केला व ते आता जातीय निवाड्यातील अस्पृश्यांच्या राजकीय हक्कांना प्राणपणाने विरोध करीत आहेत हे त्यांचे कृत्य निश्चितच अस्पृश्यांच्या हिताला बाधक आहे. आम्ही लंडनला असताना मि. गांधींनी माझ्यापुढे एक योजना ठेवली. ही त्यांची योजना मी त्यावेळी मान्य

केली नाही. कारण मि. गांधी अगर त्यांची कॉंग्रेस ही काही अमर नाहीत की ते अस्पृश्यांचे राजकीय हक्क भविष्यकाळात रक्षण करू शकतील. त्यांच्यावर विश्वास ठेवून मी माझ्या लोकांचे जीवन-मरणाचे प्रश्न त्यांच्यावर सोपवू शकत नाही. कारण या हिंदुस्थानात आतापर्यंत पुष्कळ महात्मा आले व गेले; पण त्यांना अस्पृश्यांची स्थिती काडीमात्र सुधारता आली नाही. ते हजारो वर्षांपासून अस्पृश्य म्हणून राहत आलेत व आजही आहेत.

हिंदू समाजात काही लोक सुधारक आहेत. सर्व हिंदूंकडून जराशी दमदाटी मिळाली की, हे सुधारक हिंदू आपली मते व तत्त्वे पायाखाली तुडवून सवर्ण हिंदूंच्या कसे कच्छपी लागतात, याचा महाड व नाशिक येथील सत्याग्रहाच्या वेळी कटू अनुभव आलेला आहे. केवळ उपवास करून सर्वांना भिववायचे व आपलेच खरे असे जनतेला भासवावयाचे ही गांधींची कृती अरेरावीची आहे आणि अरेरावी करून अस्पृश्यांना चुपचाप करण्याचा अगर आपल्या बाजूला वळविण्याचा जर कोणी प्रयत्न केला तर तो कधीच सफल होणार नाही. गांधींचा हा उपाय योग्य नाही. त्यांनी उपवासाचे हे अस्त्र हिंदू-मुसलमान ऐक्य, स्पृश्य व अस्पृश्य ऐक्य अगर एखादे महत्त्वाचे राष्ट्रकार्य यासाठी वापरावे. अस्पृश्यांना हिंदू समाजापासून वेगळे करण्याची आमची इच्छा नाही, हिंदूंच्या मालकीपणापासून अस्पृश्यांची सुटका व्हावी हीच एक इच्छा आहे. जातीय निवाड्यातील योजनेपेक्षा अस्पृश्यांना जास्त फायदेशीर अशी एखादी योजना त्यांनी सुचवावी, मग तिच्यावर विचारविनिमय करता येईल.

अस्पृश्यांचे राजकीय भवितव्य हिंदूंच्या स्वाधीन करावे असे जर गांधींचे उपवासाचे ध्येय असेल, तर त्याला मी कसून विरोध करीन. मी माझ्या लोकांचा कधीही विश्वासघात करणार नाही. गांधींचे प्राण एका बाजूला आणि माझ्या लोकांचे राजकीय हक्क एका बाजूला, यातून मी कोणती बाजू घ्यावी हे ठरविण्याचा दुर्धर प्रसंग गांधी माझ्यावर आणणार नाहीत अशी मी आशा करतो. हिंदुस्थानातील थोर अशी व्यक्ती गांधी यांचा जीव मला प्रिय असला तरी त्यापेक्षा ६-७ कोटी अस्पृश्यांचे हक्क मला कमी प्यारे नाहीत. त्यांचे रक्षण मला प्रथम केले पाहिजे व ते संरक्षण करण्याच्या प्रयत्नात तुम्ही सर्वांनी मिळून मला रस्त्यावरील शेजारच्या खांबावर फाशी दिली तरी त्याची मला पर्वा नाही. अस्पृश्यांचा प्रश्न पंतप्रधानांच्या निर्णयाने माझ्यापुरता सुटला आहे. तो तुम्हाला किंवा गांधींना मान्य नसेल तर आपल्याला काय पाहिजे हे प्रथम गांधींनी सांगावयास हवे व त्याचा नीट विचार करून त्यात अस्पृश्यांचे हित कितपत साधते हे मी पाहीन व नंतर आपल्याला जबाब देईन.

हे काँग्रेसवाले माझे राजकीय जीवन नष्ट करण्यासाठी धडपडत आहेत की काय? बघा बुवा! मला या लोकांनी खतम केले तर ते लोक तुमचे पुढारी होतील? मग काय होईल आपल्या समाजाचे? असे रडून कसे होईल? आपण लढवय्यांचे वंशज. लढतालढता मरू, पण लढाईतून पाय मागे घेणार नाही, हे आपले ब्रीद. चला उद्यापासून मुंबईत व बाहेरगावी आपल्या लोकांना ही परिस्थिती समजावून द्या आणि काँग्रेसवाल्यांचा हा डाव हाणून पाडा.

चार-पाच दिवसांपूर्वी मी एका भयंकर चक्रव्यूहात सापडलो होतो. एका बाजूला अस्पृश्यांचे राजकीय भवितव्य आणि दुसऱ्या बाजूला गांधींचे प्राण संरक्षण. पण आता मी या चक्रव्यूहातून बाहेर पडलो आहे आणि याचे बरेच श्रेय गांधींना दिले पाहिजे. मी रा.टे. परिषदेत हेच काम करत असताना गांधींनी मला इतरांपेक्षा जास्त मदत केली. परंतु त्यावेळी त्यांनी माझी विचारसरणी नीटपणे लक्षात घेतली असती तर त्यांना हा उपवासाचा खटाटोप करावा लागला नसता. पण आता त्याचे काय? आम्हा अस्पृश्यांकडे असा प्रश्न आहे की, तुम्ही हिंदू हा जो करार करीत आहात तो नीटपणे पाळाल काय? (आवाज हो, हो) तुम्ही सर्व हिंदू या कराराला एक पवित्र करार म्हणून मानाल व त्याप्रमाणे वागाल अशी मी आशा करतो. हा करार घडवून आणण्यात सर तेजबहादूर सप्रू आणि श्री.रामगोपालचारी यांनी फार मेहनत घेतली. इतरांनीही खूप प्रयत्न केले. या सर्वांचा मी आभारी आहे. पण हा करार म्हणतो तसे, स्वतंत्र मतदारसंघाने देशाचे व हिंदू समाजाचे नुकसान होईल आणि संयुक्त मतदारसंघाने फायदा होईल, ही विचारसरणी मला मान्य नाही. अस्पृश्यांची समस्या कोणत्याही राजकीय व्यवस्थेने सोडविता येणार नाही. हा करार ती समस्या सोडवू शकणार नाही. हा करार म्हणजे सर्वकाही नाही. जोपर्यंत अस्पृश्य अज्ञानी व स्वाभिमानशून्य होते, तोपर्यंत ते तुम्ही नेमून दिलेल्या कामावर काम करीत होते व दाखवून दिलेल्या जागेवर आमरण राहत होते. आता ते सुशिक्षित होत आहेत आणि त्यांच्यात स्वाभिमानाची ज्योत प्रज्वलित झाली आहे. यापुढे ते तुमच्या गुलामगिरीत राहणार नाहीत. एवढेच नव्हे तर, तुम्ही तुमच्या धार्मिक व सामाजिक श्रेष्ठत्वाच्या कल्पना टाकून न देता अस्पृश्यांशी चढेलपणाने वागू लागलात तर अस्पृश्य लोक तुमच्यापासून दूर होतील, हे लक्षात ठेवा. ही भयसूचक समस्या डोळ्यांपुढे ठेवून तुम्ही अस्पृश्यांसाठी जे काही करणार असाल, ते कराल अशी मी आशा बाळगतो.

●●●

गांधी - आंबेडकर चर्चा

दि. १४ ऑगस्ट १९३१ ला दुपारी मणीभवनच्या तिसऱ्या मजल्यावर दोघांची जी चर्चा झाली ती अशी -

गांधी : काय डॉक्टर, तुम्ही या बाबतीत काय सांगू इच्छिता?

बाबासाहेब : तुम्ही मला तुमचे विचार ऐकण्यासाठी बोलवलंत. तुम्हीच काय की ते बोला. नाही तर मला प्रश्न विचारा, मी उत्तर देतो.

गांधी : मला असे समजले की, माझ्या आणि काँग्रेसच्या विरुद्ध तुमच्या काही तक्रारी आहेत. माझ्या शालेय जीवनापासून मी अस्पृश्यांच्या प्रश्नावर विचार करीत आलो. कदाचित, तुमचा त्यावेळी जन्मही झाला नसेल. काँग्रेसच्या कार्यक्रमात या प्रश्नाचा समावेश करण्यास मला काय खटपटी कराव्या लागल्या हे तुम्हाला माहीतच असेल. या धार्मिक आणि सामाजिक प्रश्नाचे राजकीय कार्यक्रमात मिश्रण करू नये असे मुद्दे काँग्रेस पुढारी पुढे करून विरोध करीत होते. बरे, हा प्रश्न मी एवढाच हाती घेतला.

एवढेच नव्हे तर अस्पृश्यांच्या उद्धारासाठी वीस लाख रुपये खर्च काँग्रेसने केला. असे असूनदेखील तुमच्यासारख्यांनी मला आणि काँग्रेसला विरोध करावा, ही खरोखरच आश्चर्याची गोष्ट आहे. तुमच्या भूमिकेचे समर्थन करण्याबाबत तुम्हाला काही बोलायचे असल्यास मनमोकळेपणाने बोला.

बाबासाहेब : माझ्या जन्माअगोदर या अस्पृश्यांच्या प्रश्नावर तुम्ही विचार करीत आहात हे खरे आहे. सर्वच म्हाताऱ्या आणि वडीलधारी मंडळींना वयाच्या मुद्द्यांवर जोर देण्याची आवड असते. हे ही खरे आहे की, तुमच्यामुळेच काँग्रेस पक्षाने या प्रश्नाला मान्यता दिली. परंतु नाममात्र मान्यतेपलीकडे काँग्रेस पक्षाने अधिक काही केलेले नाही. तुम्ही म्हणता की,

काँग्रेसने वीस लाख रुपये अस्पृश्योद्धारासाठी खर्च केले. ते सगळे पाण्यात गेले. मला जर असे पैशाचे पाठबळ मिळाले असते, तर माझ्या जनतेच्या आर्थिक आणि सामाजिक स्थितीत मी आश्चर्यकारक फरक घडवून दाखविला असता आणि असेच होते तर मला तुम्ही यापूर्वीच भेटायला पाहिजे होते. मला असे वाटते की, काँग्रेसला स्वतःच्या कार्यक्रमाबाबत निष्ठा नाही. तसे असते तर काँग्रेस सभासदत्वासाठी जशी खादीची अट ठेवली तशी अस्पृश्यता निवारणासंबंधीची अट ठेवली असती. ज्याच्या घरात अस्पृश्य स्त्री अथवा पुरुष नोकरीला नाही, जो एका अस्पृश्य विद्यार्थ्याचे पालन करीत नाही किंवा आठवड्यातून एकदा अस्पृश्य विद्यार्थ्याला पंगतीला बसवित नाही, अशांना काँग्रेस सभासद होण्यास बंदी घातली असती, तर आज हे हास्यास्पद दृश्य दिसते, ते पाहायला मिळाले नसते. अस्पृश्यांच्या मंदिरप्रवेशाला

२४ सप्टेंबर १९३२ रोजी येरवडा कारागृहाच्या परिसरात मुकुंद रामराव जयकर, तेजबहादूर सप्रे आणि डॉ. बाबासाहेब आंबेडकर. या दिवशी पुणे करारावर सही झाली.

विरोध करणारा जिल्हा काँग्रेसचा अध्यक्ष आढळला नसता. तुम्ही असे म्हणाल की, काँग्रेसला संख्याबळ वाढवायचे होते, यासाठी अशी अट घालणे शहाणपणाचे ठरले नसते. मग माझे म्हणणेच बरोबर ठरते की, काँग्रेसला संख्याबलापुढे तत्त्वाची चाड नाही. हा माझा तुमच्या विरुद्ध आणि काँग्रेसविरुद्ध आरोप आहे. आमचा विश्वास न हिंदूंवर न काँग्रेसवर. आमच्या स्वाभिमानावर आणि स्वतःच्या साहाय्यावर आम्ही विसंबून आहोत. महान नेते आणि महात्मा यांच्यावर आमची श्रद्धा नाही! मला देशद्रोही हे विशेषण देऊन माझ्या चळवळीला काँग्रेसवाल्यांनी का विरोध करावा? मि. गांधी, मला मायदेश नाही.

गांधी : (गांधींनी आवरते घेण्याच्या दृष्टीने म्हटले,) ‘तुम्हाला मायदेश आहे. माझ्या हाती आलेल्या गोलमेज परिषदेच्या रिपोर्टवरून मला तुमच्या तेथील कार्याची ओळख पटली. तुम्ही देशभक्त आहात हे मी जाणतो.

बाबासाहेब : तुम्ही म्हणता, मला मायदेश आहे. पण मी पुन्हा सांगतो की, नाही, मला मायदेश नाही. ज्या देशात आम्हाला पाणीदेखील प्यायला मिळत नाही आणि ज्या धर्मात आम्हाला कुत्र्या-मांजरापेक्षाही वाईट रीतीने वागविले जाते, तो माझा देश आणि तो माझा धर्म असे मी कसे म्हणू शकेन? अस्पृश्याला या देशाबद्दल अभिमान वाटणार नाही. अन्याय आणि भयंकर जाच यांना कंटाळून जर आम्ही जाणते-अजाणतेपणी देशद्रोहित्वाला बळी पडलो तर त्याची सर्वस्वी जबाबदारी देशाची राहील. तुम्ही म्हणता त्याप्रमाणे देशकार्याला सहायक होणारी उपयुक्त अशी काही राष्ट्रसेवा माझ्या हातून घडली असल्यास ते मी देशप्रेमाने प्रेरित होऊन केले नाही. माझ्या मनोदेवतेने मला सांगितले म्हणून केले. हजारो वर्षे या देशात माझ्या लोकांना पायाखाली रगडण्यात आले, या देशाचे काही अहित झाले तर ते पाप नव्हे. माझ्याकडून देशाचे अकल्याण होईल असे एकही कृत्य घडले नसेल तर त्याचे कारण माझी स्वतःची वास्तव निष्ठा. माझ्या बांधवांसाठी माणुसकीचे हक्क मिळवून देताना या देशाचे किंचितही अकल्याण व्हावे ही गोष्ट माझ्या स्वप्नीदेखील येत नाही. मग देशहिताचा बळी देण्याचे कृत्य कसे घडेल?

गांधी : हिंदूंपासून अस्पृश्यांचे राजकीय विभक्तीकरण मला मान्य नाही.

बाबासाहेब : (निरोप घेताना काढलेले उद्‌गार) तुमच्या स्पष्ट मतप्रदर्शनाबद्दल आभारी आहे. आम्ही कोठे उभे आहोत हे कळून चुकले, हे बरे झाले.

●●●

राउंड टेबल कॉन्फरन्स - ३

तिसरी राउंड टेबल कॉन्फरन्स १७ नोव्हेंबर १९३२ ते २४ डिसेंबर १९३२ दरम्यान पार पडली. या काळात घडलेल्या घटनांविषयी सहकाऱ्यांना पत्राद्वारे कळवले त्याचे वर्णन.

लंडन, ता. २४ नोव्हेंबर १९३२

'१४ तारखेच्या मध्यरात्री आमची व्हिक्टोरिया बोट पोर्ट सय्यदहून पुढे चालू झाली व तिने भूमध्य समुद्रात प्रवेश केला. हिंदी महासागराप्रमाणे भूमध्य समुद्रही वर्षाकाठी काही दिवस शांत व काही दिवस खवळलेला असतो. नोव्हेंबर ते फेब्रुवारीपर्यंत तो बहुधा खवळलेलाच असतो. त्याप्रमाणे १५ तारखेला सकाळी त्याने उग्र रूपच धारण केलेले दिसते. त्या दिवशी १२ वाजेपर्यंत त्याचे तुफान सुरू होते व त्यामुळे बोटीवरील सर्वांच्या हालचाली बंद होत्या. जो तो आपला केबिनचा आश्रय धरून बसलेला होता. खवळलेल्या अगर तुफानी दर्याचे व्यक्तिशः मला काहीच वाटले नाही. मी एक चांगला दर्यावर्दी आहे. पण बहुतकरून इतर पुष्कळांना खवळलेल्या समुद्राची भीती वाटते व त्यांना फार त्रास होतो. दुपारी बारानंतर समुद्र शांत होत गेला. त्यामुळे बरे वाटू लागले. पण पुन्हा रात्री एकदम त्याने उग्र रूप धारण केले. मोठमोठ्या प्रचंड लाटा उसळू लागल्या व खेळाडूंच्या लाथांनी फुटबॉल जसा वरखाली उसळतो तशी आमची बोट या प्रचंड लाटांच्या प्रहरांनी वरखाली उसळ्या घेऊ लागली व आजूबाजूला हेलखावे खाऊ लागली. या घालमेलीत सर्वांची झोप पळाली. ती सारी रात्र सर्वांनी जागून काढली. पहाटेच्या सुमारास वादळ शांत झाले. जिनिव्हाला येऊन पोहोचेपर्यंत मग पुढे समुद्र तसाच शांत राहिला. यापुढे बांधण्यात येणाऱ्या इटालियन आगबोटी आता तयार व्हावयाच्या आहेत. म्हणतात की, समुद्र कितीही खवळला व लाटा कितीही उसळल्या तरी त्या अगदी स्थिर राहतील, हलणार नाहीत अगर डोलणार नाहीत.

अशा स्थितप्रज्ञ व अचंचल नमुन्याच्या काही बोटी फ्रेंच लोकांनी बांधल्याचेही मी ऐकतो. मानवी बुद्धीला काहीच अशक्य नाही. अशा तऱ्हेच्या न हलणाऱ्या-डोलणाऱ्या बोटी लवकरच सर्वत्र सुरूदेखील झालेल्या दिसतील. असे झाल्यास समुद्रप्रवासात सध्या होणारी दगदग व त्रासही बहुतेक सारी मिटून जातील.

१८ तारखेला सकाळी सात वाजता आमची बोट जिनिव्हाला येऊन पोहोचली. आठ वाजता आम्ही बोटीतून खाली उतरलो. सामान तपासण्यासाठी येथे जो एक 'कस्टम हॉल' बांधण्यात आला आहे, तो खरोखरच शिल्पकलेचा एक उत्कृष्ट नमुना समजला पाहिजे आणि त्याच्या या सौंदर्याचे श्रेय इटलीच्या मुसोलिनीला दिले पाहिजे. लंडनला जाणारी आमची गाडी जिनिव्हाकडून ११.४० ला सुटणार होती. इकडे-तिकडे हिंडण्याला त्यामुळे सरासरी दोन तासांची आम्हाला सवलत होती. आम्ही काही जणांनी घोडागाडी केली आणि जिनिव्हा शहरातून इकडे-तिकडे भटकलो. हे शहर फार जुने असून त्याच्या पाठीमागे एक मोठी ऐतिहासिक परंपरा आहे. बरोबर ११.४० ला आमची ट्रेन सुटली. मध्यंतरी ट्युरीनला आम्ही गाडी बदलली व १९ ला सकाळी पॅरिसला पोहोचलो. पॅरिसला पुन्हा आम्हाला गाडी बदलावी लागली. पॅरिसहून आम्ही साडेआठ वाजता निघालो व अकराला कॅलेला आलो. इंग्लिश खाडीतील बोटीत आम्ही शिरतो तो तेथे आम्हाला श्री. एन. एम. जोशी, सर एपी पेट्रो वगैरे मंडळी भेटली. ही मंडळी पी.ॲण्ड ओ. कंपनीच्या बोटीने मुंबईहून आमच्या दोन दिवस अगोदर निघाली होती. खाडीत तुफान नव्हते, हीच मोठी नशिबाची गोष्ट समजली पाहिजे. तसे असले म्हणजे या खाडीतला प्रवास फार त्रासदायक वाटतो. डोव्हरला यायला आम्हाला नेहमीपेक्षा पन्नास मिनिटे अधिक लागली. जवळजवळ दोन वाजता आम्ही डोव्हरला उतरलो. सव्वा दोनला आम्ही डोव्हरहून आगगाडीत बसलो. आधीच एक तास उशीर झाला होता. तो लंडनला पोहोचेपर्यंत भरून काढता आला असता. पण मध्येच आमच्या ट्रेनचे इंजिन बिघडले. त्याची नाडी तपासण्यास आणखी अर्धा तास खर्ची पडला. त्यामुळे लंडनला नेहमी साडेतीनला जाणारी आमची ट्रेन त्या दिवशी पावणेपाचला पोहोचली. येथेही सर्वत्र धुके पसरले होते. चोहोकडे अंधार पसरत होता. आपापल्या स्नेहसोबत्यांना भेटण्याकरिता व्हिक्टोरिया स्टेशनवर मंडळी येऊन तिष्टत उभी होती. आम्हा प्रतिनिधींच्या स्वागतार्थ सरकारचे प्रतिनिधीही उपस्थित झाले होते. स्टेशनवर सर्वत्र गर्दी झाल्यामुळे मी आपला एकटाच जो तडक निघालो तो मला जेथे उतरावयाचे होते त्या रॉयल हॉटेलमध्ये येऊन पोहोचलो.

❖❖❖

राउंड टेबल कॉन्फरन्सची पहिली बैठक आम्ही येथे येण्यापूर्वीच म्हणजे १७ तारखेला झाली. तिच्यात पुढील कार्यक्रमाची रूपरेषा ठरविण्यात आली. परिषदेच्या कामाला खरी सुरुवात २१ तारखेपासून झाली. आमची अशी अपेक्षा होती की, मुसलमान प्रतिनिधी आता आम्हा इतर प्रतिनिधींशी एकमत करून हिंदुस्थानाकरिता हिंदी लोकांना जबाबदार अशा राज्यपद्धतीची आमच्याबरोबर मागणी करतील, कारण जातीविशिष्ट अशा त्यांच्या बहुतेक मागण्या त्यांच्या पदरात पडलेल्या आहेत. पण ही आमची आशा सफल होईल असे वाटत नाही. नेहमीच्या परिपाठाप्रमाणे मुसलमान प्रतिनिधींनी आपला स्वतंत्र गट स्थापन केलेला असून नामदार आगाखान हे त्यांचे अध्यक्ष आहेत व मि. झफरुल्लाखान हे त्यांची बाजू मांडणारे त्यांचे स्पोक्समन आहेत. सर्व राउंड टेबल कॉन्फरन्समध्ये हा मुसलमानांचाच फक्त एक संघटित असा गट आहे. हिंदू हे आपल्या पूर्वपरंपरेनुसार विभक्त व परस्परांपासून अलिप्त आहेत. हिंदूंपैकी प्रत्येकजण जो काही बोलेल व करील ते स्वतःच्या नावाने व स्वतःकरिता बोलेल, अशी वस्तुस्थिती आहे. आणि सगळ्यात खेदाची व चिंतेची गोष्ट वाटते ती ही की, हिंदू-मुसलमानांचे येथेही एकादेखील मुद्द्यावर एकमत अगर एकवाक्यता होऊ शकत नाही. हिंदूंबरोबर एकमत करून घेण्याची मुसलमानांना आवश्यकता मुळी भासली नाही. आपण म्हणू ते हिंदूंनी मान्य करावे असे मुसलमानांना वाटते. असे का असावे, याचादेखील लोकांना फार अचंबा वाटतो. काहीच्या मते हिंदूंशी मतभेद ठेवण्यात मुसलमानांचे हित साधले जाते. कारण हिंदू-मुसलमानांतील या मतभेदामुळे ब्रिटिशांना दोघांच्या भांडणात निर्णय देण्याची साहजिक संधी मिळते आणि मुसलमानांना अशी आशा वाटते की, ब्रिटिशांनी दिलेला कोणताही वादग्रस्त बाबतीतील निर्णय आपल्याला हितकारक व अनुकूल असाच असेल. या त्यांच्या अंदाजात बरेच तथ्य आहे, असे मला वाटते. ते कसेही असो पण ब्रिटिशांना मुसलमानांच्या वादात मध्यस्थी करून निर्णय देण्याचा अधिकार व संधी आहे ही वस्तुस्थिती हिंदू-मुसलमानांतील ऐक्याला विघातक आहे. यामुळे हिंदू-मुसलमानात सलोखा होणे अशक्यप्राय झालेले आहे, ही गोष्ट आता हिंदूंनी ओळखली असून आपण सुसंघटितपणे वागावे असे त्यांना वाटू लागले आहे. सर एपी पेट्रोखेरीज सर्व हिंदू प्रतिनिधींना ऐक्याची आवश्यकता तीव्रपणे भासू लागली आहे. सर एपी पेट्रो हे माझ्याशेजारीच बसतात. त्यांना इंग्रज हे आपले पहिल्या प्रतीचे मित्र वाटतात. इंग्रजांच्या खालोखाल त्यांना मुसलमानांचा जिव्हाळा वाटतो. हिंदुस्थान अगर हिंदू यांना त्यांच्या हृदयात फारच अल्प स्थान आहे. आतापर्यंत ज्या प्रश्नांची वाटाघाट झाली त्यात अस्पृश्यांच्या मतदारसंघाचा व प्रतिनिधित्वाचा प्रामुख्याने विचार झाला. मला कळविण्यात आनंद वाटतो की, आपल्या या प्रश्नांच्या बाबतीत

कसल्याही प्रकारची घासाघीस अगर प्रतिकूल टीका कोणीच केली नाही व आपले हे प्रश्न समाधानकारकपणे निकालात निघाले. अजून परिषदेपुढे दुसरा मोठा कार्यक्रम व दुसरे अनेक भानगडीचे प्रश्न आहेत. २० डिसेंबरपर्यंत हे कसे आटोपेल ते आटपो; पण या एकंदर कार्यक्रमाविषयी येथे फारच थोड्यांना उत्साह अगर आपलेपणा वाटत असलेला दिसून येतो. खरे व लोकांना जबाबदार असणारे स्वराज्य कधी पदरात पडेल याचा सर्वांना ध्यास लागलेला दिसतो. पण या खऱ्या स्वराज्याचा प्रश्न तर या परिषदेच्या कार्यक्रमात कोठे दिसतच नाही! याचा अर्थ असा की, राज्यपद्धतीचे कागदी स्वरूप काय असावे, हे ठरवून आम्ही परत येऊ. पण हे स्वराज्य अमलात कधी येणार हे मात्र आम्हाला नक्की सांगता येणार नाही. ती गोष्ट गुलदस्त्यात राहणार आहे. पण याही प्रश्नाचा निकाल लावून घेण्याचे कोणीतरी ठरविले आहे असे म्हणतात. असे झाल्यास या प्रश्नामुळे उत्पन्न होणाऱ्या वादळात परिषदेचे तारू बुडण्याचा संभव आहे.'

❖❖❖

९ डिसेंबर १९३२

'१७ नोव्हेंबर १९३२ रोजी सुरू झालेल्या तिसऱ्या राउंड टेबल कॉन्फरन्सचा हा तिसरा आठवडा आहे. मागील दोन परिषदांच्या बाबतीत जो एक प्रकारचा उत्साह व जी एक तऱ्हेची आस्था वाटत होती, ती या तिसऱ्या परिषदेच्या वेळी प्रतिनिधींनाही वाटत नाही आणि ब्रिटिश जनताही या राउंड टेबल कॉन्फरन्सच्या कार्याकडे पूर्वीसारख्या कौतुकाने व आस्थेने लक्ष देताना दिसत नाही. येऊ घातलेल्या फेडरेशनची रूपरेषा कशी काय असावी व त्याच्याभोवती कोणकोणत्या बंधनाची कुंपणे असावी हे जाणण्यापेक्षा ते फेडरेशनरूपी स्वराज्य नक्की आपल्या हाताला कधी लागेल हे जाणण्यास हिंदी प्रतिनिधी अधिक उतावीळ व उत्सुक झाले आहेत. पण हे फेडरेशन कधी प्राप्त होणार याचाच मुळी अंदाज लागत नाही. त्यामुळे सध्या जी चर्चा व काथ्याकूट येथे चालला आहे त्याच्यात भरीव असे विशेष काहीच कोणाला वाटत नाही.

या परिषदेत असे कित्येक प्रतिनिधी आहेत की, ते तिच्या कामकाजात मनापासून मुळी भागच घेताना दिसत नाही. त्यांच्या अनास्थेच्या मुळाशी दुसरेही एक कारण आहे. कार्यक्रमपत्रिकेत फेडरेशन कसे असावे यासंबंधीच्या कालमर्यादेचा त्यात नामनिर्देशही नाही. फेडरेशन कसे असावे हा प्रश्न चर्चेत आहे; पण ते कधी येणार याचा काही अंदाज नाही. ती गोष्ट रामभरोसे ठेवल्यासारखी वाटते. त्यामुळे पुष्कळांना या चालू चर्चेत काही तथ्यांश

दिसत नाही व म्हणून ते तिच्यात विशेषतः भागही घेताना दिसत नाहीत. पुष्कळांना तर अशी भीती वाटते की हा प्रश्न शेवटपर्यंत असाच गुलदस्त्यात राहील व हिंदी प्रतिनिधींना फेडरेशन कधी येणार हे न समजताच परत फिरावे लागेल. पण हा प्रश्न कोणी विचारल्यास त्याचा निर्णय समाधानकारक लागेल असेही मला वाटत नाही.

हिंदू-मुसलमान आपापसात लढू लागले म्हणजे अस्पृश्यांचा ओढा मुसलमानांकडे वळू लागतो. त्यांना वाटते की, मुसलमानांशी आपण दोस्ती केली की आपले हित होईल. पण ही गोष्ट दिसते तितकी खरी नाही, हे लक्षात ठेवून अस्पृश्यांनी फार सावधगिरीने वागले पाहिजे. शारदा कायद्याच्या बाबतीत मुसलमानी धोरणाचा मला जो अनुभव आला तो काही समाधानकारक म्हणता येण्यासारखा नाही. जीर्ण व पुराणमतवादी हिंदू कर्मठांबरोबर शारदा कायद्यासारख्या आवश्यक कायद्याला विरोध करण्यासाठी बहुतेक मुसलमान तयार झालेले पाहून माझ्या मनाला त्याचवेळी मोठा धक्का बसला. या राउंड टेबल कॉन्फरन्सच्या वेळीही मुसलमानांची सामाजिक मनोवृत्ती कट्टर सनातनी हिंदूंप्रमाणेच किती आकुंचित व अधोगामी असू शकते याचा दुसरा अनुभव नुकताच मला येथे आला. वर्णाश्रम स्वराज्य संघाच्या सनातनी ब्राह्मण अध्यक्षांचा एक खास टेलिग्राम मि. ए. एच. गझनवी या मुसलमान प्रतिनिधीला परवा येथे आला. अस्पृश्यांच्या मंदिरप्रवेश चळवळीला विरोध करण्यास सनातनी हिंदूंबरोबर मुसलमान बंधूंनी सहकार्य करावे अशा आशयाचा तो संदेश होता. हिंदुस्थानला 'स्वराज्य' मिळाल्यास तो हिंदूंच्या त्याचप्रमाणे मुसलमानांच्या दोघांच्याही धर्माला घातक होईल आणि म्हणून अशा स्वराज्यापासून धर्मनिष्ठ हिंदूंप्रमाणे धर्मनिष्ठ मुसलमानांनीही सावध असावे, असेही त्यात ध्वनित केले होते. सनातनी हिंदूंची बाजू मुसलमान प्रतिनिधींना राउंड टेबल कॉन्फरन्सपुढे मांडावी, अशीही या सनातनी ब्रह्मवृंदांनी मि.गझनवीला विनंती केली होती. मुसलमानांकडे अशा रीतीने आपले प्रतिनिधित्व सोपवून 'आम्ही जाती ब्राह्मण, आमचे सोयरे मुसलमान' ही म्हण या कट्टर ब्रह्मवृंदांनी सार्थ करून दाखविली असे म्हणण्यास हरकत नाही. मि. ए. एच. गझनवीने हा टेलिग्राम येथील 'टाइम्स' पत्रात प्रसिद्ध केला. मि. ए. एच. गझनवीसारख्या बंगाली कट्टर मुसलमानांना कट्टर हिंदू सनातन्यांनी आपल्या धर्माचे रक्षण करावयास सांगावे व ते त्यांनी मान्य करावे ही घटना हिंदुस्थानातील सुधारकांनी अवश्य लक्षात घेतली पाहिजे. आपला धर्म संकटात पडतो असे पाहताच, त्याचा जीव वाचविण्यासाठी कट्टर सनातनी हिंदू ब्राह्मणदेखील कट्टर यवन ऊर्फ म्लेच्छांचा धावा करण्यास कसा तत्पर असतो, याचे हे एक उत्कृष्ट उदाहरण आहे. हिंदूंचा धर्म तर असा विघ्नसंतोषी

आहे की, जरा काही नवीन गोष्ट घडली किंवा कालमानाप्रमाणे रूढाचारात थोडासा फरक पडतोसा वाटला की, हिंदूंचा हा धर्म संकटात नेमका सापडलाच.

सनातनी हिंदूंप्रमाणे हिंदी मुसलमानदेखील एक अजब चीज आहे. सर्व सामाजिक सुधारणेचे त्याला वावडे आहे. हिंदुस्थानातील त्यांचे बंधू समाजक्रांतिवादी बनलेले आहेत. राष्ट्राच्या व मानवी जीवनाच्या स्वाभाविक प्रगतीला अडथळा करणाऱ्या सर्व जुन्या चालीरीतींचा मुस्तफा कमाल पाशासारख्या मुसलमान देशभक्ताने धुव्वा उडवून दिला आहे. कमाल पाशाबद्दल मला मोठा आदर वाटतो व आपलेपणा वाटतो. पण हिंदी मुसलमानांना, मौ. शौकत अली सारख्या देशभक्त व राष्ट्रीय मुसलमानांनादेखील कमाल पाशा व अमानुल्ला आवडत नाहीत, कारण ते सुधारक आहेत आणि हिंदी मुसलमानांच्या धार्मिक दृष्टीला सुधारणा तर महत्पाप वाटते.

मि.डी.व्हेलेराच्या सूचनेप्रमाणे बादशहाने आयर्लंडच्या गव्हर्नर जनरलच्या जागी ज्या गृहस्थाची नेमणूक केली ते गृहस्थ यापूर्वी एक दुकानदार होते. असा हा लहानसा दुकानदार आयर्लंडच्या गव्हर्नर जनरल पदावर आरूढ होईल, अशी कोणाला कल्पना तरी येऊ शकेल काय? स्वराज्याकरिता झगडणाऱ्या आयरिश लोकांविषयी कै.टिळकांना मोठे कौतुक व आदर वाटे म्हणतात. आयर्लंडचा कित्ता गिरविण्याविषयी हिंदुस्थानातील लोकांना ते नेहमीच टोचत असत. पण त्याच टिळकांना हिंदुस्थानी राज्यसूत्रे तेली, तांबोळी व तागडीवाले वगैरे शूद्र जातीय लोकांच्या हाती जाण्याची कल्पनादेखील असह्य वाटत असे. राज्यसत्तेची सूत्रे ब्राह्मणाच्या हाती असावीत, ती हलविण्यास अन्य कोणी पात्र नाही, अशी त्यांची विचारसरणी दिसून येत असल्याचे त्यांनी वेळोवेळी बोलून दाखविलेल्या विचारांवरून दिसून येते. याच्या उलट डी.व्हेलेराची मनोवृत्ती आहे. तेली, तांबोळी व तागडीवाल्यांचा उपहास करण्याऐवजी तागडीवाल्याला त्याने आपल्या स्वराज्यातील सर्वांत मोठ्या अशा बहुमानाच्या जागेवर नेऊन बसविले. आपले हिंदी देशभक्त व लोकनायक आणि आयरिक देशभक्त पुढारी यांच्या मनोवृत्तीत असा हा एक मोठा फरक आहे.

येरवडा जेलमधून प्रसिद्ध होणारी गांधींची पत्रके मी वाचीत असतो. 'डेली हेरॉल्ड' या एका मजूरपक्षीय पत्राखेरीज गांधींचे नावसुद्धा येथील इंग्लिश पत्रे आजकाल छापीत नाहीत. रत्नागिरीच्या पटवर्धनांसाठी गांधींनी उपवास केला असे मी 'डेली हेरॉल्ड'मध्ये वाचले. माझ्या मते, याबाबतीत गांधींची कारणे हे अगदी सर्वस्वी रास्त असून सरकारचे धोरण सर्वस्वी चुकीचे आहे. श्री.पटवर्धनांच्या इच्छेप्रमाणे सरकारने त्यांना भंग्याचे काम करू द्यावयास पाहिजे होते. त्यांना मनाई करण्याचे सरकारला मुळीच कारण नव्हते. जातिभेद व तज्जन्य

अस्पृश्यता जर नष्ट व्हावयाची असेल तर घाणेरडे धंदे वंशपरंपरागत पद्धतीने करण्याची रूढी नष्टच केली पाहिजे. सरकारने आणि तेही ब्रिटिश सरकारने भंग्याचे काम भंग्याच्या जातीत जन्मलेल्या व्यक्तीनेच करावे असा आग्रह धरून जातिभेदाचे रक्षण करण्याची चिंता का वाहावी व असे करणे त्यांना कसे शोभते, हेच मला शोभत नाही. गुरुवायुर मंदिरासाठी गांधी जो प्राणांतिक उपवास करणार आहेत, त्याही त्यांच्या कृतीला मला असाच पाठिंबा देता आला असता तर फार बरे झाले असते. गांधींचे हे करणे चुकीचे आहे असे माझे म्हणणे नाही; पण त्यांचे हे करणे अनावश्यक व अप्रामाणिक आहे, असे मला वाटते. पण त्यांनी ठरविलेल्या संकल्पापासून त्यांना परावृत्त करणे व्यर्थ आहे. या निरुपयोगी प्रयोगापायी ते आपला प्राण खर्ची घालणार नाहीत, अशी आपण आशा करूया. कारण तसे करणे म्हणजे एका चांगल्या उपयुक्त जीवनाचा निरुपयोगी गोष्टीपायी अपव्यय करण्यासारखे होईल. गुरुवायुरच्या बाबतीत लोकमतावर व प्रचलित कायद्यावर त्यांनी आपल्या संकल्पाची भिस्त ठेवल्याचे ऐकून जरा हायसे वाटले. अंतरात्म्याच्या अंतस्थ प्रेरणेचाच, प्रथम जाहीर केल्याप्रमाणे, त्यांनी जर आधार घेतला असता तर मग त्यांच्या संकल्पाचे स्वरूप परिणामाच्या दृष्टीने अधिक धोक्याचे व चिंताजनक झाले असते.

६ डिसेंबरच्या 'मँचेस्टर गार्डियन' पत्रात प्रसिद्ध झालेले व्यंगचित्र मोठे मजेदार व उद्बोधक आहे. या चित्रात हिंदुस्थानचे सध्या व्हाइसरॉय लॉर्ड विलिंग्डन यांनी उपोषण केले असून ग्लानी येऊन ते कॉटवर पडल्याचे दाखविले आहे. जवळच बाजूला मि. रॅम्से मॅक्डोनाल्डचा एक निर्जीव पुतळा स्टुलावर ठेवलेला दाखविला असून दुसऱ्या बाजूला बऱ्याच अंतरावर गांधी चरख्यावर सूत काढत असलेले व त्यांची बकरी जवळच रवंथ करीत कान टवकारून उभी असलेली दाखविली आहे. ब्रिटिश पार्लमेंटकडून मिळणाऱ्या राजकीय सुधारणांना अस्पृश्य लेखून त्यांचा अव्हेर गांधींनी करू नये - त्या सुधारणांना स्पृश्य लेखून त्यांचा स्वीकार करण्यास गांधींना भाग पाडण्यासाठी व्हाइसरॉय साहेब गांधींविरुद्ध हा उपास करीत असल्याचा भावार्थ या व्यंगचित्रात चित्रकार मि.लो.यांनी रेखाटला आहे. गांधींचे सहकार्य संपादन केल्याशिवाय भावी राज्यघटना यशस्वी होणार नाही व म्हणून ब्रिटिश सरकारला गांधींची मनधरणी करून त्यांचे सहकार्य मिळविणे भाग पडेल, असे या चित्रातून दर्शविले आहे. पण ब्रिटिश सरकारला शरण आणण्याइतकी सुसंघटित शक्ती गांधींच्या पाठीशी यापुढे असू शकेल असे वाटत नाही.'

●●●

मजूरमंत्री

'दलित वर्ग हा शूद्राच्या नीच स्थानी कुजत राहील असा राजकीय दर्जा दलितवर्ग मान्य करणार नाही. अस्पृश्यांवरील हिंदूंच्या सामाजिक, आर्थिक आणि धार्मिक वर्चस्वात आणखी राजकीय वर्चस्वाची भर पडणार असेल, तर मी ती सहन करणार नाही.'

बहुसंख्य लोक अस्पृश्यांच्या उत्कर्षाला आवश्यक असणाऱ्या स्वातंत्र्य, समता नि बंधुता नाकारीत आहेत. १०० मामलेदारांत दलितवर्गापैकी १ मामलेदार आणि ३४ महालकऱ्यांपैकी एकही दलितवर्गीय नाही. ३३ उपजिल्हाधिकाऱ्यांपैकी फक्त १ दलितवर्गीय असे प्रमाण आहे.

माझी भूमिका काय आहे, ते या देशात यथार्थपणे समजले नाही, हे मला माहीत आहे. तिच्याविषयी गैरसमज आहेत. त्यासाठी माझी भूमिका स्पष्ट करावयास या संधीचा मला फायदा घेऊ द्या. अध्यक्ष महाराज, मी प्रतिज्ञापूर्वक सांगतो की, जेव्हा जेव्हा माझे वैयक्तिक हित नि सर्व देशाचे हित यात संघर्ष निर्माण झाला तेव्हा तेव्हा मी देशाच्या हिताला प्राधान्य दिले, स्वतःच्या हिताला दुय्यम मानले. स्वहितबुद्धीने मी आयुष्यात मार्ग चोखाळला नाही. जर मी आपल्या शक्तीचा नि परिस्थितीचा स्वतःसाठी उपयोग केला असता तर आज मी दुसऱ्याच एखाद्या ठिकाणी असतो. देशाच्या मागण्यांचा जेव्हा जेव्हा प्रश्न आला तेव्हा तेव्हा मी इतरांच्या पाठीमागे तसूभरही नव्हतो. याविषयी गोलमेज परिषदेतील त्यावेळचे माझे सहकारी माझ्या म्हणण्याला पुष्टी देतील अशी माझी खात्री आहे. गोलमेज परिषदेतील ब्रिटिश मुत्सद्दी तर माझा पवित्रा पाहून गोंधळून गेले होते. त्यांच्या मताप्रमाणे गोलमेज परिषदेत नको ते प्रश्न विचारणारा मी एक भयंकर कारटा ठरलो होतो. परंतु या देशातील जनतेच्या मनात मी नुसती शंका राहू देणार नाही. मी दुसऱ्या एका अशा काही निष्ठेला बांधलो गेलो

आहे की, तिला मी कधीही अंतर देऊ शकणार नाही. ती निष्ठा म्हणजे माझा अस्पृश्यवर्ग. ज्यांच्यात मी जन्मास आलो, त्यांचा मी आहे. जिवात जीव असेपर्यंत मी त्यांना अंतर देणार नाही. यास्तव या विधिमंडळाला मी दृढनिश्चयपूर्वक सांगतो की, जेव्हा अस्पृश्यांचे हित व देशाचे हित यामध्ये संघर्ष निर्माण होईल, त्यावेळी माझ्यापुरते मी सांगतो की अस्पृश्यांच्या हितालाच प्राधान्य देईन. जी छळ करणारी बहुसंख्याक जमात आहे, ती देशाच्या नावाने बोलत असली तरी तिला मी पाठिंबा देणार नाही. ही माझी भूमिका प्रत्येकाने आणि प्रत्येक ठिकाणी समजून घ्यावी. देशाचे हित आधी की माझे हित आधी, तर मी आधी देशाचे हित पाहीन. तसेच माझ्या समाजाचे हित की देशाचे हित आधी असा प्रश्न जेव्हा उपस्थित होईल तेव्हा मी अस्पृश्यवर्गाच्या हिताच्या बाजूने उभा राहीन.

उद्यापासून मी माझ्या नव्या ऑफिसची जबाबदारी स्वीकारणार आहे. म्हणूनच माझ्या मागील वीस वर्षांच्या मुखत्यार पदाचा हिशेब सादर केला. मुसलमान आणि अस्पृश्य हे जरी अल्पसंख्याक समजले जात असले तरी त्यांच्या परिस्थितीत भक्कम असे अंतर आहे, हे स्पष्ट केलेच पाहिजे. आमच्या जातीच्या मानाने मुसलमान जात अत्यंत श्रीमंत आहे.

व्हाइसरॉय लॉर्ड वेव्हल्सच्या कार्यकारी परिषदेत (जुलै १९४२) मजूरमंत्री डॉ.बाबासाहेब आंबेडकर आपल्या सहकाऱ्यांसोबत.

ब्रिटिश येईपर्यंत ते या देशाचे राज्यकर्ते होते. अशा तऱ्हेचा त्यांच्यामागे उच्च असा दर्जा आहे व आमच्यापेक्षा त्यांची कितीतरी प्रगती अधिक झालेली आहे. शेकडो वर्षांपासून आमची पिळवणूक झालेली आहे. आत्यंतिक दारिद्र्य ही आमची आर्थिक स्थिती आहे. केवळ लोकसंख्येवरून आमची तुलना आपण मुसलमानांशी करू शकत नाही. पूर्णतः आपल्याच प्रयत्नावर सुरुवातीपासून अवलंबून राहून आम्हाला कार्य केले पाहिजे. आम्हाला आपल्या जातीचा उद्धार करावयाचा आहे. माझ्या या नवीन नेमणुकीमुळे ही माझी जबाबदारी मला दुसऱ्याच्या खांद्यावर सोपवावी लागत आहे. अधिकारासंबंधी मला मुळीच आवड नाही. मी चांगला सुरळीत होतो. सध्या डॉ.आंबेडकरांमध्ये आणि माननीय आंबेडकरांमध्ये काही फरक आहे असे मला वाटत नाही. माझ्या नेमणुकीसंबंधी अधिक महत्त्वाचे मला वाटते ते हे की, गव्हर्नर जनरलच्या एक्झिक्युटिव्ह कौन्सिलवर दलित वर्गाच्या प्रतिनिधीसाठी एक जागा ठेवलीच पाहिजे, अशी आता रूढी स्थिर झालेली आहे. ब्राह्मणशाहीला हा प्राणघातक ठोसा आहे. माझ्या नेमणुकीचे हे महत्त्व आहे. अशा तऱ्हेचा प्रघात पडणे ब्राह्मणशाहीला मुळीच पथ्यकारक नाही. मला वाटते अस्पृश्यांचा हा फार मोठा विजय आहे.

माझ्यासंबंधी ज्यांची मते चांगली नाहीत, असे बरेचसे लोक आहेत. वाचनात वेळ घालवून एकाकी जीवन जगणे हा माझा स्वभाव आहे. अशा माझ्या स्वभावाबद्दल पुष्कळांना असे वाटते की, मी लोकांशी नीट न वागता त्यांना टाळतो याचा हा पुरावाच आहे. मी तुम्हाला खात्रीपूर्वक सांगू इच्छितो की, कोणाचाही कसलाही अपमान करावा अशी माझी मुळीच इच्छा नसते. माझा काळ फार मर्यादित आहे, मला पुष्कळ गोष्टी करावयाच्या आहेत व मदतनीस तर कोणी नाही.

पुष्कळ हिंदू माझ्याकडे शत्रुत्वाच्या नजरेतून पाहतात. मी त्यांच्या भावना दुखवण्याइतके बोलतो अशी त्यांची तक्रार आहे. परंतु माझे हृदय अत्यंत कोमल आहे, हे मला माहीत आहे. ब्राह्मणांमधूनसुद्धा मला पुष्कळ मित्र आहेत. तथापि कोमल हृदयाच्या माणसानेसुद्धा सत्य बोलून दाखविलेच पाहिजे. आपल्या अत्यंत प्रिय अशा आप्तेष्टांना कुत्र्यापेक्षाही वाईट वागविले जात असताना आणि त्याच्या प्रगतीची द्वारे सर्व तऱ्हेने बंद झालेली आहेत हे दिसत असताना मी हिंदूंशी दयाळूपणाने वागावे अशी अपेक्षा तरी ते कशी करू शकतात? सध्याच्या हिंदू पिढीने यासंबंधी काही केलेले नाही, हे मला कळते. म्हणूनच माझ्या भावना आवरून माझ्या विरोधकांशी सन्मानपूर्वक वागण्याचा मी प्रयत्न करतो. माझ्या विरोधकांशी माझी वागणूक दुष्टपणाची कधीच नसते. परंतु त्याचे अपराधी मन त्यांना खात असते.

मी व्हाइसरॉयच्या कार्यकारी मंडळाचा सभासद या नात्याने सरकारी कामानिमित्त कलकत्त्यास गेलो होतो. तेथे अपर सेक्युलर माझे मित्र श्री. बी. व्ही. जाधव राहत असत. मी त्यांच्याकडे पाहुणा म्हणून उतरलो होतो व काम संपल्यावर आणि माझ्या मित्राचा पाहुणचार घेतल्यावर मी परत माझ्या रेल्वे सलूनमध्ये येऊन पोहोचलो. माझी सलून दुसऱ्या दिवशी दिल्लीस जाण्यासाठी निघणार होती.

दुसऱ्या दिवशी पहाटे माझे मित्र मि. बी.व्ही.जाधव, त्यांच्या पत्नी व त्यांची मुलं सामानसुमानासकट माझ्या सलूनपाशी उभी असलेली पाहताक्षणी मला फार आश्चर्य वाटले. कारण आदल्या रात्रीच नमस्कार-चमत्कार झाला असल्याने मला निरोप देण्यासाठी हे जाधव कुटुंब एवढ्या पहाटे का आले? याचा मला उलगडा होईना. तेव्हा जाधव सांगू लागले, "आमच्या घरातल्या नोकरांनी बंड केले. ते म्हणाले, डॉ.आंबेडकर हे भंगी आहेत, हे आम्हाला माहीत होते. तुमच्या घरी ते राहिले, खाल्ले, जेवले, त्यामुळे तुम्ही पण त्यांच्याच जातीचे भंगी आहात, अशी आमची खात्री झाली. आमची जात बिघडली. आमचा धर्म बुडाला. आता हे लोक आम्हाला मोहल्ल्यात तरी राहू देतील की नाही याची मला शंका आहे. म्हणून मी घर बंद करून मंडळींना थेट मुंबईला पाठवून द्यायचे ठरविले आहे!" ही गोष्ट दोन वर्षांपूर्वी घडली. त्यामुळे तुम्हा हिंदूंची मने आमच्याबद्दल किती शुद्ध आहेत, याची मला कल्पना आली. तुम्ही आम्हाला महार किंवा भंगी म्हणण्याऐवजी 'हरिजन' म्हणू लागला आहात, एवढेच काय ते!

समता सैनिक दलाबाबत

मध्यप्रदेशात उभारण्यात आलेले हे स्वयंसेवकांचे दल पाहून मला फार आनंद झाला. प्रथमतः हे स्वयंसेवकांचे विस्तृत दल १९२६ साली मुंबईत सुरू करण्यात आले होते. आपल्या सर्वसामान्य चळवळीचा समता सैनिक दल हा एकसंघ असा विभाग आहे. खरेच ते एक आपल्या चळवळीचे भक्कम असे साधन आहे. या स्वयंसेवक संघटनेच्या उभारणीला मूलतः कोणते कारण असेल तर हिंदू समाजात समता मिळविण्यासाठी दलित वर्गाच्या मागण्यांना प्रोत्साहन देणे हेच होय. तिच्या नावातच सूचित असल्याप्रमाणे ही संघटना हिंदू समाजामध्ये दलित वर्गाला समतेचे स्थान प्राप्त करून देण्याच्या उद्देशाने स्थापन करण्यात आली होती. आज हिंदूंपासून पूर्णतः विभक्त होऊन हिंदूंच्याबरोबर सामाजिक समता हस्तगत करणे हे तिचे ध्येय आहे. आपल्या राजकीय मागण्यांना व्यक्त करण्यासाठी सुरक्षित असे सभास्थान दलित वर्गाला लाभू शकत नव्हते. काँग्रेसची संघटना इतकी चढेल

झाली होती की, ती मुंबईमध्ये इतर कोणत्याही राजकीय पक्षाला सभा होऊ देत नसे. सभा घेण्याचे कोणी धाडस करीत नसे. काँग्रेसचे स्वयंसेवक येऊन अशा सभा उधळून लावीत असत. या दहशतीचा सामना करण्यासाठी आमच्या स्वयंसेवकांच्या मूळ कर्तव्यामध्ये आम्ही आणखी भर घातली. ती म्हणजे राजकारणात भाग घेऊन काँग्रेस स्वयंसेवकांच्या या जुलमी व अत्याचारी कृत्यापासून आपल्या सभांचे रक्षण करणे हे होय.

मी गोलमेज परिषदेला जाण्याच्या तयारीत होतो, तेव्हाचा प्रसंग अजून मला आठवतो. माझ्या गोलमेज परिषदेला जाण्यासंबंधी निंदा करण्यासाठी मी राहत होतो त्याच्याजवळ दलित वर्गाच्या नावावर काँग्रेसने मुंबईमध्ये एक सार्वजनिक सभा घेतली होती. या सभेत दलित वर्गाचा मी खरा प्रतिनिधी नाही, असे ते जाहीर करणार होते. या सभेच्या संघटकांना मी असे सांगितले की, ''जर ही खरीखुरी दलित वर्गाचीच सभा होणार असेल तर त्यांनी कोणताही ठराव घेतला तरी मला मुळीच वाईट वाटणार नाही. परंतु ही तुमची सभा दलित वर्गाची नाही.'' परंतु आधीच योजून ठेवलेली कृत्ये बंद करण्यास त्यांनी नकार दिला. संध्याकाळी ही सभा भरविण्यात आली. परंतु ऐनवेळी आपल्या स्वयंसेवकांची एक तुकडी आली आणि काँग्रेसच्या स्वयंसेवकांची पूर्णतः दाणादाण करून त्यांनी सभा हस्तगत केली. खुर्ची, टेबल व कॉलबेल सोडून काँग्रेसच्या लोकांना जीव घेऊन पळावे लागले. ही खुर्ची, टेबल व बेल विजयाचे मानचिन्ह म्हणून आमचे स्वयंसेवक अखेर घेऊन आले. आमचा स्वयंसेवक संघ मुंबईत सर्वांत बलवान आहे. आमच्या स्वयंसेवकांना आव्हान देण्याचे धाडस अजूनपावेतो कोणीही केले नाही.

अशा स्वयंसेवकांच्या संघटनेला विरोध करणारे काही लोक आहेत. ते स्वतःला अहिंसेवर विश्वास ठेवणारे म्हणवितात आणि या संघटनांना आणि शक्तीच्या प्रदर्शनाला विरोध करतात. मीसुद्धा स्वतः अहिंसा तत्त्वाला शिरोधार्ह मानणारा माणूस आहे. परंतु अहिंसा आणि लीनता यामध्ये मी फरक करतो. लीनता म्हणजे दुर्बलता. स्वतःच स्वतःवर दुर्बलता लादून घेणे हा काही सद्गुण नव्हे. मी अहिंसेवर श्रद्धा ठेवणारा तर आहेच; पण दया तिचे नाव। भूतांचे पालन। आणिक निर्दालन। कंटकांचे।। या तुकाराम महाराजांच्या अहिंसेच्या व्याख्येतील अर्थाने तुकारामाने अत्यंत समर्पकपणे दोन गोष्टींमध्ये अहिंसा असल्याचे सांगितले आहे. १) सर्व प्राणिमात्रांसंबंधी प्रेम व दया, आणि २) दुष्ट लोकांचा नाश. अहिंसेच्या व्याख्येतील या दुसऱ्या भागाकडे बहुधा दुर्लक्ष होते व या नजरचुकीमुळेच अहिंसेचे तत्त्व हास्यास्पद होते. दुष्टांचा विनाश करणे हा अहिंसा तत्त्वातील महत्त्वाचा घटक आहे. त्याच्याशिवाय अहिंसा म्हणजे केवळ टरफल. फक्त कल्पनारम्य सुख. व्यवहारात वापरण्याजोगे तत्त्व म्हणून

ते उतरतच नाही. जेथपर्यंत दुसऱ्याला दुःख देण्याची दुष्ट इच्छा आपण बाळगीत नाही आणि जेथपर्यंत केवळ सर्व दुष्टांचा नाश करण्याच्या सीमेपर्यंत आपण मर्यादा घालून घेऊ तेथपर्यंत शक्तीची उपासना करण्याविरुद्ध व शक्ती-संघटनेविरुद्ध कोणीही कोल्हेकुई करू शकत नाही. शीलाने नियंत्रित केलेली शक्ती आमचा आदर्श आहे. कसल्याही टीकेला भीक घालण्याची तुम्हाला मुळीच गरज नाही. अविचाराने कोणालाही दुःख देण्याचे टाळा. ज्याला ज्याला तुमच्या मदतीची आवश्यकता असेल त्याला त्याला सर्व प्रकारची मदत करा म्हणजे तुम्ही आपल्या लोकांची फार मोठी सेवा केलीत असे होईन.

मी मजूरमंत्री आहे. मध्यवर्ती सरकारमार्फत मजुरांच्या हिताकडे अधिकाधिक लक्ष देण्यात येत आहे. १९३० साली या प्रश्नाबाबत एक रॉयल कमिशन नेमले गेले होते. त्या कमिशनने अनेक सूचनाही केल्या होत्या. १९३० सालापासून ४२ सालापर्यंतचा इतिहास पाहिला तर या दृष्टीने काहीच झाले नाही. पण ४२ सालापासून म्हणजे मी मंत्रीपद स्वीकारल्यानंतर आज ४६ सालापर्यंत अवघ्या तीन वर्षांत प्रगती झालेली दिसेल. यात आत्मस्तुती नसून वस्तुस्थिती आहे. २० सालापासून आजतागायत मध्यवर्ती असेंबलीत मजुरांचा एक प्रतिनिधी घेतला जात असे. आज तीन मजूर प्रतिनिधी नव्या असेंब्लीत बसलेले तुम्हाला दिसतील. कौन्सिल ऑफ स्टेटमध्ये आतापर्यंत एकही मजूर प्रतिनिधी घेतला जात नसे. पण यापुढे एक मजूर प्रतिनिधी घेण्यात येईल. आगामी मध्यवर्ती असेंब्लीत मजुरांच्या हिताची १० बिले येणार असून मी ती ड्रॉफ्ट केली आहेत. यावरून देशाचे सामाजिक नि आर्थिक दारिद्र्य दूर करण्याचे प्रयत्न कसे चालू आहेत हे दिसून आहेत.

राजकीय सत्ता हाती असली म्हणजे मनुष्य काय काय करू शकतो याचे मी उदाहरण सांगतो. मी व्हाइसरॉयच्या ज्या कार्यकारी मंडळात प्रवेश केला त्या मंडळाचे १५ सभासद आहेत, मी तेथे एकटाच अस्पृश्य आहे. या गोष्टीला दोन वर्षे कालावधी लोटला. तेवढ्या अवधीत मी तेथे राहून काय केले हे सांगितले म्हणजे राजशक्ती किती प्रखर असते याचा उलगडा होईल. मी तेथे जाण्यापूर्वी मध्यवर्ती सरकारने अस्पृश्यांच्या शिक्षणाची कसलीही जबाबदारी स्वतःच्या अंगावर घेतली नव्हती. मात्र मुसलमानांच्या अलिगढ विश्वविद्यालयाला २० लाख रुपयांची मदत देऊन व बनारस हिंदू विश्वविद्यालयाला १९ लाख रुपये भांडवल पुरवून साहाय्य केले. शिवाय या दोन्ही संस्थांना सालाना ३ लाखांची मदत चालू आहेच. मी तेथे गेल्यानंतर गेल्या वर्षीपासून सरकारने दलित वर्गांकरिता ३ लाख रुपयांची मदत चालू केली आहे. शिवाय ३०० कॉलेज शिष्यवृत्त्या, प्रत्येकी ६० रुपयांच्या मंजूर झाल्या

आहेत. याचवर्षी ३० विद्यार्थी उच्चशिक्षणासाठी विलायतेस जातील. आता अशी व्यवस्था केली आहे की, निदान दोन वर्षांत १५ विद्यार्थी विलायतेला येथून पुढे जातील. अशा प्रकारची व्यवस्था पूर्वी कधीही झाली नव्हती, ती आज झाली आहे. आता नोकरीसंबंधीची बाब पाहा. मुसलमानांना शेकडा २०, खिश्चनांना शेकडा ८॥, पण पददलितांना मात्र अशा प्रकारचे प्रमाण पूर्वी अजिबात नव्हते. फक्त 'यांच्याकडेही लक्ष पुरवावे' एवढीच शिफारस होती. अर्थात आमच्या पदरात शून्य टक्का होता.

पण नुकतीच माझी मागणी सरकारला पटून आमचेही नोकऱ्यात प्रमाण शेकडा ८ पूर्णांक एकतृतीयांश असे ठरविण्यात आले आहे. मी तेथे गेलो तेव्हा माझ्या खात्यात हमालसुद्धा अस्पृश्यांचे नव्हते. पण आता डेप्युटी सेक्रेटरी २, अंडर सेक्रेटरी १, एक्झिक्युटिव्ह इंजिनिअर्स ३ असे अस्पृश्य वर्गाचे लोक भरले आहेत. कोणी म्हणतात, मी महारांचेच हित पाहतो. मी महारात जन्मलो याला काय करू? पण माझ्याविरुद्ध केली जाणारी तक्रार खोटी आहे. मी लवकरच एक प्रांतागणिक जातवारी नमूद करून तक्ता प्रसिद्ध करणार आहे. यावरून कोणत्या वर्गाचे किती लोक नोकरीत भरले आहेत व कोणाला किती स्कॉलरशिप्स दिल्या आहेत याची स्पष्ट कल्पना लोकांना करता येईल. माझ्या खात्यात सिमल्याला २८ नोकरांपैकी १८ भंगी आहेत. विलायतेला जाणाऱ्या लोकांत १ मांग, १ भंगी व चांभार पुष्कळ आहेत. सांगण्याचा हेतू एवढाच की, राजकीय सत्ता हाती असता मनुष्य काय करू शकतो हे स्पष्ट व्हावे. मी एकटा असताना जर हे करू शकलो, तर माझ्या जोडीला आणखी २-३ लोक आले तर याहीपेक्षा जास्त काम नाही का करता येणार? म्हणूनच माझा आग्रह आहे की, राजकीय सत्ता काबीज करण्यासाठी अहोरात्र झगडणे हेच आपले कर्तव्य आहे.

भाऊराव गायकवाड यांना पत्र (८ सप्टेंबर १९४२)

'मी लिहिण्यात आळशी झालो असे नव्हे. उलट मी पूर्वीपेक्षा अधिक लेखन करतो. परंतु मला ऑफिसच्या कामाव्यतिरिक्त दुसरे अन्य काही लिहिण्यास वेळच मिळत नाही, ही खरी वस्तुस्थिती आहे. मी जरी सार्वजनिक जीवनापासून दूर असलो तरी आपली या अवस्थेप्रत आणलेली चळवळ जिवंत ठेवली पाहिजे याचा मला कधीच विसर पडलेला नाही. माझ्या गैरहजेरीत समाजकार्याची मोठी जबाबदारी (भाऊराव) तुमच्यावर आहे. ती आपण यशस्वीरीत्या पार पाडाल याबद्दल मला तिळमात्रही शंका नाही. माझ्या एक्झिक्युटिव्ह कौन्सिलवर (मजूरमंत्र्यांच्या कारकिर्दीत) इतरांबरोबर आपल्याही समाजाला सर्व दृष्टीने मदत करण्याचे ठरविले आहे.

माझ्या अध्यक्षतेखाली दिल्लीला जी मजूर परिषद झाली त्या परिषदेला रा.दोंदे व रा. भोळे यांना प्रतिनिधी म्हणून निमंत्रण दिले, हीच माझ्या कामाची सुरुवात होय. अशी घटना यापूर्वी कधीच घडली नव्हती. एका आठवड्याच्या काळात अनेक समाजोपयोगी गोष्टी मी केल्या.

भाऊराव गायकवाड यांना पत्र (२४ जुलै १९४३)

'मि.आर.एम.डोईफोडे यांच्याकरिता (भाऊराव) तुमच्याकडून शिफारशीसह पत्र मिळाले. मि.आर.एम. डोईफोडे हे माझ्या माहितीचे नाहीत. काही गोष्टी अशा आहेत की त्या मी करू शकतो व काही अशा आहेत की मी त्या करू शकत नाही. याबाबतीत मी किती निष्ठुर असतो हे आपण माझ्या स्वभावावरून ओळखताच. मि.आर.एम.डोईफोडे यांचे असे एक प्रकरण आहे की, त्यात मी काही करू शकत नाही. त्यांचे प्रकरण सर्वस्वी पब्लिक सर्व्हिस कमिशनच्या कक्षेतील आहे. त्यांच्यात हस्तक्षेप करणे ठीक नाही. अशा प्रकरणात मी मुळीच हस्तक्षेप करू शकत नाही.

मी आपल्या समाजातील (अस्पृश्यांतील) मुलांसाठी संधी निर्माण केली. अशा परिस्थितीत आपल्यातील व्यक्तिगत उमेदवार मुलांची प्रकरणे हाती घेण्याची जबाबदारी आपल्यावर पडत नाही. अशा कृत्याने तेवढ्याच पात्रतेच्या दुसऱ्या उमेदवार मुलांवर अन्याय होईल. म्हणून या प्रकरणी मी मुळीच हस्तक्षेप करू शकत नाही, याची तुम्हाला योग्य ती समज होईल.'

भाऊराव गायकवाड यांना पत्र (२६ ऑक्टोबर १९४३)

'आपले साप्ताहिक 'जनता' पत्रक सुरू करावे या योजनेबाबत तुमचे पत्र पोहोचले. आपल्यातील काही उत्साही तरुणांची हे जनता पत्रक चालविण्याची तयारी पाहून आनंद वाटला. आपल्या साप्ताहिक पत्रक चालविण्याच्या कामात मला इतके अनुभव आले आहेत की, त्यामुळे अधिक काळजीपूर्वक पाऊल टाकण्यास मी शिकलो आहे. उगीच फाजील उत्साह असणे बरे नाही. पत्रक चालविणे तशी सोपी गोष्ट नाही. त्यात पैशाचा एक मोठा प्रश्न असतो. दुसरी गोष्ट पत्रकाचा दर्जा सांभाळून पत्रक अधिक दर्जेदार व वाचकांच्या दृष्टीने आकर्षक करणे हे एक महत्त्वाचे आहे. पैशांच्या प्रश्नाचा मी विचार करीत नाही. कारण त्याची जबाबदारी मजवर पडत नाही. परंतु दुसऱ्या प्रश्नाबद्दल मला अधिक काळजी वाटते. आपल्या साप्ताहिकाचा संपादक कोण होणार? त्याची पात्रता काय आहे? हे महत्त्वाचे प्रश्न माझ्यापुढे आहेत. ही माहिती जोपर्यंत मला मिळत नाही तोपर्यंत या योजनेला मी संमती देऊ शकत नाही. नावाबद्दल मी काही विचार केला नाही. 'कैवारी' किंवा त्यासारखे पत्रकाचे काही नाव असावे असे मला मान्य नाही.'

●●●

घटना समितीत प्रवेश

भारताची राज्यघटना तयार केल्यानंतर जेव्हा मुंबईत आलो. तेव्हा मुंबईतील अस्पृश्य समाजाने आनंदप्रीत्यर्थ घटनेच्या प्रतीच्या आकाराचा सुवर्ण करंडक अर्पण करण्याकरिता ११ जानेवारी १९५० रोजी नरेपार्क येथे समारंभ घडवून आणला. सदर प्रसंगी तेथे उपस्थित असंख्य अनुयायांना मनातील विचार सांगितले ते पुढीलप्रमाणे -

आपल्या राष्ट्राची घटना तयार करण्याची कामगिरी माझ्या शिरावर आली हा एक अनन्य प्रकार होय. भारताची घटना तयार करण्यासाठी घटना समिती भरली त्यावेळी माझी काय दशा होती हे आपल्याला माहीत असेलच. १९४६-४७ साली झालेल्या निवडणुकीत 'शेड्यूल्ड कास्ट्स फेडरेशन'चा पराजय झालेला होता. या पराभवाबद्दल लाज वाटण्याचे काहीच कारण नाही. कारण निवडणुकीच्या वेळी सारे हिंदुस्थान राष्ट्र एका बाजूला होते व आपला पक्ष दुसऱ्या बाजूला होता. एका बाजूला प्रबळ अशी राजकीय संघटना होती व दुसऱ्या बाजूला अल्पसंख्याक अस्पृश्य समाज. अस्पृश्यांना या संघटनेशी सामना द्यावयाचा होता. अर्थात पराजय होणे हेच आपले भवितव्य होते.

परंतु पराजय झाल्यानंतर थांबून चालणार नव्हते. आपल्या लोकांचा कोठून तरी घटना समितीत शिरकाव करून घ्यावयाचा होता. अस्पृश्य समाज ही हिंदुस्थानातील एक स्वतंत्र जमात आहे, अशा ब्रिटिश लोकांनी अनेक घोषणा केल्या. परंतु कॅबिनेट मिशनने आपल्या योजनेत अस्पृश्य समाजाचा थोडादेखील नामनिर्देश केला नाही. अस्पृश्य समाजाला त्यांनी वगळले. त्याचवेळी मी घटना समितीमध्ये जाण्याचा निश्चय केला. अस्पृश्य समाजाच्या कल्याणासाठी माझे घटना समितीत जाणे अत्यंत जरूर होते. मी घटना समितीमध्ये निवडून येऊ नये म्हणून काँग्रेसने सर्व ठिकाणी कुलुपे लावली. महाराष्ट्रात जी काही थोडी माणसे

आहेत त्यामध्ये नामांकित म्हणून माझी गणना होणार नाही, असे म्हणणारा माणूस मूर्ख असला पाहिजे. घटना समितीच्या निवडणुकीसाठी तुम्ही उभे राहा म्हणून मि. मुकुंदराव जयकर यांना काँग्रेसने पत्र धाडले, मि. के.एम. मुन्शींना बोलविण्यात आले आणि पुष्कळांना आमंत्रणे-निमंत्रणे धाडली. इतक्या सुवासिनींमध्ये मलादेखील त्यांनी कुंकू लावावयास पाहिजे होते. परंतु मला कसे तरी रांडव करण्यासाठी त्यांनी आटोकाट प्रयत्न केले. म्हणून मी बंगालमध्ये सुखाने नांदावयास गेलो. त्या ठिकाणी कुणी महार नसतानादेखील मी निवडून आलो, हे माझ्या शत्रूंनी पक्के ध्यानात ठेवावे. अस्पृश्यांचे राजकीय हक्क घटना समितीसमोर मांडण्याची संधी आपल्या प्रतिनिधींना सापडावयास पाहिजे होती. हा अत्यंत बिकट प्रश्न होता. काँग्रेस व शे.का.फे. यांच्यात कडवा विरोध असल्यामुळे या पक्षाचा प्रवेश घटनासमितीत होऊ देता कामा नये, असा निश्चय काँग्रेसने केला होता. काय वाटेल ते करून मला घटनासमितीत जाणे काँग्रेस पक्षाने अशक्य केले होते. अखेरीस बंगाल प्रांतातून आत जाण्याचा मार्ग मी शोधून काढला आणि तेथे गेलो. अस्पृश्य वर्गाचे हक्क तेथे मांडता यावेत, त्यांना हिंदूंच्या राज्यात काही सवलती प्राप्त व्हाव्यात, एवढाच माझा मर्यादित उद्देश होता.

राष्ट्राची घटना आपण करावी अशी माझी महत्त्वाकांक्षा नव्हती आणि जेथे मला समितीचे सभासद होणेही दुरापास्त होते, तेथे मला काही अधिकार गाजविता येईल अशी कल्पना करणेही शक्य नव्हते. कोणाही माणसाला आत येऊ देऊ, पण डॉ.आंबेडकरांना आत घेणार नाही, असे ठरविण्यात आले होते. घटना समितीचे दरवाजे मला बंद होतेच; परंतु त्याबरोबर खिडक्याही बंद करून घेण्यास आल्या होत्या. आजूबाजूची भोकेही बुजविण्यात आली होती. परंतु आपल्या सौभाग्यामुळे मला आत पाऊल टाकता आलेच. विधीघटना अशी की, ज्याला आत येऊ न देण्याचा निश्चय केला होता त्याच्याच शिरावर ही मोठी जबाबदारी टाकण्यात आली. झाली ही गोष्ट अत्यंत सुदैवाची झाली. कारण अशा प्रकारची महान कामगिरी करण्याची संधी मनुष्यमात्राला क्वचितच प्राप्त होते. ही गोष्ट मला भूषणावह आहे, तशीच ती आपल्यालाही भूषणावह आहे.

तसे पाहिले तर मी यात विशेष असे काही केलेले नाही. परंतु या कार्यामुळे एक गोष्ट मात्र संबंध हिंदू जनतेला पूर्णपणे पटली आहे. गेल्या २० वर्षांपर्यंत माझ्यावर नाना प्रकारचे आरोप करण्यात येत होते. मी व माझा पक्ष अराष्ट्रीय आहे, इंग्रजांचा साथीदार आहे, मुसलमानांचा बगलबच्चा आहे, अशा प्रकारचे धादांत खोटे आरोप माझ्यावर करण्यात येत होते. त्या लोकांची आता आम्ही तसे नाही ही खात्री पटलेली आहे, ही अत्यंत महत्त्वाची

गोष्ट झाली. २० वर्षे आमच्या पक्षास जो कलंक लागला होता तो आता साफ धुतला गेला. म्हणून या देशाच्या स्वातंत्र्याचे संरक्षण करणे हेही प्रत्येकाने आपले परमकर्तव्य मानले पाहिजे.

भारतीय घटना समितीमध्ये प्रवेश केल्यानंतर केलेल्या पहिल्या भाषणातील काही अंश -

"या देशाची सामाजिक, राजकीय आणि आर्थिक उत्क्रांती आज ना उद्या होणार याबद्दल मला मुळीच संशय वाटत नाही. आज राजकीय, सामाजिक आणि आर्थिकदृष्ट्या एकमेकांपासून आपण विभागलो गेलो आहोत, हे मी जाणतो. एकमेकांशी सध्या आपण लढत आहोत. एका लढाऊ छावणीचा मीही एक नेता आहे. असे जरी असले तरी योग्य वेळ आणि परिस्थिती येताच हा प्रचंड देश एक झाल्यावाचून कधीही राहणार नाही. जगातील कोणतीही शक्ती त्याच्या ऐक्याच्या आड येऊ शकणार नाही. या देशात इतक्या जाती आणि इतके पंथ असूनही आपण सारे लोक कसे ना कसे तरी एकत्र होऊच होऊ, याविषयी माझ्या मनात मुळीच संशय नाही. देशाची फाळणी करावी अशी मुस्लिम लीगची आज मागणी असली तरी एक दिवस असा उगवेल की, अखंड हिंदुस्थान हाच सर्वांच्या कल्याणाचा आहे असे मुसलमानांना आपणहून वाटेल. देशाच्या अंतिम ध्येयाबद्दल मला शंका वाटत नाही. पण देशातील विविध जातींच्या संमिश्र समुदायाला एका निश्चयात आणि सहकार्याने ऐक्याच्या मार्गावर कसे चालावयाचे, हा खरा प्रश्न आहे. देशातील सर्व पक्षांना आणि समाजांना त्यामध्ये सामील होण्याची उत्सुकता वाटावी म्हणून त्यांना खूश करण्यासाठी काही मागण्या बहुसंख्य पक्षाने मान्य केल्या तर मुत्सद्देगिरीचा तो महान विक्रम होईल. जनतेला भेडसावणाऱ्या घोषणा आपण सध्या बाजूला ठेवू. आपल्या विरोधकांच्या पूर्वग्रहांनाही आपण सवलती देऊ. पण काय वाटेल ते करून आपण सर्वांना या मोर्चामध्ये दाखल करून घेऊ. मोर्चा एकदा चालू झाला की, तो निश्चयाने ऐक्याकडेच जाणार. आपल्याबरोबर ज्यांना येण्याची इच्छा नाही त्यांनाही पुढे नेता येईल, अशी शक्यता आपण निर्माण करू. माझे स्वतःचे मत विचाराल तर गटबाजीची योजना मला आवडत नाही. १९३५च्या कायद्याने निर्माण केलेल्या केंद्रापेक्षाही देशाचे मध्यवर्ती केंद्र अधिक बळकट असावे अशा मताचा मी आहे. गेली दीडशे वर्षे देशाचे मध्यवर्ती सरकार बलिष्ठ होत गेलेले आहे, त्याबद्दल मला आदर आणि कौतुक वाटते. हे

मध्यवर्ती सरकार दुबळे करण्याला कॉंग्रेसने का संमती द्यावी हे मला कळत नाही. कॉंग्रेस आणि लीग यांची तडजोड घडवून आणण्यासाठी मला पुन्हा प्रयत्न करावयास हवा. ही बाब इतकी महत्त्वाची आहे की, मानापमानाचा प्रश्न दोन्ही पक्षांनी बाजूला ठेवावा. जनतेचे भवितव्य ठरवीत असताना पक्षांना आणि पुढाऱ्यांना कसले महत्त्व? ह्या पक्षापुढे तीन मार्ग मोकळे आहेत - शरणागती, युद्ध किंवा तह. युद्धाची भाषा सध्या पुष्कळच बोलू लागलेले आहेत. पण लढाई करून या देशातील राजकीय प्रश्न मिटविण्याची कल्पना ऐकून माझ्या अंगावर शहारा येतो. हे युद्ध आपल्याला ब्रिटिशांविरुद्ध करावे लागेल असे पुष्कळांना वाटते. पण मी आपणाला निश्चयाने सांगतो की, हे युद्ध झाले तर ब्रिटिशांविरुद्ध होणार नसून मुसलमानांविरुद्ध होईल. कदाचित ब्रिटिश आणि मुसलमान या दोघांच्याही विरुद्ध झगडावे लागेल. मुसलमानांना जिंकून किंवा आपण केलेली घटना त्यांच्याविरुद्ध लादून हा प्रश्न मिटणार नाही. कारण तसे केल्याने एकसारखे त्यांच्याशी लढतच राहावे लागेल. बर्क म्हणतो त्याप्रमाणे, 'सत्ता देणे सोपे असते; पण शहाणपण देणे अवघड आहे.' आपण आपल्या वर्तनाने असे दाखवूया की, देशातील सर्व विभागांना आपल्याबरोबर येऊन ऐक्याच्या मार्गावरील मोर्चात चालायला लावण्याची सत्ता जशी आपल्याजवळ आहे, तसे शहाणपणही आपल्याजवळ आहे."

●●●

घटनेवरील शेवटचे भाषण

दिनांक २६ नोव्हेंबर १९४९ रोजी भारताचे संविधान संमत झाले. त्याच्या एक दिवस आधी म्हणजे २५ नोव्हेंबर १९४९ रोजी संविधान सभेत शेवटचे भाषण झाले ते असे -

महोदय, ता. ९ डिसेंबर १९४६ रोजी घटना समितीची पहिली बैठक झाली. त्या तारखेकडे पाहिले तर आज घटना समितीच्या कार्यास २ वर्षे, ११ महिने व १८ दिवस पूर्ण होतात. या काळात घटना समितीची एकूण ११ अधिवेशने झालीत व ते सर्व मिळून १६५ दिवस होतात. ता. २९ ऑगस्ट १९४७ रोजी घटना समितीने मसुदा समितीची निवड केली आणि लगेच दुसऱ्या दिवशी म्हणजे ता. ३० ऑगस्ट रोजी मसुदा कमिटीची पहिली बैठक घेण्यात आली तेव्हापासून मसुदा कमिटीचे कामकाज १४१ दिवस चालले. या मूळ घटना मसुद्यात एकूण ३९५ कलमे व ८ परिशिष्टे आहेत.

खरे म्हणजे अधिक चांगल्या गोष्टींचा शोध करून ती निवडून घेणे ही अभिनंदनीय गोष्ट समजली पाहिजे आणि त्याबद्दल मसुदा समितीत मोठा अभिमान वाटतो. स्वतःच्या सदोष उपसूचना मागे घेऊन त्याच्या जागी अधिक चांगल्या उपसूचना स्वीकारण्याचे धैर्य मसुदासमितीने दाखविले नसते तर मसुदा कमिटी कर्तव्यच्युत ठरून तिजवर लटक्या अहंकाराचा आरोप आला असता. एका व्यक्तीचा अपवाद सोडल्यास सर्व सभागृह मसुदा कमिटीच्या कार्याचे गुणग्रहण करते याबद्दल मला मोठा आनंद वाटतो. आपल्या कार्याचा गौरव अखिल सभागृह एवढ्या मोकळेपणाने करते याबद्दल मसुदा कमिटीसही धन्यता वाटत असेल, अशी मला खात्री वाटते. घटनासभेच्या सदस्यांनी व मसुदा कमिटीच्या माझ्या सहकारी मित्रांनी व्यक्तिशः माझ्यावर जो अभिनंदनाचा वर्षाव केला त्याबद्दल मी एवढा सद्गदित झालो आहे की, माझी कृतज्ञता व्यक्त करण्यास मजजवळ पुरेसे शब्दही नाहीत.

घटनासभेत शिरतेवेळी अस्पृश्य समाजाचे हितसंबंध रक्षणाच्या हेतूपलीकडे दुसरा हेतू माझ्या मनात नव्हता. घटनासभेतील अत्यंत महत्त्वाची कार्ये करण्यासाठी माझी निवड करण्यात येईल, अशी मला चुकूनही कल्पना नव्हती. मसुदा कमिटीत मला घेण्यात आले तेव्हा मला आश्चर्य वाटले होते आणि जेव्हा मसुदा कमिटीचा चेअरमन म्हणून माझी निवड करण्यात आली तेव्हा तर आश्चर्याचा कळसच झाला! माझ्यापेक्षा मोठे, अधिक लायकदार व वाकबगार असे लोक मसुदा कमिटीत होते. सर अल्लादि कृष्णस्वामी अय्यर यांचा उल्लेख यासंबंधी मला करावासा वाटतो. तरीही घटना समितीने मजवर एवढा विश्वास ठेवून त्यांचा प्रतिनिधी म्हणून निवडले आणि देशाची सेवा करण्याची संधी दिली याबद्दल मी त्यांचा आभारी आहे. घटना तयार करण्यासंबंधी माझा जो गौरव केला जातो त्याचा मी एकटाच मानकरी नाही. भारत सरकारचे घटनात्मक सल्लागार सर बी.एन.राव यांनाही घटनेचे काही श्रेय दिले पाहिजे. त्याचप्रमाणे घटनेच्या श्रेयाचा काही हिस्सा मसुदा समितीच्या सभासदांनाही दिला पाहिजे.

तथापि, यांच्यापेक्षाही अधिक श्रेय सरकारचे प्रमुख ड्राफ्ट्समन श्री.एन.एन.मुखर्जी यांना दिले पाहिजे. अगदी गुंतागुंतीच्या सूचना सोप्या; पण कायदेशीर भाषेत उतरवून घेण्याचा त्यांचा कोणी हात धरेल असे मला वाटत नाही. मुखर्जी यांच्या हाताखाली काम करणाऱ्या लोकांचाही उल्लेख मला टाळता येत नाही. कारण कधी-कधी मध्यरात्रीपर्यंत त्यांना काम करावे लागत होते, हे मला स्वतःला माहीत आहे. तथापि एकाच पार्टीच्या हुकमतीखाली राहून सर्वजण जमले असते तर घटना समितीचे कामकाज अगदीच नीरस व कंटाळवाणे झाले असते; परंतु सुदैवाने घटनासभेत काही बंडखोरही होते. त्यांचेही मी आभार मानतो. भारतीय घटनेमागील काही मूलभूत तत्त्वे विशद करण्याची मला जी संधी मिळाली ती या बंडखोर विरोधामुळेच. शेवटी, अध्यक्ष महाराज, मी आपलेही आभार मानतो. घटना समितीच्या सभासदांच्या बाबतीत आपण दाखविलेले सौजन्य अविस्मरणीय राहील. कायदेशीरपणाच्या आडोशाखाली घटना तयार करण्याचा अडथळा आणू देण्यास आपण परवानगी दिली नाही याबद्दल मी विशेष आभारी आहे.

घटनेच्या गुणावगुणांमध्ये मी शिरू इच्छित नाही. 'संविधान कितीही चांगले असो, ते राबविण्याची जबाबदारी ज्यांच्यावर आहे, ते जर अप्रामाणिक असतील तर ते वाईट ठरल्याशिवाय राहणार नाही; तसेच संविधान कितीही वाईट असो, ते राबविण्याची जबाबदारी ज्यांच्यावर आहे, ते जर प्रामाणिक असतील तर ते चांगले ठरल्याशिवाय राहणार नाही.' घटनेचा

धिक्कार विशेषकरून कम्युनिस्ट व सोशालिस्ट पार्ट्यांकडून करण्यात येतो. घटनेचा धिक्कार ते का करीत असावेत? ही घटना खरोखरच वाईट आहे म्हणून ते धिक्कार करतात काय? मुळीच नाही? हुकूमशाही तत्त्वावर आधारलेली घटना कम्युनिस्ट पार्टीस हवी आहे. ही घटना पार्लमेंटरी लोकशाहीच्या तत्त्वावर आधारलेली आहे म्हणून तिचा ते निषेध करतात. सोशालिस्टांना दोन गोष्टी हव्या आहेत, पहिली गोष्ट ही की, जर ते सत्तेमध्ये येऊ शकले तर भरपाईशिवाय त्यांना राष्ट्रीयीकरणाचे स्वातंत्र्य हवे आहे. दुसरी गोष्ट अशी आहे की, त्यांना अनिर्बंध असे व्यक्तिस्वातंत्र्याचे हक्क हवे आहेत.

संविधान सभेत विचार व्यक्त करताना डॉ. बाबासाहेब आंबेडकर.

घटना दुरुस्त करण्यासंबंधी जी तरतूद करण्यात आली आहे, तिजकडे कोणीही लक्ष पुरवावे. ही शेवटची घटना आहे, असा शिक्कामोर्तब तिजवर केलेला नाही. याउलट, घटनेमध्ये सुधारणा करण्यासाठी सहज वळणाची तरतूद केलेली आहे. या परिस्थितीतील कोणत्याही राष्ट्राच्या घटना कमिटीने सुधारण्यास एवढी सुलभ अशी घटना तयार केली असल्याचे कोणीही सिद्ध करावे, असे माझे आव्हान आहे. शांततेच्या काळात केंद्र सरकारचे अधिकार उपयोगात आणले जावयाचे नाहीत. त्यांचा उपयोग फक्त आणीबाणीच्या काळापुरताच केला जावा, असे स्पष्टपणे नमूद करण्यात आले आहे. दुसरी गोष्ट अशी की, ज्यावेळी आणीबाणीची परिस्थिती निर्माण होईल त्यावेळी केंद्र सरकारला जादा अधिकार देण्याचे टाळता येणे शक्य आहे काय? ज्यावेळी आणीबाणीची परिस्थिती उत्पन्न होते, त्यावेळी नागरिकांची निष्ठा घटकराज्यांऐवजी संघराज्याकडे असली पाहिजे, असे बहुसंख्य लोकांचे मत आहे. कारण सामाईक ध्येयाकरिता राष्ट्र संरक्षणाकरिता संघराज्यच कार्य करीत असते आणि म्हणूनच आणीबाणीच्या प्रसंगी उपयोगात आणण्याकरिता जादा अधिकार केंद्र सरकारला देणे समर्थनीय ठरते.

या ठिकाणी माझे भाषण संपविले असते; परंतु राष्ट्राच्या भवितव्यासंबंधीच्या विचाराने माझे मन इतके भरून गेले आहे की, त्यासंबंधीचे माझे मत याप्रसंगी व्यक्त करणे जरुरीचे

आहे, असे मला वाटते. २६ जानेवारी १९५० रोजी भारत एक स्वतंत्र राष्ट्र होईल. या स्वातंत्र्याचे काय होईल? तो आपले स्वातंत्र्य रक्षण करील की पुन्हा गमावून बसेल, हा माझ्या मनात पहिला प्रश्न उभा राहतो. देशाच्या भवितव्याबद्दल मला जास्त चिंताक्रांत करणारा हा प्रश्न आहे. माझ्या मनाला जास्त जिची टोचणी लागली आहे ती गोष्ट ही की, भारताने आपले जे स्वातंत्र्य पूर्वी एकदा गमावले ते हिंदुस्थानच्या काही रहिवाशांच्या कपटी कारस्थानामुळेच. हे सत्य हृदयाला असह्य वाटू लागते.

ब्रिटिश लोक शीख राजांचा निःपात करण्यात गुंतले होते; तेव्हा शिखांचा प्रमुख सेनापती गुलाबचंद हा स्तब्ध बसला. ब्रिटिशांच्या तावडीतून राजपूत राजांना सोडविण्याचा त्याने काडीमात्र प्रयत्न केला नाही. १८५७ मध्ये भारतातील बऱ्याच भागांनी ब्रिटिश सत्तेविरुद्ध बंडाचा झेंडा उभारला असता शीख लोक स्वस्थ उभे राहून तमाशा बघ्या लोकांप्रमाणे बंडाचा सर्व देखावा पाहत होते.

भारताच्या इतिहासात ज्या घडामोडी झाल्या त्यांची पुनरावृत्ती होईल की काय, या प्रश्नाने माझे मन धास्तावून गेले आहे. जातिभेद आणि धर्मभेद हे आपले जुनेपुराणे शत्रू आहेत. नवीन नवीन व निरनिराळी ध्येये पुढे ठेवून जे राजकीय पक्ष उत्पन्न झालेले आहेत व होणार आहेत त्यांची आपल्या जुन्या शत्रूमध्ये भर पडणार आहे. पण एवढे मात्र खास की, जर निरनिराळे पक्ष आपल्या देशापेक्षा आपल्या मतप्रणालींना जास्त महत्त्व देतील तर आपले स्वातंत्र्य पुन्हा दुसऱ्यांदा संकटात सापडेल आणि कदाचित कायमचेच नष्ट होईल. असले संकट आपणावर येऊ नये यासाठी आपण सर्वांनी जय्यत तयारी ठेवली पाहिजे. आपल्या अंगातल्या रक्ताचा शेवटचा बिंदू राहीपर्यंत आपण आपल्या स्वातंत्र्याचे संरक्षण प्राणपणाने करू, असा आपण दृढनिश्चय केला पाहिजे.

२६ जानेवारी १९५० रोजी भारत लोकसत्तात्मक होणार याचा अर्थ असा की, लोकांचे, लोकांनी आणि लोकांसाठी चालविलेले राज्य भारताला त्या दिवसापासून मिळेल. भारताच्या लोकशाहीप्रणीत घटनेचे काय होणार? भारत ती घटना शाबूत ठेवील की पुन्हा नष्ट करील? ज्या देशात लोकशाहीचा फारसा उपयोग करण्यात आलेला नाही त्या देशात लोकशाही एक नवीन चीज मानली जाते. अशा देशांपैकी भारत हा एक देश आहे. अशा प्रकारच्या देशातील लोकशाही आपला कारभार चालवित असताना, आपल्या जागेवर अधिष्ठित होण्यास हुकूमशाहीला आमंत्रण देण्याची शक्यता आहे. भारतात नवोदित झालेली लोकशाही आपले बाह्यांग शाबूत राखून ठेवू शकेल; परंतु ती व्यवहारात हुकूमशाहीला

आपली जागा बळकाविण्यास वाव देईल, असा प्रकार घडवून येणे सर्वथैव शक्य आहे. लोकशाहीचे अस्तित्व आपणाला टिकवायचे असेल तर माझ्या मते आपण पहिली जी गोष्ट केली पाहिजे ती ही की आपले सामाजिक आणि आर्थिक उद्देश साध्य करण्यासाठी आपण फक्त सनदशीर मार्गांचाच अवलंब केला पाहिजे. याचा अर्थ असा की क्रांतीचे घातपाती मार्ग वर्ज्य केले पाहिजेत. म्हणजे असे की, कायदेभंग, असहकार आणि सत्याग्रह हे मार्ग आपण वर्ज्य केले पाहिजेत.

लोकशाहीचे अस्तित्व टिकविण्यासाठी आपणाला दुसरी जी गोष्ट करावयाची आहे ती ही की, लोकशाहीचा झेंडा सतत उंच ठेवण्यास जे उत्सुक आहेत त्यांच्यासाठी जॉन ट्युअर्ट याने जो भयसूचक संदेश दिलेला आहे तो पाळणे, ही होय. 'आपल्यातील एखादा माणूस कितीही मोठा असला तरी त्याच्या चरणी आपल्या व्यक्तिस्वातंत्र्याची सुमने वाहू नयेत.' ज्यांनी आयुष्यभर आपल्या मातृभूमीची सेवा केलेली आहे, अशा थोर व्यक्तींबद्दल कृतज्ञता व्यक्त करणे यात काही चूक नाही. परंतु कृतज्ञता व्यक्त करण्यालासुद्धा मर्यादा आहेत. या बाबतीत आयर्लंडचा देशभक्त डॅनियल ओकेनेल याने मार्मिकपणे म्हटले आहे की, "स्वाभिमानाचा बळी देऊन कोणताही मनुष्य कृतज्ञता व्यक्त करू शकणार नाही. शीलाचा बळी देऊन कोणतीही स्त्री कृतज्ञ राहू शकणार नाही आणि स्वातंत्र्याचा बळी देऊन कोणतेही राष्ट्र कृतज्ञता व्यक्त करू शकणार नाही."

या भयसूचक संदेशाची जरुरी इतर कोणत्याही देशापेक्षा भारत देशाला जास्त आहे. याचे कारण असे की, भारताच्या राजकारणात भक्ती किंवा व्यक्तिमाहात्म्य-पूजा ही भावना जितकी थैमान घालते तितकी ती जगातील इतर कोणत्याही देशाच्या राजकारणात घालीत नाही. एखाद्याने राजकारणात भक्ती किंवा व्यक्तिमाहात्म्य-पूजा दाखविली तर ती त्या राजकीय पंथात हुकूमशाहीची सत्ता प्रस्थापित करील. लोकशाहीचे अस्तित्व अभंग राखण्यासाठी जी तिसरी गोष्ट आपणाला करावयाची आहे ती ही की, आपण राजकीय लोकशाहीतून सामाजिक लोकशाही निर्माण करण्यासाठी झटले पाहिजे. राजकीय लोकशाहीमुळे सामाजिक लोकशाहीचे अस्तित्व चिरंजीवी होऊ शकेल, एरव्ही नाही. सामाजिक लोकशाही म्हणजे काय? सामाजिक लोकशाही म्हणजे स्वातंत्र्य, समता आणि बंधुत्व ही प्रत्येक व्यक्तीच्या आयुष्याची जीवनतत्त्वे होत, हे मान्य करणारी पद्धती. ही तत्त्वे त्रिवेणी संगमात ऐक्य साधून आणतात. ती एकमेकांपासून अलग केली तर लोकशाहीचे जीवनसत्त्व नष्ट केल्यासारखे होते. मात्र भारतातील सामाजिक परिस्थितीत दोन्ही तत्त्वांचा अभाव आहे, हे मान्य करूनच आपण

सामाजिक लोकशाही निर्माण करण्यास सुरुवात केली पाहिजे. या दोन गोष्टींपैकी एक गोष्ट म्हणजे समता. सामाजिक बाबतीत पाहावयाचे तर आपल्या भारतातील समाजरचना चढती भाजणी व उतरती भाजणीच्या तत्त्वावर उभारली असल्यामुळे काही जातींना उच्च दर्जा देण्यात आला आहे. २६ जानेवारी १९५० या दिवसापासून राजकीय बाबतीत आपणाला समता मिळणार आहे. पण सामाजिक आणि आर्थिक बाबतीत आपणामध्ये असमता राहणार आहे. सामाजिक व आर्थिक बाबतीत समता प्रस्थापित करण्यासाठी टाळाटाळ आपण आणखी किती काळ करणार आहोत? ही टाळाटाळ आपण जर पुष्कळ काळ चालू ठेवली तर आपल्या राजकीय लोकशाहीचे जीवित धोक्यात ठेवूनच ही टाळाटाळ आपणाला टिकविता येईल. ही परस्परभिन्नतादर्शक परिस्थिती शक्य तितक्या लवकर आपण नष्ट केली पाहिजे. नाही तर या परिस्थितीबद्दल मनात धुसफुसत असलेले लोक या घटना समितीने प्रचंड परिश्रम घेऊन जी ही राजकीय लोकशाही निर्माण केली आहे, ती उद्ध्वस्त करतील.

आपण बंधुभावाचे तत्त्व आचरणात पाळीत नाही, ही आपणामधील दुसरी उणीव होय. अखिल हिंदी लोक हे परस्परांचे सख्खे भाऊ होत, ही सर्व हिंदी जनता एका जिव्हाळ्याची एकच एक जनता होय, अशी जी मनात भावना असते ती बंधुभावना या नावाने ओळखली जाते. सामाजिक जीवनात ऐक्याचे अमृतसिंचन जर कोणते तत्त्व करीत असेल तर ते बंधुभावाचे तत्त्व होय. राष्ट्र या पदाला पात्र होण्याची आपणाला खरोखर इच्छा असेल तर आपण या सर्व अडचणींना आपल्या मार्गातून दूर केले पाहिजे. कारण जेथे राष्ट्र अस्तित्वात असते, तेथेच बंधुभाव उत्पन्न होऊ शकतो. बंधुभाव अस्तित्वात नसेल तर समता व स्वातंत्र्य यांच्या अस्तित्वाला काय अर्थ राहणार?

आपणा भारतीय लोकांपुढे जे मोठे कार्य पडलेले आहे, त्याबद्दल माझी विचारसरणी ही अशी आहे. ती काही जणांना पसंत पडणार नाही. भारतातील काही थोड्या लोकांनी राजकीय सत्ता गाजविण्याची मिरासदारी पुष्कळ काळ उपभोगली आहे. बाकीचे बहुजन लोक हे सत्ताधीश लोकांच्या आज्ञेत कसेबसे जीवन कंठणारे पददलित लोक होत. राजकीय सत्तेच्या मिरासदारीमुळे बहुजन समाजाला आपली सर्वांगीण उन्नती करून घेण्याची संधी कधीच मिळाली नाही. यामुळे मानवजीवनाचे महत्त्व काय, याची जाणीवसुद्धा या बहुजन लोकांमध्ये उरलेली नाही.

स्वतःचे व्यवहार स्वतःच चालवावेत असे त्यांना वाटते व त्यासाठी तसा अधिकार त्यांना पाहिजे आहे व तो मिळविण्यासाठी ते आता सिद्ध झालेले आहेत. बहुजन लोकांचा

स्वाभिमान आता जागा झालेला आहे. त्यांच्यात स्वयंसिद्धपणाची जी ज्योत पेटलेली आहे, तिचे रूपांतर वर्गकलहात अगर वर्गयुद्धात होऊ देता कामा नये. तसे होऊ दिले तर बेकीचे पीक अमाप पिकेल. अशी स्थिती ज्या दिवशी उत्पन्न होईल, तो देशाचा घातवार ठरेल. म्हणून लोकशाही सत्तापद्धती व तत्त्वे पाळण्यात आली पाहिजेत.

स्वातंत्र्य ही आनंददायक चीज आहे यात शंका नाही. परंतु या स्वातंत्र्याने आपणावर मोठ्या जबाबदाऱ्या टाकलेल्या आहेत, हे आपण विसरता कामा नये. आतापासून पुढील काळात जर काही चुका झाल्या तर त्यांची जबाबदारी आपणाला दुसऱ्यावर टाकता येणार नाही, तर ती आपण स्वतःच स्वीकारली पाहिजे.

लोकांच्यासाठी चालविलेले राज्य स्वीकारण्यास ते तयार आहेत. लोकांनी चालविलेले आणि लोकांसाठी चालविलेले राज्य या तत्त्वाची मूर्ती आपण ज्या घटनामंदिरात प्रस्थापित केलेली आहे, ते घटनामंदिर आपणाला जर पवित्र वातावरणात सुरक्षित ठेवायचे असेल तर आपल्या पुढील मार्गात कोणत्या अनिष्ट गोष्टींची धोंड पडून राहिलेली आहे, हे समजावून घेण्यास आपण वेळ घालविता कामा नये. लोकांनी चालविलेल्या राज्यापेक्षा लोकांसाठी चालविलेले राज्य चांगले, अशी जनतेत जागृती व्हावयास हवी. ही धोंड आपल्या मार्गातून दूर करण्यास आपण काडीचाही कसूर करता कामा नये. देशसेवा करण्याचा हा एकुलता एक मार्ग होय. याशिवाय दुसरा मार्ग मला तरी दिसत नाही.

भारताच्या घटनेचा मी शिल्पकार आहे. मी जी घटना तयार केली, तीत पाली भाषेच्या उपस्थितीची योजना करून ठेवली आहे, ही एक गोष्ट. दुसरी गोष्ट म्हणजे राष्ट्राध्यक्षांच्या राजवाड्यावर गौतम बुद्धाच्या शिकवणुकीतील पहिले चरण धम्मचक्रप्रवर्तनाचे घातले असून ते मी ब्रह्मदेशाचे अध्यक्ष डॉ.जी.पी.माबासेकर यांच्या दृष्टोत्पत्तीस आणले आहे, हे पाहून त्यांनाही मोठे आश्चर्य वाटले.

तिसरी गोष्ट म्हणजे भारतीय पार्लमेंटच्या निशाणावर अशोकचक्र हे भारत सरकारचे प्रतीक म्हणून घटनेत मान्य करून घेतले आहे. हे सर्व करताना मला हिंदू, मुसलमान, खिश्चन व पार्लमेंटच्या इतर सभासदांचा विशेष विरोध झाला नाही, इतके स्पष्ट नि मुद्देसूद विवेचन मी पार्लमेंटमध्ये केले होते.

●●●

आजारपण आणि दुसरे लग्न

भाऊराव गायकवाड यांना लिहिलेली पत्रं
२५ डिसेंबर १९४६

'माझ्या बाबतीत सांगावयाचे तर मी दिल्लीला आजारी अवस्थेत गेलो आणि त्याच अवस्थेत परत आलो. आजच डॉक्टर मंडळींनी माझी प्रकृती तपासली. त्यांनी रक्ताची तपासणी केली. माझी प्रकृती निश्चितपणे अधोगतीस लागली असावी अशी त्यांना भीती वाटली. अर्थात याची आपण चिंता करू नये. पडत्या काळात मी सावरून उभा आहे. आपल्या समाजाला जोपर्यंत माझ्या अस्तित्वाची आवश्यकता आहे, तोपर्यंत मी जगेन अशी मला खात्री वाटते. माझा हा दृढ आशावाद मला माझ्या कमकुवत प्रकृतीमुळे निर्माण झालेल्या निराशेतून सांभाळतो. त्याचबरोबर मी परमेश्वराला अशी प्रार्थना करतो की, अधिक नसेल तरी आवश्यक तेवढे आयुष्य मला दे!'

१६ मार्च १९४८

'माझे मित्र व वैद्यकीय सल्लागार यांनी निश्चितपणे मला असे सांगितले की, माझी या मधुमेहाच्या विकारापासून निकोप होण्याची मोठी शक्यता आहे. पण जर का तो रोग उलटला तर धोकादायक आहे. मधुमेहाचा आजार हा खाण्या-पिण्यावर अवलंबून असणारा आजार आहे. माझ्या दैनंदिनी भोजनाची (जेवणाची) व इन्सुलिन इंजेक्शन वगैरेबाबत काळजी

घेणारे कोणी नसेल, तर उलट उचल खाणार नाही असे मुळीच सांगता येणार नाही. माझ्या त्या मित्राचे असे म्हणणे आहे की, जर माझी लग्न करण्याची तयारी नसेल तर मी एखादी शुश्रूषेसाठी नर्स (परिचारिका) किंवा घरदार सांभाळणारी बाई पाहावी. या गोष्टीचा मी फार काळ विचार करीत आहे. शुश्रूषेसाठी एखादी नर्स वा घर सांभाळणारी एखादी बाई घरी ठेवल्याने लोकांच्या मनात शंका-कुशंका निर्माण होतील. याचकरिता 'लग्न करणे' हा अधिक चांगला मार्ग आहे. चि.यशवंताच्या आईच्या मृत्यूनंतर लग्न करायचे नाही, असा माझा निश्चय होता. परंतु प्राप्त परिस्थितीवर मजवर माझा निश्चय मोडण्याची पाळी आलेली आहे. डॉक्टर स्पष्टपणे म्हणतात, लवकर मरणे किंवा लग्न करणे यातून कोणती तरी एक गोष्ट करणे भाग आहे.

यासाठी माझ्या पसंतीनुसार पत्नी मिळणे अशक्य नसले तरी अवघड आहे. माझी सौभाग्यवती होणारी स्त्री सुशिक्षित असली पाहिजे, तसेच ती डॉक्टरकीचा व्यवसाय करणारी असली पाहिजे व त्याचबरोबर स्वयंपाकपाण्यात चांगली हुशार असली पाहिजे. या गोष्टीचा विचार करता आपल्या समाजात या तिन्ही गुणांनी युक्त व माझ्या वयाला अनुरूप अशी एखादी स्त्री मिळणे अशक्य कोटीतील गोष्ट आहे. तसेच इतर दुसऱ्या समाजातही माझे काही संबंध नसल्याने माझ्याशी लग्न करावयास अशी स्त्री मिळणेही अवघड दिसते. लग्न पुढे ढकलले तर याविषयी लोकांत दिवसेंदिवस जास्त बभ्रा होईल आणि दुष्ट लोक माझी बदनामी करावयास ती एक मोठी पर्वणीच साधतील अशी मला भीती वाटते. ही गोष्ट करण्यात मी काही नैतिक गुन्हा करीत आहे, असे मला वाटत नाही. तक्रार करायला मी कोणालाही जागा ठेवलेली नाही. यशवंतलासुद्धा नाही. त्याला मी आजपर्यंत सुमारे तीस हजार रुपये दिले असून कमीत कमी ऐंशी हजार रुपये किमतीचे एक घरही दिले आहे. माझी खात्री आहे की, कुठल्याही बापाला आपल्या मुलाकरिता जे करता येईल त्यापेक्षा मी माझ्या मुलाकरता जास्त केलेले आहे.

माझी प्रकृती एकाएकी ढासळली आहे आणि दुखण्याने फिरून उचल खाल्ली आहे. चार दिवस डोळ्यांशी डोळा लागलेला नाही. पायातील वेदना तर असह्य होत आहेत. रात्रभर जागरण करून नोकरांना माझी सेवा करावी लागली. दिल्लीतील दोन नामांकित वैद्यांनी मला तपासले. त्यांचे मत असे पडले की जर पायातील वेदना त्वरित थांबल्या नाहीत, तर त्या वेदना नेहमीच राहतील आणि कधीच बऱ्या होणार नाहीत. माझ्या प्रकृतीची काळजी

घ्यायला कोणीतरी माणूस पाहिजे, या तुमच्या सूचनेचा मी पूर्वीपेक्षा अधिक आस्थेने विचार करीत आहेत.

माझे जीवन इतके एकलकोंडे (एकाकी) झाले आहे की, त्यामुळे अस्पृश्य हिंदू पुरुष व स्पृश्य स्त्रिया यांच्याशी माझे मुळीच संबंध नाहीत. पण सुदैवाने माझ्या पसंतीची एक महिला आहे. ती सारस्वत ब्राह्मण जातीची आहे. ता.१५ एप्रिल रोजी दिल्ली येथे तिच्याबरोबर लग्न होईल.

मी ११ तारखेला दिल्लीला आलो. मला थोडेसे बरे वाटत असले तरी अजूनही अशक्तपणा फारच जाणवतो. माझ्या प्रकृतीत सुधारणा दिसून येत नाही. मी दिल्लीत फारच आजारी होतो. ता.३ चा रविवार हा जिवावरचा दिवस निघून गेला. हल्ली मी जरा ठीक आहे. मी हल्ली कामही करू शकत नाही व बाहेरही पडू शकत नाही.'

●●●

कायदेमंत्री

२९ डिसेंबर १९४६ पर्यंत काँग्रेसकडून काहीच विचारले गेले नाही. मी लंडनला जाण्यापूर्वीच माझी व वल्लभभाई पटेल यांची बोलणी मोडली. माझे हंगामी मंत्रिमंडळात जाणे याबाबतीत काही खरेपणा दिसत नाही. काँग्रेसकडून काहीही चिन्हे दिसत नाहीत. जर का काँग्रेसनेच तसे पाऊल टाकले तर आपल्या पक्षाचा विचार घेतल्याशिवाय व आपल्या समाजाला योग्य ते संरक्षण मिळाल्याशिवाय 'मी कसलेच पाऊल टाकणार नाही.'

सचिवालयात मला बोलावून, "स्वतंत्र भारताच्या मंत्रिमंडळात विधी मंत्रीपद स्वीकारण्यास तयार व्हाल काय?" अशी पृच्छा नेहरूंनी केली. याला मी होकार दिला.

मी मंत्रिमंडळात सहभागी झालो, कारण मंत्रिमंडळात येऊन मिळण्यासाठी मला जे पाचारण करण्यात आले होते, विनाअट होते. मंत्रिमंडळात जाऊन दलितांचे हित मला साधता येईल या विचाराने मी मंत्रिमंडळात गेलो. केवळ विरोधकाकरिता विरोध करणे या तत्त्वाचा मला तिरस्कार वाटतो.

मी मध्यवर्ती सरकारला जाऊन मिळालो आहे, काँग्रेस पक्षाला नव्हे. आपल्या स्वार्थासाठी काँग्रेस मंत्रिमंडळात मंत्र्याची जागा घेतली नाही. मंत्री झालो म्हणून मी आपल्या मार्गापासून रेसभरही ढळणार नाही. ही अशी शिला आहे मी तलावात असो वा समुद्रात असो, मला कोणतेही पाणी वाहून नेऊन बुडवू शकणार नाही. मी आपल्या ध्येयप्राप्तीसाठी सदैव लढत राहणार. यासाठी माझ्यासंबंधीचा चुकाचा समज करून घेऊन कुणाही अस्पृश्याने काँग्रेसमध्ये सामील होऊ नये; परंतु तुम्ही मात्र काँग्रेसमध्ये गेलात तर ढेकळाप्रमाणे विरघळून जाल, म्हणून तुमची ही संघटना अलिप्त आणि अभंग ठेवा.

३१ जानेवारी १९५० रोजी राष्ट्रपतींसह प्रजासत्ताक भारताच्या पहिल्या मंत्रिमंडळाचे छायाचित्र. मंत्रिमंडळातील सहकाऱ्यांसोबत कायदामंत्री डॉ. बाबासाहेब आंबेडकर, राष्ट्रपती राजेंद्र प्रसाद, पंतप्रधान जवाहरलाल नेहरू व इतर मंत्री

१० ऑगस्ट १९५१ रोजी नेहरूंना पत्र

'माझ्या प्रकृतीची मला आणि माझ्या डॉक्टरांना चिंता वाटत आहे. तथापि डॉक्टरांच्या स्वाधीन होण्यापूर्वी हिंदुसंहिता विधेयक (हिंदू कोड बिल) हातावेगळे करण्याची मला उत्कंठा लागून राहिली आहे. तरी आपण या विधेयकाला अग्रक्रम देऊन १६ ऑगस्ट रोजी ते विधेयक लोकसभेपुढे विचारासाठी ठेवावे, म्हणजे सप्टेंबरपर्यंत यावरील चर्चा पूर्ण होतील. मी या विधेयकाला किती महत्त्व देतो आणि ते विधेयक लोकसभेने संमत करावे म्हणून त्यासाठी वाटेल तितके शारीरिक कष्ट करण्यास मी कसा तयार आहे, हे पंतप्रधानांना माहीत आहे.'

लोकसभेत २७ सप्टेंबर १९५१ रोजी राजीनामा

'आपल्या जागेचा राजीनामा द्यावा असा विचार मी अनेक दिवस करीत आहे. परंतु लोकसभेचे हे शेवटचे अधिवेशन संपण्यापूर्वी हिंदुसंहिता विधेयक आपण प्रत्यक्षात आणूया एकाच आशेमुळे माझा तो बेत मी कृतीत आणला नाही. मी त्या विधेयकाचे भाग पाडण्यासही मान्यता दिली आणि त्याची मर्यादा विवाह आणि काडीमोड या विभागापर्यंत आणून ठेवली. असे करण्यात मला खुळी आशा वाटत होती की, आपल्या परिश्रमापैकी निदान एवढ्या तरी कष्टाचे चीज होईल. परंतु विधेयकाच्या त्याही भागाचा शोचनीय असा अंत करण्यात आला. तुमच्या मंत्रिमंडळाचा मंत्री म्हणून राहण्यात आता मला काहीच स्वारस्य वाटत नाही.'

राजीनाम्याबाबत निवेदन

'विधी मंत्रीपद देऊ केले तेव्हा पुढे नियोजन खाते तुम्हाला देऊ, असे आश्वासन नेहरूंनी दिले होते. परंतु प्रत्यक्षात मला मंत्रिमंडळाच्या एकाही समितीवर घेतले नाही, हा त्यातला पहिला मुद्दा.

सरकार दलित वर्गाच्या बाबतीत उदासीन होते, हा दुसरा मतभेद.

तिसरा मतभेद काश्मीरवरील धोरणाबाबत होता. काश्मीरची फाळणी करून तेथील हिंदू आणि बौद्ध लोकांचा भाग भारताला, मुसलमान लोकांचा भाग पाकिस्तानला जोडावा.

चौथा मतभेद भारताच्या परराष्ट्रीय धोरणासंबंधी आहे. भारताचे परराष्ट्रीय धोरण चुकीचे असल्यामुळे भारताला मित्रांपेक्षा शत्रूच अधिक झाले. त्या चुकीच्या धोरणामुळे भारताला ३५० कोटी उत्पन्नापैकी १०८ कोटी एवढा अवाढव्य खर्च सैन्यावर करावा लागत होता. कारण आणीबाणीच्या प्रसंगी मदत करील असा एकही मित्र भारताला नव्हता.

आणि मतभेदाचा पाचवा मुद्दा म्हणजे हिंदुसंहिता विधेयक. नेहरू जरी प्रामाणिक होते तरी हिंदुसंहिता विधेयक नेटाने शेवटास नेण्यासाठी त्यांनी जितका निर्धार, कळकळ दाखवायला पाहिजे होती तितकी दाखविली नाही. एकूण मी आजारी माणूस म्हणून मंत्रिमंडळातून बाहेर पडलो नाही, तर निराश मनुष्य म्हणून मी बाहेर पडलो. कारण आजारपणाच्या सबबीवर कर्तव्याचा त्याग करणारा माणूस मी नाही!'

●●●

माझ्या जीवनाचे
तात्त्विक अधिष्ठान

"मला पाच मिनिटांत माझ्या जीवनाचे तत्त्वज्ञान सांगायचे आहे. तत्त्वज्ञान शब्दाचा अर्थ यासंदर्भात मी सामाजिक तत्त्वज्ञान असाच समजतो. प्रत्येक मनुष्याला काहीतरी जीवनविषयक तत्त्वज्ञान असणे इष्ट आहे. आपल्या वर्तणुकीचे मोजमाप करण्यासाठी मनुष्याला काहीतरी निकष ठरविणे आवश्यक आहे आणि जीवनविषयक तत्त्वज्ञान हाच तो निकष. प्रत्येक विषयाला जीवनविषयक तत्त्वज्ञान असणे आवश्यक आहे, असे मी म्हणतो याचे कारण या तत्त्वांच्या निकषानेच आपण वाईट केले आहे याचे त्याला आकलन होते. जेव्हा आपण चुकलो आहोत असे त्याला समजेल तेव्हाच त्याला आपल्या तत्त्वानुरोधाने आपली उन्नती साधण्याची जबाबदारी पटेल. माझे जीवनविषयक तत्त्वज्ञान मी निश्चित केलेले आहे. त्याच्या नास्तिपक्षी, आस्तिपक्षी अशा दोन बाजू मी आता स्पष्ट करणार आहे. नास्तिपक्षी, सांख्य तत्त्वज्ञानातील त्रिगुणांवर आधारित असलेले व भगवद्गीतेत विशद केलेले हिंदूंचे सामाजिक तत्त्वज्ञान मला नापसंत आहे. कारण माझ्या मतांप्रमाणे कपिलांच्या तत्त्वज्ञानाचे ते एक निर्घृण विकृत स्वरूप आहे. आणि त्याचमुळे जातिव्यवस्था आणि क्रमवार विषमता पद्धती हा हिंदूंच्या सामाजिक जीवनाचा एक मूलभूत नियम ठरला आहे. आस्तिपक्षी, माझे जीवनविषयक तत्त्वज्ञान तीन शब्दांतच समूर्त झालेले आहे. स्वातंत्र्य, समता आणि बंधुभाव. फ्रेंच राज्यक्रांतीवरून माझे जीवनविषयक तत्त्वज्ञान मी उसने घेतले आहे असे मात्र कोणी समजू नये. तसे मी केलेले नाही असे मी निक्षून सांगतो. माझ्या तत्त्वज्ञानाचे मूळ राजकारणात नसून धर्मात आहे. माझे गुरू भगवान बुद्ध यांच्या शिकवणीतूनच हे तत्त्वज्ञान मी स्वीकृत केलेले आहे.

माझ्या जीवनविषयक तत्त्वज्ञानात स्वातंत्र्याला स्थान आहे हे मला आग्रहपूर्वक सांगावयाचे आहे. पण त्याचबरोबर अनिर्बंध स्वातंत्र्य समतेला मारक ठरते. माझ्या तत्त्वज्ञानात समतेचे स्थान स्वातंत्र्यापेक्षा वरचे आहे. तरीसुद्धा त्यात संपूर्ण समतेला मुळीच थारा नाही. कारण

अमर्याद समता ही स्वातंत्र्याच्या अस्तित्वाआड येते आणि स्वातंत्र्याला वाव असणे तर आवश्यक आहे.

माझ्या तत्त्वज्ञानात स्वातंत्र्य व समतेच्या अतिक्रमणापासून संरक्षण मिळावे म्हणूनच फक्त कायदे-कानूनचे स्थान गृहीत धरलेले आहे. पण कायद्याचे स्थान मी फारच गौण मानतो. कारण स्वातंत्र्य व समतेच्या भंगाबाबतीत कायदा खात्रीने समर्थ ठरेल असा मला विश्वास वाटत नाही. मी बंधुभावाला सर्वोच्च स्थान देऊ इच्छितो; कारण स्वातंत्र्य व समता नाकारली जाण्याप्रसंगी बंधुभाव हाच खराखुरा रक्षक ठरतो. सहभाव हे बंधुभावाचे दुसरे नाव आहे आणि बंधुभाव आणि मानवता हे धर्माचे दुसरे नाव आहे. कायदा वा सहभावाचे मूल्यमापन करताना हा फरक जाणवतो याचे कारण कायदा हा धर्मातीत असल्यामुळे तो कोणीही मोडू शकतो; याउलट सहभाव अथवा धर्म हा पवित्र असल्यामुळे त्याला मान देणे हे प्रत्येकाचे कर्तव्य गणले जाते. माझे तत्त्वज्ञान हे कोणा सुखवस्तू माणसाचा ध्येयवाद आहे असे मानू नये. सामाजिक जीवनातल्या त्रिगुण तत्त्वांचा नाश करून हिंदू समाजात क्रांती घडवून आणू शकेल असेच माझे क्रांतिकारक तत्त्वज्ञान आहे. म्हणून मी इतका चढावखोर आहे आणि मला पुष्कळ शत्रू आहेत. पण मला हे शत्रू आवडतात. कारण मला माहीत आहे की माझे बोलणे ते कान देऊन ऐकत असतात.

माझे तत्त्वज्ञान हे फक्त माझ्यासाठी नाही तर ते इतरांसाठीही आहे. निराळ्या शब्दांत सांगावयाचे म्हणजे माझ्या तत्त्वज्ञानाच्या मागे विशिष्ट उद्दिष्ट आहे. मला मतपरिवर्तन करावयाचे आहे. त्रिगुण तत्त्वाच्या अनुचरांना त्याचा त्याग करावयास लावून माझ्या तत्त्वज्ञानाचा स्वीकार करावयास लावायचा आहे. हे एक भव्य कार्य आहे आणि त्याला पुष्कळ अवधी लागण्याचा संभव आहे. आज भारतीय व्यक्ती दोन निरनिराळ्या ध्येयवादांनी नियंत्रित आहेत. राज्यघटनेच्या उद्देशपत्रिकेत सूचित केलेला ध्येयवाद आणि धर्मात अंतर्भूत केलेला सामाजिक ध्येयवाद. ज्याला समज आहे हे त्याला कळू शकेल की हे दोन परस्पर विसंगत ध्येयवाद आहेत. राजकीय ध्येयवादामुळे स्वातंत्र्य, समता व बंधुभाव या जीवनमूल्यांना मान्यता मिळाली आहे, तथापि प्रचलित सनातनी वृत्तीच्या सामाजिक ध्येयवादामुळे ही तत्त्वे व्यवहारात नाकारली गेली आहेत. असे हे विसंगत जीवन किती काळ चालणार आहे? कधीतरी एक दुसऱ्याला शरण गेल्याशिवाय उपायच नाही. माझ्या जीवनतत्त्वज्ञानावर माझा पुरेसा विश्वास आहे म्हणूनच जो आज बहुसंख्य भारतीयांचा राजकीय ध्येयवाद आहे तो सर्वांचा सामाजिक ध्येयवाद होईल अशी मला उमेद आहे."

(३ ऑक्टोबर १९५४ रोजी आकाशवाणी दिल्ली केंद्रावरून केलेल्या भाषणाचा अनुवाद.)

● ● ●

'डॉक्टरेट'ची पदवी

माझे अमेरिकेला जाणे निश्चित झाले आहे. एल.एल.डी.पदवी घेण्यासाठी कोलंबिया युनिव्हर्सिटी अर्थात तिकडे जाणे मला विशेष आवडत नाही. मुंबईहून आल्यापासून माझी प्रकृती बरीच उतरली आहे. वैद्यकीय प्रयत्न करूनही त्यात आता मार्गच निघत नाही. माझी प्रकृती आहे तशीच आहे. अर्थात तुम्हा सर्वांच्या काळजीचे व दुःखाचे कारण झाले आहे. आता मी माझी काळजी करण्याचे सोडून दिले आहे. आता प्रकृती पुन्हा पूर्ववत निकोप होईलसे वाटत नाही. भगवान बुद्धाने सांगितले की, "जे जन्माला आले आहेत ते नष्टाप्रत जाणार आहेत. आपण मनाला ते लावून घेऊ नये."

माझ्या शरीराची चिंता करण्याऐवजी त्यापेक्षा अधिक महत्त्वाचा विचार म्हणजे माझ्या शरीरावरील आपल्या समाजाच्या सर्व कार्याची जबाबदारी घेण्याचा होय. आणि तुम्ही ही जबाबदारी घेण्यासाठी लवकर तयार झाले पाहिजे. माझी खात्री झाली आहे की मी आता अधिक काळ जगणार नाही, तर माझे अमेरिकेला जाणे झपाट्याने जवळ येत आहे. "जरी माझा स्वभाव तापट असला आणि सत्ताधारी लोकांशी अनेक प्रसंगी खटके उडालेले असले, तरी मी भारताविषयी परदेशात काही कडवट बोलेन असा चुकीचा ग्रह त्यांनी करून घेऊ नये. मी देशाशी केव्हाही विद्रोह केला नाही. देशाचे हितच हृदयात सतत बाळगले. गोलमेज परिषदेच्या वेळी देशाच्या हिताच्या दृष्टीने मी गांधींच्याही पुढे २०० मैल होतो."

मी लोकशाहीचा भोक्ता आहे. माझ्या सरकारवर जी टीका करावयाची असेल, ती मी येथेच करीन. परदेशात जाऊन घाणेरडी लक्तरे धुण्याचे नीच काम करून स्वदेशाची बदनामी करणारा मी नाही.

●●●

शैक्षणिक कार्य

माझ्या दृष्टीने विद्या, शिक्षण हे महत्त्वाचे होते. अस्पृश्य समाजाचा उद्धार करण्याचा शिक्षण हा एक मार्ग होता. म्हणून या समाजात शिक्षणाचा प्रसार व प्रचार करण्याची अत्यंत आवड होती. शिक्षणातून समाजपरिवर्तन करणे ही एक महत्त्वाची भूमिका होती. म्हणूनच अस्पृश्य समाजात शिक्षणाचे लोण घरोघरी पोहचावे अशी प्रबळ इच्छा होती. याच उद्देशाने शिक्षण कार्य हाती घेतले.

विद्येचे संपादन व वापर

दुसरे महायुद्ध संपताच भारतातील अस्पृश्य पदवीधरांची पहिली तुकडी उच्चशिक्षणासाठी परदेशात निघाली होती. मुंबईत त्याप्रसंगी शुभचिंतनाचा निरोप समारंभ होता. त्यावेळी, विद्या कशी संपादन करावी व तिचा वापर कसा करावा यासंबंधी मार्गदर्शन करताना बाबासाहेबांनी सांगितले की, विजेचा गोळा (बल्ब) कळ दाबताच जसा निमिषार्धात अंधार नष्ट करून स्वतःचे प्रकाशमान साम्राज्य निर्माण करतो, त्याचप्रमाणे शिक्षण संपादन केलेल्या प्रत्येक माणसाने समाजातील अज्ञान दूर करण्यासाठी उपयुक्त ठरले पाहिजे आणि असे कार्य सहज सुलभ करून घेण्यासाठी रेल्वेच्या इंजिनाचा कित्ता गिरवला पाहिजे. म्हणजे रेल्वेचे इंजिन जसे प्रथम एक-एक डबा एकमेकाला जोडून रेल्वेची गाडी तयार करते व नंतर ती गाडी स्वतःच वाहून नेते, तसे समाजाला घडविण्याचे व वाढविण्याचे क्रांतिकारी कार्य शिकलेल्या माणसाने केले पाहिजे. भारतातील प्रत्येक समाजात शिकलेल्या लोकांनी या मार्गाचा जर अवलंब केला तरच पारंपरिक रहाटगाड्यात हातपाय बांधून ठेवलेल्या भारतीय संस्कृतीची खरी मुक्तता होणार आहे. असे झाले तर भारताला उत्कर्षप्राप्तीसाठी वाटचाल करता येईल.

ध्येय व धोरण

उच्च शिक्षणाची आवश्यकता व महत्त्व लक्षात घेऊन १९४६ साली 'पीपल्स एज्युकेशन सोसायटी'ची स्थापना केली. पीपल्स एज्युकेशन सोसायटीचे धोरण हे केवळ शिक्षणप्रसार करण्याचे नसून भारतात बौद्धिक, नैतिक आणि सामाजिक लोकशाहीचा ज्याद्वारे विकास होईल अशी मनोवृती घडवून आणण्याचे कार्य तिला शिक्षणप्रसाराच्या माध्यमातून करावयाचे आहे. आजच्या भारताला याच गोष्टींची गरज आहे आणि भारताविषयी सदिच्छा बाळगणाऱ्या सर्व लोकांनी ही गोष्ट देशात घडवून आणली पाहिजे.

सिद्धार्थ कॉलेजचे ध्येय पुढीलप्रमाणे

'पीपल्स एज्युकेशन सोसायटी'च्या अंतर्गत २० जून १९४६ रोजी मुंबईत 'सिद्धार्थ कॉलेज'ची स्थापना केली. या कॉलेजच्या पहिल्या वर्षाच्या शेवटी विद्यार्थ्यांना पुढीलप्रमाणे मार्गदर्शन केले.

डॉ. बाबासाहेब आंबेडकर यांनी स्थापन केलेले सिद्धार्थ कॉलेज (मुंबई)

तुमच्या प्रिन्सिपॉल साहेबांनी आताच तुम्हाला सांगितले की, आमचे सिद्धार्थ कॉलेज अद्यापि बाल्यावस्थेत असल्याने त्याला आपली परंपरा अद्यापि प्रस्थापित करावयाची आहे. त्यामुळे मला व्याख्यान देण्यासाठी तुम्ही दिलेल्या या संधीचा फायदा घेऊन 'आमच्या कॉलेजची परंपरा' या विषयावरच मी आता बोलणार आहे. परंतु माझे प्रत्यक्ष व्याख्यान सुरू होण्यापूर्वी मला आजकालच्या विद्यार्थ्यांना दोन शब्द सांगावयाचे आहेत. १९३७ सालापासून माझा विद्यार्थ्यांशी असलेला संबंध तुटला आणि तेव्हापासून मी प्राध्यापकाचा पेशा बाजूस ठेवून राजकारणाचा पेशा पत्करला. कित्येक कॉलेजात व्याख्यान देण्यासाठी मला निमंत्रणे येतात; पण त्याचे निमंत्रण स्वीकारायचे नाही

असा मी मनाशी निश्चय केला आहे. 'सिद्धार्थ कॉलेज' हा त्याला एक अपवाद आहे. सिद्धार्थ कॉलेजने आपली परंपरा कशी प्रस्थापित करावयाची हे मी आता तुम्हाला सांगतो. आमच्या कॉलेजचे नाव 'सिद्धार्थ कॉलेज' असे आहे. ते का ठेवले गेले? मी जर एखाद्या कोट्यधीशाला शब्द टाकला असता तर मला काही लाख रुपये सहज मिळविता आले असते. तसे केल्याने मला त्या कॉलेजला त्या कोट्यधीशाचे नाव द्यावे लागले असते. पण मी तसा विचार केला नाही व या कॉलेजला 'सिद्धार्थ कॉलेज' हेच नाव द्यावे असा मी विचार केला. हे बुद्धांचे नाव आहे हे तर तुम्हाला माहीतच आहे. त्याचप्रमाणे हे आमचे सिद्धार्थ कॉलेज अद्यापि छोटेसेच बालक आहे. त्याला अद्यापि नऊ महिनेसुद्धा झाले नाहीत. ह्या कॉलेजने अद्यापि आपली परंपरा प्रस्थापित केली नसेल तर त्याचे मला मुळीच आश्चर्य वाटत नाही. पण तेवढ्यावरून आमच्या या छोट्या सिद्धार्थ कॉलेजपुढे काही ध्येय नाही, अशी मात्र तुम्ही आपली समजूत करून घेऊ नका. त्या ध्येयामुळेच ह्या कॉलेजला 'सिद्धार्थ कॉलेज' असे नाव देण्यात आलेले आहे, हे लक्षात ठेवा.

बुद्धांच्या नावाने हे कॉलेज का प्रस्थापित करण्यात आले? बुद्धांनीच हे ध्येय आपल्यासमोर ब्रह्मजालसूत्रात सांगून ठेवले आहे. त्या सूत्रात अशी गोष्ट सांगितलेली आहे, हिंदुस्थानामध्ये औपनिषदिक तत्त्वज्ञानाचा प्रसार झालेला आहे, अशी आपली समजूत आहे. या तत्त्ववेत्त्याचा ब्रह्मावर विश्वास आहे. एकदा बरेचसे तत्त्वज्ञानी ब्राह्मण गौतमाला भेटायला आले. आम्ही ब्रह्मवादी आहोत असे त्यांनी गौतमाला सांगितले. गौतमाच्या शिष्यांनी आपल्या गुरूला सांगितले, आपल्या भेटीची अपेक्षा करून हे ब्रह्मवादी तत्त्वज्ञानी भेटीसाठी आलेले आहेत. यांनी एक नवीन तत्त्वज्ञान प्रस्थापित केलेले आहे आणि या तत्त्वज्ञानातील मुख्य दैवत म्हणजे ब्रह्म होय, असे त्यांचे म्हणणे आहे. गुरुजी, आपल्याला याविषयी काय सांगावयाचे आहे ते जाणण्याची आम्हा साऱ्यांची इच्छा आहे. गौतमांनी यावर जे उत्तर दिले ते अत्यंत विचारार्ह आहे असे मला वाटते. गौतमांनी या ब्रह्मवाद्यांना प्रश्न केला, "तुम्ही ब्रह्म पाहिले आहे काय?" 'नाही.' "तुम्ही ब्रह्माबरोबर भाषण केले आहे काय?", 'नाही.' "तुम्ही ब्रह्माविषयी काही ऐकले तरी आहे काय?" 'नाही.' "मग तुमच्या पंचज्ञानेंद्रियांनी व पंचकर्मेंद्रियांनी ब्रह्म काय आहे हे अनुभवले नाही म्हणता तर, मग ब्रह्म आहे, म्हणजे ब्रह्माचे अस्तित्व आहे, हे तरी कशावरून तुम्ही म्हणता?" यावर या ब्रह्मवाद्यांना काहीएक उत्तर देता आले नाही.

आता मी तुम्हाला गौतमाच्या आणखी एका व्याख्यानाविषयी सांगतो. त्याविषयी महापरिनिर्वाणसूत्रामध्ये विवेचन केलेले आढळून येते. गौतम हे आसन्नमरणावस्थेत होते.

त्यावेळी गौतम आणि त्यांचे शिष्य हे कुशिनारा या ठिकाणी राहत होते. त्यावेळी त्यांच्या मुख्य शिष्यांनी गौतमाला विचारले, "महाराज, आपल्याला एवढ्या लवकर निर्वाण घेता येणार नाही. अद्याप कितीतरी गोष्टी राहिलेल्या आहेत की, ज्याविषयी आपण आम्हाला काहीएक निर्णय दिलेला नाही वा त्याविषयी आपण आम्हाला काही मार्गदर्शनही केलेले नाही." बुद्धांनी यावर जे उत्तर दिले ते अत्यंत विचारणीय आहे. ते म्हणाले, "मी तुम्हामध्ये आज चाळीस वर्षे राहिलो आहे. म्हणजे आता माझ्या वयाला पूर्ण ऐंशी वर्षे झाली आहेत. मी तुमच्या संगतीत इतकी वर्षे राहिलो असल्याने अद्यापिही काही समर्पक उत्तरे माझ्याकडून तुम्हाला मिळालेली नाहीत असे तुम्ही म्हणता त्याचे मला फार आश्चर्य वाटते. आमच्या आतापर्यंतच्या चाळीस वर्षांच्या संभाषणात सांगण्यासारखे अद्यापि काही बाकी राहिले असेल असे मला वाटत नाही. या तुमच्या प्रश्नामुळे तुमच्या डोक्यात काहीतरी घोटाळा झालेला आहे असे मला वाटू लागले आहे. मी आजपर्यंत तुम्हाला जे शिकविले त्याचा पूर्ण बोध तुम्हाला झाला नसावा असे मला वाटू लागले आहे. तुम्ही एक गोष्ट ध्यानात ठेवा व त्याप्रमाणे वागा म्हणजे तुमचा प्रश्न तुम्हाला स्वतःलाच आपोआप सोडविता येईल. म्हणजे केवळ एखादी गोष्ट मी तुम्हाला सांगतो म्हणूनच ती सत्य असली पाहिजे असे तुम्ही बिलकूल मानू नका. ती गोष्ट तुमच्या विचारशक्तीला, तुमच्या तर्कशक्तीला पटत असेल तरच तुम्ही ती खरी माना. नाही तर तुम्ही ती खुशाल टाकून द्या. हीच माझी शिकवण आहे."

या गौतम बुद्धांच्या म्हणण्याचा काय अर्थ आहे बरे? याचा अर्थ असा की प्रत्येक मनुष्याला विचारस्वातंत्र्य आहे; पण त्या स्वातंत्र्याचा उपयोग त्याने सत्यशोधन करण्यात केला पाहिजे. आणि सत्य म्हणजे तरी काय बरे? सत्य हेच आहे की, मनुष्याच्या पंचज्ञानेंद्रियांना व पंचकर्मेंद्रियांना ते सत्य पटले पाहिजे. म्हणजे, त्याचा स्वाद घेता आला पाहिजे आणि असे हे सत्य म्हणजेच ईश्वर. ही ध्येये गौतमांनी आपल्या शिष्यांपुढे ठेवली आणि हीच ध्येये आमचे सिद्धार्थ कॉलेज अनुसरणार आहे. १) सत्य शोधून काढणे व २) जो धर्म आपल्याला मानवता शिकवील त्याच धर्माचे अनुसरण करणे. आधुनिक विचारांची प्रणाली कोणत्या दिशेने वाहते आहे ते मला माहीत आहे आणि मी तुम्हाला हेही सांगून ठेवतो की, कार्ल मार्क्सच्या तत्त्वज्ञानाशी मी काही अपरिचित नाही. त्याचे धार्मिक विचारही मला अपरिचित नाहीत. तो म्हणतो की, धर्म म्हणजे अफू आहे. पण त्याचे हे म्हणणे मला पटण्यासारखे नाही. मला वाटते की, सत्य शोधून काढणे म्हणजेच सत्यधर्म. सत्य आणि सत्ता या परस्परविरोधी गोष्टी आहेत. शास्त्रसुद्धा कोणत्याही गोष्टींची परिपूर्णता मान्य करीत नाही. म्हणून सत्यसुद्धा

कालपरत्वे अपूर्णच असल्याने त्याचा पुनः पुन्हा शोध करणेच प्राप्त असते. म्हणूनच जगामध्ये पूर्णतया पवित्र असे काहीच नाही. धर्म म्हणजे सत्य आहे हे आम्ही शिकले पाहिजे. 'न हि सत्यात्परो धर्मः' हेच आपले ध्येय असायला पाहिजे. आपण केव्हाही इतरांना दुखविता कामा नये, हीच आपल्या धर्माची खरी शिकवणूक असली पाहिजे. सत्य शोधण्याच्या कामात माणसाला पूर्ण स्वातंत्र्य मिळाले पाहिजे हे आपल्या या कॉलेजचे ध्येय आहे.

विद्येचे महत्त्व

डॉ.बाबासाहेब आंबेडकरांनी पीपल्स एज्युकेशन सोसायटीच्या वतीने औरंगाबाद येथे १९५० साली मिलिंद महाविद्यालय स्थापन केले. कॉलेजच्या कोनशिला समारंभासाठी भारताचे पहिले माजी राष्ट्रपती डॉ.राजेंद्र प्रसाद हे १ सप्टेंबर १९५१ रोजी औरंगाबादला आले होते. त्याप्रसंगी भारताच्या पहिल्या राष्ट्रपतींचे आपल्या संस्थेच्या व स्वतःच्या वतीने स्वागत केल्यावर डॉ.आंबेडकरांनी आपल्या भाषणात शिक्षणाचे महत्त्व कथन करताना सांगितले की, "हिंदू समाजातील खालच्या वर्गातून मी आल्यामुळे शिक्षणाला किती महत्त्व आहे याची मला पूर्ण कल्पना आलेली आहे. खालच्या वर्गातील लोकांना सुधारण्यासाठी नेमके काय केले पाहिजे, हा विचार होत असताना ह्या वर्गाच्या आर्थिक प्रश्नांचाच उल्लेख होतो. किंबहुना खालच्या वर्गाचे आर्थिक प्रश्न सोडविण्यात त्यांची खरी प्रगती आहे असे मानले जाते. परंतु केवळ तसेच मानले तर ती एक घोडचूक ठरेल.

भारतातील खालच्या वर्गांना उत्कर्षाच्या व मुक्ततेच्या मार्गाला आणावयाचे म्हणजे या देशातील प्राचीन काळाप्रमाणे त्यांची खाण्यापिण्याची व कपड्यालत्त्याची फुकट सोय करून उच्चवर्णीयांच्या सेवेसाठी तत्पर ठेवणे हे नव्हे! तर माणसा-माणसांमधील उच्च-नीच व श्रेष्ठ-कनिष्ठ भेदभावाच्या ज्या न्यूनगंड तत्त्वज्ञानाने त्यांची वाढच खुंटवून दुसऱ्याचे गुलाम व्हायला त्यांना लावले होते, त्या विषारी परंपरेतून त्यांची सुटका करणे म्हणजेच त्यांचा खरा उद्धार करणे होय! यासाठी खालच्या थरातील लोकांच्या मनात विवेक जागवून व्यक्तिगत व राष्ट्रीय जीवनाचे महत्त्व पटवून दिले पाहिजे आणि आतापर्यंत ज्या समाजव्यवस्थेत ते जगत होते त्या समाजजीवनाने त्यांची कशी घोर फसवणूक केली आहे हे समजावून दिले पाहिजे. असे कार्य या देशात उच्चशिक्षणाशिवाय केव्हाच शक्य होणार नाही. म्हणून माझ्या मते, भारतातील सर्व प्रकारच्या सामाजिक प्रश्नांवर शिक्षणप्रसार हाच एकमेव आणि सर्वश्रेष्ठ तोडगा आहे."

मिलिंद कॉलेजचे ध्येय

मिलिंद हा एक ग्रीक राजा होता. त्याला आपल्या विद्वत्तेबद्दल घमेंड होती की, ग्रीकांसारखे विद्वान लोक जगाच्या पाठीवर कोठेही सापडावयाचे नाहीत. त्याने जगाला आव्हान दिले होते. त्याला एकदा वाटले की, आपण एखाद्या बौद्ध भिक्खूबरोबर वाद करावा. पण अशा मिलिंदाबरोबर वादविवाद करण्यास कोणीही तयार झाला नाही. महाप्रयासाने 'नागसेन' भिक्खूला तयार केलं गेलं. मिलिंदाचे आव्हान आपण स्वीकारले पाहिजे असा त्याने निश्चय केला.

नागसेन हा ब्राह्मण होता. वयाच्या सातव्या वर्षी त्याने आपल्या आईबापाचं घर सोडलं होतं. अशा या नागसेनाने भिक्खूलोकांचा आग्रह मान्य केला. नंतर मिलिंद व नागसेन यांचा वादविवाद होऊन मिलिंदाचा पराजय झाला. त्या वादविवादाचं एक पुस्तक प्रसिद्ध झालं आहे. त्या पुस्तकाला पाली भाषेत 'मिलिंदपन्ह' असं नाव आहे. या पुस्तकाचं मराठीत भाषांतर 'मिलिंद प्रश्न' असं आहे. या पुस्तकाचं शिक्षकांनी आणि विद्यार्थ्यांनी अवश्य वाचन करावं अशी माझी इच्छा आहे. त्यात शिक्षकाच्या अंगी कोणते गुण असावेत, हे दिलेले आहे. म्हणून मी व माझ्या सोसायटीने ह्या कॉलेजला 'मिलिंद महाविद्यालय' असे नाव दिले आहे व जागेला 'नागसेनवन' असे नाव दिले आहे. मिलिंद हरला व बुद्धांचा अनुयायी झाला, म्हणून मी हे नाव दिलेले नाही. मी जे ह्या कॉलेजला नाव दिलेलं आहे ते आदर्शभूत असंच आहे, असं माझं मत आहे. शिक्षण संस्थेला एखाद्या श्रीमंत व्यापाऱ्याने केवळ पैशाची देणगी दिली म्हणून त्याचे नाव देणे हे अत्यंत अनुचित आहे. बौद्ध धर्माशी संलग्न झालेले 'मिलिंद' हे नाव महाविद्यालयास देण्याचे दुसरे कारण असे की, विद्या ही अन्नासारखी सर्व मनुष्यास आवश्यक आहे. प्रत्येकास तिचा लाभ झाला पाहिजे, हा उदार विचार पहिल्यांदा उद्घोषित केला असेल तर तो भगवान बुद्धांनीच. तेव्हा ज्या असंख्य लोकांना कैक शतके अज्ञानात दडवून ठेवण्यात आले, त्यांना सुशिक्षित बनविण्याचा आरंभ करताना बुद्धांचे अथवा त्यांच्या शिष्यांचे नाव आठवावे हे स्वाभाविकच आहे.

मुंबईच्या सिद्धार्थ कॉलेजात २९०० व या कॉलेजात ६०० विद्यार्थी आहेत. मी या कॉलेजचा खूप भार सहन केला आहे.

श्री. शंकरराव देवांनी कॉलेजला 'मिलिंद' हे नाव दिल्याबद्दल आमच्या धम्मपदातील श्लोक तुम्हाला सांगितला आहे. तो असा, 'अक्रोधेन जयेत क्रोधं!' मनुष्याने क्रोध हा अक्रोधाने

जिंकावा असं ते म्हणाले, कारण मी अतिशय क्रोधी आहे हे जगाला चांगले परिचित आहे. श्री. देव म्हणतात, माणसाने क्रोध गिळला पाहिजे. मला यावरून असे वाटते की, श्री. देवांचं वाचन अपुरं आहे. भगवान बुद्धांनी 'राग' यावर व्याख्यान दिलं आहे. ते जर देवांनी वाचलं असतं तर त्यांनी असले उद्‌गार काढले नसते. मनुष्य रागीट असला तर त्याच्यावर टीका करू नये. राग दोन प्रकारचे असतात - १) द्वेषमूलक व २) प्रेममूलक. जो कसाई असतो तो कुऱ्हाड घेऊन येतो. त्याचा राग हा द्वेषमूलक असतो. आईने आपल्या मुलाला चापट मारली तर तिला कोण काय म्हणेल? तिचा राग असतो तो प्रेममूलक असतो. मुलाने सदाचारी व्हावं म्हणून मुलाला आई मारत असते. माझा रागही प्रेममूलक आहे. तुम्ही समतेनं वागावं म्हणून मी पर्वा करणार नाही. मी जे सगळं प्राप्त केलं ते झगडा करून केलं आहे.

पूर्वी फक्त ब्राह्मण जात विद्या घेत होती. आम्हाला विद्या शिकता आली नाही. परंतु भगवंताने हा दंडक मोडला. एकदा भगवंतास लोहित नावाच्या ब्राह्मणाने प्रश्न विचारला की, तू सगळ्यांना विद्या का शिकवतोस? यावर भगवंताने त्याला सांगितले की, ज्याप्रमाणे मनुष्यमात्राला अन्नाची जरुरी आहे, त्याचप्रमाणे सर्वांना विद्येची जरुरी आहे. ही विचारसरणी प्रथम बुद्धांनीच या भूतलावर सुरू केली. विद्या हे एक विष आहे, ही एक प्रकारची तलवार आहे. ही दुधारी असते. तिने दुष्टांचा संहार करता येतो व दुष्टांपासून आपले रक्षणही करता येते. म्हटलेच आहे की,

स्वदेशे पूज्यते राजाः। विद्वान सर्वत्र पूज्यते।।

तुम्ही सर्वजण विद्या शिकण्यासाठी आला आहात. पण माझ्या मते, 'केवळ विद्याच पवित्र' असू शकत नाही. विद्येबरोबर भगवान बुद्धांनी सांगितलेली प्रज्ञा म्हणजे शहाणपणा, शील म्हणजे सदाचाराने संपन्न असं आचरण, करुणा म्हणजे सर्व मानवजातीसंबंधी प्रेमभाव आणि मैत्री म्हणजे सर्व प्राणिमात्रांविषयीची आत्मीयता, या चार पारमिता असल्या पाहिजेत, तरच विद्येचा काही उपयोग आहे. विद्या, प्रज्ञा, करुणा, शील व मैत्री या पंचतत्त्वानुसार मिलिंद महाविद्यालयातील प्रत्येक विद्यार्थ्याने आपले चारित्र्य बनविले पाहिजे आणि या मार्गाने एकट्यानेच जावे लागले तरी मनोधैर्य व निष्ठा राखून गेले पाहिजे. 'महाजनो येन गतः स पन्थः' ही परपृत्यनेयबुद्धी सोडून विवेकाने जो मार्ग आपणास योग्य वाटेल त्याच मार्गाने यापुढे गेले पाहिजे.

●●●

खेडे विभागाकडे दुर्लक्ष

ता. १८ मार्च १९५५ मध्ये आग्रा येथे शेड्यूल्ड कास्ट्स फेडरेशनच्या वतीने विराट सभा झाली. त्यावेळी केलेले भाषण.

"२५ वर्षांपूर्वी राजकारणात प्रवेश करताना माझ्या जीवनात तीन उद्देश होते. प्रथम उद्देश होता तो म्हणजे, अस्पृश्यांच्या घराघरात ज्ञानगंगेचा प्रवाह नेणे. हा माझा उद्देश बऱ्याच अंशी सफल झाला असून, शैक्षणिक क्षेत्रात अस्पृश्य आघाडीवर नसले तरी काही दिवसांत ते योग्य ती प्रगती करू शकतील, असा मला आत्मविश्वास आहे. सरकारी नोकरीत अस्पृश्य जमातीच्या लोकांना व्यापक प्रतिनिधित्व मिळवून देणे हा माझ्या कार्यातील दुसरा उद्देश होता.

माझ्या प्रयत्नांना आलेले यश आज तुम्हाला दिसतच आहे. परंतु खेड्यापाड्यातून राहणाऱ्या माझ्या असंख्य दलितांच्या परिस्थितीत सुधारणा घडवून आणण्याचा माझा तिसरा उद्देश म्हणावा तेवढा सफल होऊ शकला नाही. म्हणून माझे उरलेले आयुष्य व माझ्या अंगी असलेले सर्व सामर्थ्य खेड्यापाड्यातील अस्पृश्य जनतेची सुधारणा करण्याकरिता खर्च करण्याचा निश्चय केला आहे.

खेड्यापाड्यातील अस्पृश्य जोपर्यंत खेडी सोडून शहरात राहायला येणार नाहीत तोपर्यंत त्यांच्या जीवनपरिस्थितीत सुधारणा होणार नाही. आमच्या खेड्यातून राहणाऱ्या अस्पृश्यांना वाडवडिलांच्या गावी राहण्याचा मोह सुटत नाही. त्यांना वाटते, तेथे आपली भाकरी आहे. परंतु भाकरीपेक्षा स्वाभिमानाला अधिक महत्त्व आहे. ज्या गावी त्यांना कुत्र्यासारखे वागविले जाते, त्या ठिकाणी त्यांचा पदोपदी मानभंग होतो, जेथे त्यांना अपमानाचे स्वाभिमानशून्य जीवन जगावे लागते, ते गाव काय कामाचे? खेडेगावातील या अस्पृश्यांनी तेथून निघून तेथे कोठे पडीक जमीन असेल ती ताब्यात घ्यावी आणि नवीन गावे वसवून स्वाभिमानपूर्वक माणुसकीचे जीवन जगावे. तेथे नवा समाज निर्माण करावा. तेथील सर्व कामे त्यांनीच करावीत. अशा गावातून त्यांना कोणी अस्पृश्य म्हणून अपमानास्पद वागणूक देणार नाही."

●●●

मी बुद्धाकडे का वळलो?

माझे वडील अत्यंत धार्मिक वृत्तीचे होते आणि त्यांनी मला धार्मिक शिस्तीत लहानाचे मोठे केले. माझ्या लहानपणी मला माझ्या वडिलांच्या धर्मजीवनातही काही विसंगती आढळल्या. ते कबीरपंथी होते. त्यामुळे त्यांचा मूर्तिपूजेवर विश्वास नव्हता.

त्यांनी आपल्या पंथाची पुस्तके वाचून काढली होती. त्याचबरोबर रोज झोपायला जाण्यापूर्वी रामायण-महाभारतातील काही उतारे आमच्या घरी येणाऱ्या लोकांना; तसेच माझ्या बहिणींना वाचून दाखवायला ते मला आणि माझ्या थोरल्या भावाला सांगत. हा प्रकार बरीच वर्षे सुरू होता. मी चौथीची परीक्षा उत्तीर्ण झाल्यावर माझ्या जातीच्या लोकांना ती घटना जाहीर सभेतून कौतुक करण्यासारखी वाटली. पण माझ्या वडिलांनी या गोष्टीला परवानगी दिली नाही. त्यामुळे माझ्या डोक्यात हवा शिरेल अशी त्यांची धारणा होती. शिवाय एक परीक्षा पास होण्यापलीकडे मी विशेष काय केले होते? माझ्या वडिलांनी नकार दिल्याने नाराज झालेली मंडळी दादा केळूसकरांकडे (कृष्णराव अर्जुन केळूसकर) गेली. केळूसकरांनी माझ्या वडिलांना भेटून त्यांचे मन वळविले. ते या प्रकारची सभा घेण्यास राजी झाले. दादा केळूसकर हे त्या सभेचे अध्यक्ष होते. त्यावेळी मला त्यांनी स्वतः लिहिलेले बुद्ध जीवनावरील पुस्तक भेट म्हणून दिले. मी ते पुस्तक उत्सुकतेने वाचले आणि त्यातील काही प्रसंगांनी अक्षरशः भारावून गेलो. माझ्या वडिलांनी आपल्याला यापूर्वीच बौद्ध वाङ्मयाचा परिचय का घडवून दिला नाही असे मला वाटले. मी त्यांना सरळच विचारले की, ज्या ग्रंथात केवळ ब्राह्मण आणि क्षत्रिय यांचा गौरव आहे आणि अस्पृश्यांची नालस्ती केली आहे ते महाभारत व रामायणासारखे ग्रंथ त्यांनी मला वाचावयास का सांगितले? माझ्या वडिलांना माझा प्रश्न रुचला नाही व "मूर्खासारखे प्रश्न विचारू नकोस" म्हणून त्यांनी मला गप्प केले.

माझे वडील स्वतःची हुकूमत गाजविण्याच्या वृत्तीचे होते; पण तरीही मी धैर्य करून त्यांच्याशी बोलत होतो. काही दिवसांनी मी पुन्हा त्यांना याबाबत विचारले. त्यावेळी ते म्हणाले, "आपण अस्पृश्य जमातीचे आहोत आणि त्यामुळे तुला न्यूनगंड निर्माण होण्याची शक्यता आहे. महाभारत आणि रामायण यांच्या वाचनाने हा न्यूनगंड दूर होण्यास मदत होईल. द्रोण आणि कर्ण ही अत्यंत लहान माणसेही किती उंचीपर्यंत पोचली हे पाहण्यासारखे आहे. वाल्मीकी हा कोळी असूनही तो रामायणाचा कर्ता झाला. त्यामुळेच तुझा न्यूनगंड दूर व्हावा म्हणून मी तुला रामायण-महाभारत वाचावयास सांगितले." मला माझ्या वडिलांच्या युक्तिवादात तथ्य आढळले.

माझ्या वडिलांनी जो युक्तिवाद केला होता त्यात बरेच तथ्य होते; पण त्या युक्तिवादाने माझे समाधान झाले नाही. महाभारतातील एकही व्यक्तिरेखा माझ्या मनाला भुरळ घालू शकली नाही, हे मी माझ्या वडिलांना स्पष्ट शब्दांत सांगितले. मी म्हटले, "मला भीष्म, द्रोण किंवा कृष्ण कुणीच पसंत पडले नाहीत. भीष्म आणि द्रोण मला ढोंगी वाटतात, तर कृष्णाला लांडीलबाडी करण्यास संकोच वाटला नाही. त्याचे सारे जीवन त्याच प्रकाराने भरलेले आहे; तसेच मला रामही आवडला नाही. त्याची शूर्पणखेशी वागणूक पाहा, वाली-सुग्रीव प्रकरणात त्याची वर्तणूक पाहा आणि सीतेला त्याने दिलेली क्रूर वागणूक पाहा."

माझे वडील माझ्या बोलण्यावर चूप राहिले. ते त्यावर काहीच बोलले नाहीत. माझ्या मनात बंड उद्भवले आहे हे त्यांच्या लक्षात आले. त्यामुळेच मी बुद्धांकडे वळलो. त्यांच्याकडे मी निर्विकार मनाने झुकलेलो नाही तर निश्चित मनाने मला बुद्धांनी भुरळ घातली. इतर व्यक्तिरेखांशी साम्यभेदाने त्या वयातही बुद्ध मला आवडला.

'बुद्ध आणि त्यांचा धम्म' याविषयीची माझी उत्सुकता ही अशी माझ्या लहानपणापासून निर्माण झालेली आहे. हे पुस्तक लिहिण्याची माझी प्रेरणा मला निराळ्या कारणांनी मिळाली. कलकत्याच्या महाबोधी सोसायटीच्या मुखपत्राच्या संपादकांनी १९५१ साली मला त्यांच्या वैशाखी विशेषांकासाठी खास लेख लिहिण्यास सांगितले होते. त्या लेखात मी असा युक्तिवाद केला होता की, 'विज्ञानाने जागृत झालेला समाज स्वीकारील असा बुद्ध धम्म हा एकमेव धम्म आहे. त्याविना हा समाज नष्ट होईल.' मी त्यात असे विवेचन केले आहे की, 'या आधुनिक जगात बुद्ध धम्म हा असा एकच धर्म आहे जो मानवजातीचे रक्षण करू शकेल.'

बौद्धधर्माची प्रगती अत्यंत हळू झाली, याचे कारण त्याचे वाङ्मय इतके आहे की ते कुणी वाचू शकणार नाही आणि ख्रिश्चनांप्रमाणे त्याचा स्वतःचा असा बायबलसदृश ग्रंथ

डॉ. बाबासाहेब आंबेडकर लिखित ग्रंथ - बुद्ध आणि त्यांचा धम्म

नाही. मी तो लेख लिहिताच तशा प्रकारचा ग्रंथ लिहिण्याविषयी अनेकांनी मला पत्रांनी कळविले. त्या पत्रानुसार मी 'बुद्ध आणि त्यांचा धम्म' हा ग्रंथ लिहिण्याचे मनावर घेतले.

हा ग्रंथ किती चांगला उतरला आहे हे वाचकांनी ठरवायचे आहे. या ग्रंथात मी काही नवीन सांगितले आहे, असा माझा दावा नाही. मी फक्त बौद्ध विचारांचे संपादन केले आहे. त्याची मांडणी वाचकांना आवडेल असा मला विश्वास वाटतो. मी ते सारे सोप्या आणि सहज समजेल अशा शब्दांत मांडले आहे.

बौद्ध धर्माचे सम्यक ज्ञान व्हावे यासाठी जी तीन पुस्तके आहेत त्यांपैकी हे एक पुस्तक. इतर दोन पुस्तक आहेत - १) बुद्ध आणि कार्ल मार्क्स २) प्राचीन भारतातील क्रांती आणि प्रतिक्रांती. हे ग्रंथ मी वेगळे लिहून प्रसिद्ध करण्याच्या विचारात आहे.

●●●

बुद्धं शरणं गच्छामि

मी दहा-बारा वर्षांचा असताना माझे वडील कबीरपंथी साधू होते, हे मला तेव्हापासून आठवते. माझ्या वडिलांच्या घराला धर्मासन म्हणता येईल. माझे वडील विद्येचे भक्त होते, तसेच धर्माचे चाहते होते. माझ्या लहानपणी रामायण, महाभारत वाचून माझ्या मनावर फार मोठा परिणाम झाला. माझे वडील मला म्हणत, ''आपण गरीब असलो तरी भिण्याचे कारण नाही. तू विद्वान का होऊ शकणार नाहीस?'' एल्फिन्स्टन हायस्कूलमध्ये असताना ज्यावर्षी मी इंग्रजी चौथ्या इयत्तेची परीक्षा* उत्तीर्ण झालो. त्यावेळी चाळीतल्या लोकांनी माझ्या वडिलांची इच्छा नसतानाही दादा केळूसकरांच्या मदतीने माझा सत्कार करायचे ठरविले. माझे वडील म्हणाले, ''नको सत्कार. मुलांचा असा सत्कार केला म्हणजे त्यांना पुढारी झालो असं वाटतं.'' त्यावेळी शेवटी सत्कार झालाच आणि दादा केळूसकरांनी मला एक बुद्धांच्या चरित्राचं पुस्तक बक्षीस दिलं. हे पुस्तक वाचल्यावर माझ्यात काही निराळाच प्रकाश पडला. मारुती, सीता, राम वनवासाला गेली, धोब्याच्या सांगण्यावरून सीतेचा त्याग, कृष्णाच्या सोळा सहस्र बायका, ह्या गोष्टी काहीतरीच भयंकर वाटल्या. ह्या गोष्टी माझ्या मनाची पकड घेईनात. परंतु बुद्धचरित्राच्या अभ्यासाने मला जास्त अभ्यास करावासा वाटला. आजही त्या धर्माची पकड माझ्या मनावर कायमची आहे आणि माझी अशी ठाम खात्री झाली आहे की, जगाचे कल्याण फक्त बुद्धधर्मच करू शकेल. माझे वडील म्हणत असत की आपण गरीब आहोत, पण आपली महत्त्वाकांक्षा अत्यंत दांडगी असली पाहिजे. महाभारतातील द्रोणाचार्य गरीब होते. द्रोणाच्या मुलांना त्यांची आई पाण्यात बाजरीचे पीठ मिसळून दूध

---

* भीमराव आंबेडकर मॅट्रिक पास झाले त्यावेळी सीताराम केशव बोले यांच्या अध्यक्षतेखाली त्यांचा सत्कार समारंभ झाला. तेव्हा कृ. अ. केळूसकरलिखित 'गौतम बुद्धांचे चरित्र' भीमरावांना भेट दिले. यातून त्यांना प्रथमच गौतम बुद्धांची ओळख झाली. (संदर्भ : गौतम बुद्धांचे चरित्र - कृ. अ. केळूसकर)

म्हणून पाजीत असे. कर्ण हा गरिबीतूनच वर आला. थोर पुरुष नेहमी गरिबीतून जन्माला येतात. हाती पडलेले गौतम बुद्धांचे चरित्र वाचून माझे मन उमलू लागले. उच्चशिक्षणासाठी मी अमेरिकेला गेलो तेथेही बुद्ध धर्माचा बराच अभ्यास केला. बुद्ध धम्म काय आहे हे समजावून घेण्याकरिता व बुद्धांच्या चरित्राने मनात उडवलेली खळबळ शमविण्याकरिता मी तेथे बरेच वाचन केले. बराच विचार केला. तेव्हा हिंदुधर्म व बुद्ध धम्म यातील अंतर कळून चुकले. बुद्धधम्माचे माझे वेड असे बरेच पुरातन आहे.

बुद्ध धम्म म्हणजे काय?

गौतम बुद्धाला पाच शिष्य पहिल्या प्रथम मिळाले, त्यांना 'पंचवर्गीय भिक्खू' असे म्हणतात. एकंदर ४० शिष्य झाल्यानंतर बुद्धाला वाटले की, आपण शिष्यांना अनुज्ञा करावी, धर्मप्रचारासाठी दूरदूर पाठवावे. त्यावेळी बुद्धधम्माची व्याख्या गौतम बुद्धाने शिष्यांस सांगितली ती अशी, 'बहुजन हिताय, बहुजन सुखायः, लोकनुकंपाय हिताय सुखाय, देवमनुस्सानम्, आदिकल्याणम्, अंतिमकल्याणम.'

बुद्ध धम्म हा लोकांच्या हिताकरिता, सुखाकरिता, त्यांच्यावर प्रेम करण्याकरिता आहे. हा धम्म नुसत्या माणसांनीच स्वीकारून चालणार नाही, तर देवांनीसुद्धा त्याचा स्वीकार केला पाहिजे. ज्याप्रमाणे ऊस हा मुळातही गोड असतो; मध्येही गोड असतो, शेंड्यासही गोड असतो त्याप्रमाणे बुद्ध धम्म सुरुवातीलाही कल्याणकारक आहे, मध्येही कल्याणकारक आहे व शेवटीही कल्याणकारक आहे. या धम्माचा आदी, मध्य, अंत सर्व गोड, हितकारक व कल्याणकारी असे आहेत. धर्म हा प्रत्येक मनुष्यमात्राच्या जीवनाला अत्यंत आवश्यक व पोषक आहे. इतर धर्मांप्रमाणे आत्मा काय, तो कोठे वसला आहे, हे मला माहीत नाही. अंगठ्याएवढा आहे की काळजाएवढा वसला आहे, कोणास ठाऊक! देव मला अजून दिसला नाही. हिंदुधर्मात देव, आत्मा याला जागा आहे. पण मनुष्याच्या जीवनाला कोठे जागा आहे.

बुद्ध धम्माचे अधिष्ठान

बुद्ध धम्मात मात्र भेदभाव नाही. सर्वत्र समसमानता आढळून येईल. बुद्ध धम्मात देव, आत्मा यांचा विचार केलेला नसून माणसाने माणसाशी कशा प्रकारे वागले पाहिजे याचा विचार केलेला आढळतो. या धम्मात नीतीचे संबंध सांगितलेले आहेत. हा सद्धम्म आहे. बाकीचे धर्म झूठ आहेत. ब्राह्मण आणि पुजाऱ्यांनी हिंदुधर्म बनविलेला आहे. बुद्धधम्मात मोक्ष मिळवून देण्यासाठी खिश्चन लोकांसारखे पाद्री नाहीत व आत्म्यास सद्गती देणारे, पूजाविधी व यज्ञयाग करणारे ब्राह्मण तर मुळीच नाहीत.

जो धर्म माणसाला कल्याण साधायला कारणीभूत होईल तोच खरा धर्म. बुद्धधम्माचे अधिष्ठान हे जीवनात कल्याण साधायला अत्यंत आवश्यक आहे, म्हणून या धम्माची महती आहे.

धम्माचा शास्ता कोण?

भगवान बुद्धांचा अंत होऊन २५०० वर्षे लोटली; पण अजूनही हा धम्म जोमाने फोफावतो आहे. याला कुणी शास्ता नाही की सर्वाधिकारी नाही. अंतकाळी भगवंताला त्याच्या शिष्याने विचारले, "तुम्ही निवर्तल्यानंतर तुमच्या पश्चात या धम्माचे काय होईल? याला कुणी तरी शास्ता ठेवा." तेव्हा भगवंताने उत्तर दिले की, "माझ्या गैरहजेरीत धम्म हाच तुमचा शास्ता आहे. तो जर तुम्ही पाळीत नसाल तर त्याचा काय उपयोग? विशुद्ध मनाने घेतलेला धम्म हाच तुमचा शास्ता."

धर्मांतर कधी?

आपल्याला आज ना उद्या धर्मांतर करावे लागणारच आहे. पण त्यासाठी आधी खोलवर विचार नको का करायला? अहो, आताच कुठे मी धर्मांतराची नाव तयार केली आहे. ह्या नावेतून आपली सर्व सात कोटी जनता बसून पैलतीरी जाणार आहे. पण त्या नावेचे सुकाणू हे सर्वस्वी माझ्या हातात आहे. त्यामुळे ही माणसांनी गच्च भरलेली नाव कोठे वादळात सापडू नये, खडकावर आदळू नये, फुटू नये किंवा धोक्यात सापडू नये यासंबंधी अगोदर दक्षता नको का घ्यायला? इतके सर्व धोके टाळून जर आपण पैलतीरी पोहोचलो तर तेथे आपणावर पिसाटाप्रमाणे सैरावैरा धावत सुटण्याचा प्रसंग ओढवू नये. या सर्व गोष्टींचा मी साकल्याने विचार करीत आहे. जोपर्यंत यातून मला निश्चित मार्ग सापडत नाही तोपर्यंत तरी या गोष्टीला जोराची चालना मिळणार नाही.

अहो, आज आपली शीख धर्माकडे असलेली ओढ पाहून हा ख्रिश्चन समाज आणि तो मुसलमान समाज सारखा माझ्या पाठीस लागला आहे. इतकेच नव्हे तर ते या क्षणी मला धर्म स्वीकाराबद्दल चांगले सात कोटी रुपये देण्यासही तयार झालेले आहेत. पण केवळ सात कोटी रुपये मिळतात म्हणून त्यांचा धर्म स्वीकारून मला माझ्या बांधवांना खडड्यात लोटावयाचे नाही. जो धर्म माझ्या सदसद्‌विवेकबुद्धीला पटेल, माझ्या मनाची पूर्ण खात्री करून देईन त्यावेळी मी करून ठेवलेल्या धर्मांतराच्या नावेत माझ्या सात कोटी बांधवांना बसवून त्यांना अगदी सुरक्षिततरीत्या पैलतीरीला घेऊन जाईल आणि त्यांचे जीवन स्थिरस्थावर करीन.

मला गरीब, हीन, दीन अस्पृश्यांचा दर्जा वाढवावयाचा आहे की, त्यांच्यापैकी प्रत्येकजण पतियाळा आणि हैद्राबादसारख्या संस्थानाचे राज्यकर्ते होऊ शकतील.

बौद्धधर्माचा प्रसार -

बौद्धधर्माचा प्रसार करण्यासाठी पुढील तीन गोष्टींची आवश्यकता आहे.

१) खिस्ती धर्मांच्या बायबलाप्रमाणे जनतेसाठी बौद्धधर्माचा धर्मग्रंथ तयार करणे ही पहिली आवश्यक गोष्ट होय.

२) भिक्खुसंघाच्या घटनेत, ध्येयात व ध्येयसाधनाच्या मार्गात इष्ट फेरफार करणे ही दुसरी गोष्ट होय.

३) अखिल जागतिक बुद्ध सेवा संघ निर्माण करणे ही तिसरी गोष्ट होय.

बौद्धधर्माचा धर्मग्रंथ तयार करणे ही पहिली अत्यंत आवश्यक अशी गोष्ट होय, हे वर सांगितलेच आहे. जनतेला सतत जवळ बाळगता येण्याजोगे बायबल, कुराण, गीता वगैरे सारखे इतर धर्मांचे सुलभ ग्रंथ उपलब्ध असल्यामुळे त्या धर्मातील लोकांची मोठी सोय झाली आहे. बौद्धधर्माचा असा ग्रंथ नसल्यामुळे बौद्धधर्मीयांची मोठीच गैरसोय होत असते. हिंदी धम्मपदाने ही गैरसोय दूर झालेली नाही. प्रत्येक धर्माची उभारणी श्रद्धेच्या पायावर केलेली असते. विशिष्ट धर्ममते व शुष्क काथ्याकूट करण्यात खऱ्या श्रद्धेची जोपासना होत नाही. हिंदी धम्मपदाची रचना अशा कोणत्याही गोष्टीच्या आधारे नसून त्या ग्रंथात निव्वळ शुष्क काथ्याकूट करून श्रद्धा उत्पन्न करण्याचा प्रयत्न केलेला दिसून येतो. नव्या बौद्धधर्माच्या बायबलची रचना करताना त्यात बुद्धचरित्र, चिनी धम्मपद, बुद्धाचे संवाद, जन्म-मृत्यू-लग्न वगैरे प्रसंगी करावयाचे काही विधी व संस्कार यांची सुंदर गुंफण करावयास हवी. असा ग्रंथ करताना त्याच्या भाषेकडेही दुर्लक्ष होता कामा नये. ग्रंथाची लेखनशैलीही प्रासादिक, सुगम, उत्तेजक व वाचकांची तंद्री लागेल अशा दर्जाची असावयास पाहिजे.

गेली पाच वर्षे मी बौद्धधर्मावर एक पुस्तक लिहिण्यात गुंतलो आहे. त्या पुस्तकाचे प्रकाशन माझ्या धर्मदीक्षेअगोदर वैशाख महिन्यात व्हावे या हेतूने मी मुंबईला आलो. परंतु मी एका विलक्षण आजाराने जायबंदी झाल्यामुळे मला ते पुस्तक लवकर लिहून संपविता आले नाही. पुस्तकांची ७०० पाने असून तो ग्रंथ इंग्रजी भाषेत असल्यामुळे आपल्यापैकी बऱ्याच जणांना तो समजणे अवघड जाईल, म्हणून मी लवकरच त्याचे मराठीत भाषांतर करवून घेणार आहे. केवळ याच कामामुळे मला रंगूनला जाता आले नाही.

मी माझे धर्मांतर या ऑक्टोबरमध्ये मुंबईत करणार आहे. त्यापूर्वी या धर्मावर माझे एक पुस्तक प्रसिद्ध करणार आहे. भगवंताच्या बौद्धधर्मात ज्या त्रुटी आहेत त्याचा सविस्तर विचार मी त्या पुस्तकात मांडणार आहे. बौद्धधर्मात उपासकाला दीक्षा दिली जात नसे. संघदीक्षेवर त्याचा विपरीत परिणाम होतो. उपासकाच्या मनाची परिपूर्ण तयारी झालेली नसते. परंतु माझ्या धर्मात उपासकांनाही धर्मदीक्षा दिली जाईल. तत्पूर्वी धर्मदीक्षेवर मी एक पुस्तक लिहिणार आहे. ते पुस्तक प्रत्येकाला विकत घ्यावे लागेल व त्या पुस्तकातील ठराविक प्रश्नांची उत्तरेही प्रत्येकाला द्यावी लागतील. तरच त्याला बौद्धधर्मात प्रवेश मिळेल. बौद्धधर्मात प्रवेश करण्यासाठी प्रत्येकाने शुभ्र वस्त्र परिधान केले पाहिजे.

दीक्षास्थळ बदलले

बौद्धधर्माची दीक्षा घेण्याचे स्थळ म्हणून नागपूरची निवड केल्याने मुंबईच्या लोकांना फारच वाईट वाटणार याची मला पूर्ण जाणीव आहे. याउलट, मुंबईबाहेरील आपल्याच लोकांनी आपल्यावर काय टीका केली असती याचाही विचार केला पाहिजे. अर्थात सर्व लोक आपलेच आहेत, ही भावना आपल्यात असली पाहिजे.

डॉ. बाबासाहेब आंबेडकर एका सामुदायिक धर्मांतर समारंभात
(१३ ऑक्टोबर १९५६) भाषण करताना.

आपण बाहेरील लोकांच्या इच्छेला मान दिला पाहिजे, अशी वेळ आलेली आहे. अर्थात आपण एक गोष्ट लक्षात ठेवली पाहिजे की, पहिला बौद्धधर्म दीक्षा समारंभ हा नागपूर येथे होईल व दुसरा तसाच समारंभ मुंबईकरांसाठी होईल व तसेच इतरत्र होईल. त्यामुळे मुंबईकरांना व इतरांना तसे वाईट वाटण्याचे काही एक कारण नाही. धर्मदीक्षार्थी जनांचा येथे अधिक मोठा मेळावा भरेल, अशा ठिकठिकाणी धम्मदीक्षा स्वीकारण्याचे समारंभ होतील आणि अशा सर्व समारंभास मी स्वतः हजर राहीन. माझी बौद्धधर्म स्वीकारण्याची नक्की तारीख प्रेस ट्रस्ट ऑफ इंडिया या संस्थेमार्फत सर्व जनतेसाठी जाहीरपणे घोषित करणार आहे. अर्थात ही जाहीर घोषणा 'प्रबुद्ध भारत'मध्ये प्रसिद्ध होईलच.

काल व आज सकाळी जो बौद्धदीक्षा घेण्याचा व देण्याचा विधी समारंभ या ठिकाणी घडून आला त्याचे स्थान विचारवंत लोकांना कदाचित अवघड वाटत असेल. आपण हे कार्य अंगावर का घेतले, त्याची जरुरी काय व त्याने काय साध्य होईल, याची छाननी करून घेणे आवश्यक आहे. ते समजावून घेण्यानेच आपल्या कार्याचा पाया मजबूत होईल.

पुष्कळ लोक मला विचारतात की, "या कार्याकरिता तुम्ही नागपूर हेच शहर का ठरविले?" हे ठिकाण निवडण्याचे कारण निराळे आहे. भारतात बौद्धधर्मप्रचार जर कोणी केला असेल तर तो नाग लोकांनी केला. नाग लोक आर्यांचे भयंकर शत्रू होते. आर्य लोकांनी नाग लोकांना जाळून टाकल्याचे दाखले पुराणात सापडतात. अगस्ती मुनीने त्यातून फक्त एक नाग मनुष्य वाचविला. त्याचेच आपण वंशज आहोत. नाग लोकांची मुख्य वस्ती नागपूर येथे व आसपासही होती असे दिसते. म्हणून या शहरास नागपूर म्हणजे नागांचे गाव असे म्हणतात. नागांच्या वस्तीमध्ये वाहणारी जी नदी ती 'नाग नदी' होय. हे स्थळ निवडण्याचे हेच मुख्य कारण आहे.

धर्माची आवश्यकता गरिबांना आहे. पीडित लोकांना धर्म हवा असतो. गरीब मनुष्य जगतो तो आशेवरच. जीवनाचे मूळ आशेत आहे. आशाच नष्ट झाली तर कसे होईल? धर्म आशावादी बनवितो व पीडितांना संदेश देतो, काही घाबरू नकोस, तुझे जीवन आशावादी होईल. म्हणून गरीब, पीडित मनुष्य धर्माला चिटकून राहतो. मनुष्यमात्राला लाभापेक्षा इज्जत प्यारी असते, लाभ प्यारा नसतो. आम्ही झगडतो आहे, ते इज्जतीकरिता. मनुष्यमात्राला पूर्णावस्थेत नेण्याकरिता आम्ही तयारी करीत आहोत.

मनुष्यमात्राच्या उत्कर्षाला धर्म ही अत्यंत आवश्यक वस्तू आहे. मला माहीत आहे की, कार्ल मार्क्सच्या ग्रंथामुळे एक पंथ निघाला आहे. त्यांच्या म्हणण्याप्रमाणे धर्म म्हणजे

काहीच नाही. त्यांना धर्माचे महत्त्व वाटत नाही. त्यांना सकाळी ब्रेकफास्ट मिळाला, त्यात पाव, मलई, लोणी, कोंबडीची टांग वगैरे असली, निवांत झोप मिळाली, सिनेमा पाहावयास मिळाला की, सगळे संपले, हे त्यांचे तत्त्वज्ञान. मी त्या मताचा नाही. माझे वडील गरीब होते, म्हणून मला या प्रकारचे सुख काही मिळालेले नाही. माझ्याइतके कष्टमय जीवन कोणीही आयुष्यात काढलेले नाही. म्हणून माणसाचे जीवन सुखा-समाधानाच्याअभावी कसे कष्टमय होते याची मला जाणीव आहे. आर्थिक उन्नतीची चळवळ आवश्यक आहे असे मी मानतो. माणसाची आर्थिक उन्नती व्हावयास पाहिजे.

मी याबाबत एक महत्त्वाचा फरक करतो. रेडा, बैल व माणूस यामध्ये फरक आहे. रेडा व बैल यांना रोज वैरण लागते. माणसासही अन्न लागते. मात्र दोहोंत फरक हा की, मनुष्याला शरीराबरोबर मनही आहे. म्हणून शरीर व मन या दोहोंचाही विकास झाला पाहिजे, मन सुसंस्कृत बनवले पाहिजे. ज्या देशातील लोक अन्नाशिवाय माणसाचा सुसंस्कृत मनाशी संबंध येत नाही असे म्हणतात, त्या देशाशी अगर लोकांशी संबंध ठेवण्याचे काहीच प्रयोजन नाही. जनतेशी संबंध ठेवताना, माणसाचे शरीर जसे निरोगी पाहिजे, तसे मनही सुसंस्कृत झाले पाहिजे. एरवी मानवजात उदयास आली असे म्हणता येणार नाही.

बौद्धधर्माचा मूळ पाया काय आहे? भगवान बुद्धांनी सांगितले की, "जगात सर्वत्र दुःख आहे. ९० टक्के माणसे दुःखाने पिडलेली आहेत. दुःखाने पिडलेल्या त्या गरीब माणसांना मुक्त करणे हे बौद्धधर्माचे मुख्य कार्य आहे." आम्ही आमच्या वाटेने जाऊ, तुमच्या वाटेने तुम्ही जावे. आम्हाला चांगली वाट मिळाली आहे. हा आशेचा व अभ्युदयाचा मार्ग आहे. हा मार्ग काही नवीन नाही. हा मार्ग बाहेरून आणलेला नाही. हा मार्ग भारतातील आहे. भगवान बुद्धांनी सांगितलेली तत्त्वे अजरामर आहेत; पण बुद्धाने तसा दावा केलेला नाही. एवढी उदारता कोणत्याही धर्मात नाही.

धर्माच्या नाशाची तीन कारणे नागसेनाने सांगितलेली आहेत. पहिले कारण हे की, एखादा धर्म कच्चा असतो. ज्या धर्माच्या मूळ तत्त्वात गर्भितार्थ नसतो, तो धर्म तात्पुरता राहतो. दुसरे कारण असे की, धर्माचा प्रसार करणारे लोक विद्वान नसतील तर तो धर्म नाश पावतो. ज्ञानी माणसांनी धर्मज्ञान सांगितले पाहिजे. विरोधकांशी वादविवाद करण्यास धर्माचे प्रचारक सिद्ध नसतील तर धर्मास ग्लानी येते. तिसरे कारण हे की, धर्माची तत्त्वे विद्वानांपुरती राहतात. सामान्य व प्राकृत लोकांकरिता मग केवळ मंदिरे राहतात.

आम्ही बौद्धधर्मीय झालो, तरी राजकीय हक्क मिळवूच याची मला बालंबाल खात्री आहे. मी मेल्यावर काय होईल ते सांगता येणार नाही. या चळवळीसाठी फार मोठे काम करावे

लागेल. आम्ही बौद्धधर्म स्वीकारल्यामुळे काय होईल? अडचणी आल्याच तर त्या कशा टाळता येतील? त्याकरिता काय युक्तिवाद व खटाटोप करावा लागेल याचा मी पूर्ण विचार केला आहे. माझ्या पोतडीत सर्वकाही भरलेले आहे. जे भरलेले आहे, ते काय प्रकाराने भरलेले आहे ते मला पूर्ण माहीत आहे. जे हक्क मिळविले ते मीच माझ्या लोकांसाठी मिळविले. ज्याने हे हक्क मिळविले तो ते हक्क मिळवूनच देईल. हे हक्क व सवलती मिळवून देणारा मीच आहे. म्हणून सध्या तरी तुम्ही माझ्यावर विश्वास ठेवून चालले पाहिजे. विरोधी प्रचारात काही तथ्य नाही, हे मी सिद्ध करून देईन.

बुद्धजयंती

आपण आज सर्वजण बुद्धजयंती निमित्ताने एकत्र आलो आहे. अनेक ठिकाणी बुद्धजयंती साजरी होत असली तरी येथील जयंतीला विशेष महत्त्व आहे. बुद्धजयंतीचा दिवस साजरा केला जावा म्हणून मी १९४२ सालापासून सरकारकडे मागणी करीत होतो. मध्यंतरीच्या काळात मंत्रिमंडळात असतानाही मी बुद्धजयंतीनिमित्त सुटी मिळावी म्हणून प्रयत्न करीत होतो. परंतु माझे मनोरथ पूर्ण होऊ शकले नाही. त्यावेळचे गृहमंत्री श्री. मॅक्सवेल यांचीही बुद्धजयंतीची सुटी असावी अशी मनीषा होती. परंतु लढाईच्या काळामुळे ती सफल होऊ शकली नाही. बुद्ध जन्मदिनाची सुटी जर जाहीर केली तर आपणास युद्धासाठी मुसलमानांपासून मिळत असलेली मदत मिळणार नाही, या विवंचनेत ते होते. त्यानंतर मला पुन्हा काँग्रेस मंत्रिमंडळात घेतले गेले. मंत्रिमंडळात गेल्यानंतरही माझी जी मागणी होती ती श्री.पंडित जवाहरलाल नेहरूंनी मान्य करावी म्हणून मी खूप त्यांच्या पाठीशी लागलो. माझ्या या मागणीला महाबोधी सोसायटीचे अध्यक्ष डॉ.श्यामाप्रसाद मुखर्जी यांनीही साहाय्य केले. तेहतीस कोटी देवांच्या जन्मदिवसास सुटी मिळते बुद्धजयंतीस का नको? एक तर या सर्व सुट्यांतून एखादी कमी करून ती आम्हास द्या अगर एक सुटी वाढवा, अशी मागणी श्री.नेहरूंकडे केली. पंडित नेहरूंना बुद्धांबद्दल बराच आदर आहे. सुदैवाने नेहरू सरकारने बुद्धजयंतीची सुटी चालू वर्षापासून जाहीर केली. परंतु आपल्या मुंबई सरकारने तिला हरताळ फासला. आपले सरकार खूप सुसंस्कृत आहे. अशा या सरकारने सुटी न दिल्यामुळे ५ वाजता होणारी ही सभा ७.३० वाजता होत आहे.

●●●

...यांनीच मला घडविले

मुंबई येथील पुरंदरे स्टेडियममध्ये २८ ऑक्टोबर १९५४ रोजी झालेल्या हीरकमहोत्सवाच्या विराट सभेत केलेले आत्मकथन.

मी या स्थितीत आलो याचे कारण माझ्यात काही उपजत गुण होते असे कोणी समजू नये. प्रयत्नाने व कष्टाने मी वर चढलो.

पहिला गुरू बुद्ध

माझे तीन गुरू आहेत. माझ्या जीवनात त्यांनी क्रांती घडवून आणली. माझ्या उन्नतीला जे कारणीभूत झाले. त्यापैकी माझा पहिला सर्वश्रेष्ठ गुरू गौतम बुद्ध.

दादा केळूसकर नावाचे माझ्या वडिलांचे विद्याव्यासंगी स्नेही होते. त्यांनी बुद्धांचे चरित्र लिहिले होते. मला एका प्रसंगी त्यांनी ते बक्षीस दिले. ते पुस्तक वाचल्यावर मला अगदी वेगळाच अनुभव आला. उच्च-नीचतेला त्या धर्मात स्थान नाही. रामायण, महाभारत, ज्ञानेश्वरी या ग्रंथांवरचा माझा विश्वास उडाला. मी बौद्धधर्माचा उपासक बनलो. जगामध्ये बौद्धधर्मासारखा धर्म नाही आणि भारताला जगावयाचे असेल तर त्या धर्माचा भारताने स्वीकार करावा असे मला आजही वाटते.

दुसरा गुरू कबीर

माझा दुसरा गुरू कबीरसाहेब. त्यांच्या ठिकाणी भेदभाव नव्हता. गांधींना मी नुसते गांधी न म्हणता 'महात्मा गांधी' म्हणावे अशी मला आग्रहाची पत्रे आली व येतात; पण त्या बाबतीत कोणाचे म्हणणे मी जुमानले नाही. मी त्यांच्यापुढे कबीराचीच उक्ती ठेवली :
मानस होना कठीण है। तो साधू कैसा होत।।

तिसरा गुरू म. फुले

माझे तिसरे गुरू म.जोतिबा फुले. त्यांचे मला मार्गदर्शन झाले.

या तीन गुरूंच्या शिकवणीने माझे जीवन बनले आहे.

तीन उपास्य दैवते

तीन गुरूंप्रमाणे माझी तीन उपास्य दैवतेही आहेत. माझे पहिले उपास्य दैवत विद्या. विद्येशिवाय काही होऊ शकत नाही. या देशात प्रचंड बहुसंख्येने समाज विद्याहीन आहे. ब्राह्मण बुद्धाला शूद्र मानीत. पण बौद्धधर्मात जातपात नाही आणि विद्या शिकण्यास कोणालाही मनाई नाही. अन्नाप्रमाणेच माणसाला ज्ञानाची जरुरी आहे. ब्राह्मणांनी इतरांना विद्या शिकण्यास मनाई केली. शिकणाऱ्यांच्या जिभा कापल्या. याचा परिणाम म्हणून आजही या देशात ९० टक्के लोक अशिक्षित आहेत. ब्रह्मदेशात बौद्धधर्म आहे. तेथे ९० टक्के लोक सुशिक्षित आहेत. हिंदुधर्म व बौद्धधर्मातील हे अंतर आहे.

खरा प्रेमी ज्या उत्कंठतेने आपल्या प्रेयसीवर प्रेम करतो तशा उत्कटतेने माझे पुस्तकावर प्रेम आहे. शत्रूलाही कबूल करणे भाग पडेल असे ज्ञान तुम्ही संपादिले पाहिजे. तुम्ही माझ्या दिल्लीच्या निवासस्थानी आलात तर तेथे तुम्हाला माझा वीस हजार निवडक पुस्तकांचा संग्रह दिसेल. मी विनयपूर्वक विचारतो, अशी संपत्ती दुसऱ्या कुणाजवळ आहे, दाखवा!

माझे दुसरे उपास्य दैवत विनयशीलता हे आहे. पण हे खरे की, मी नेहमीच विनयशील असतो असे नाही. मात्र विनय म्हणजे लीनता, लाचारी नव्हे. मी लीनता त्याज्य समजतो. माणसाने स्वाभिमानाने जगले पाहिजे असे मला वाटते. समाजकार्याचे ध्येय मी डोळ्यांपुढे ठेवले; पण चरितार्थासाठी कोणावर अवलंबून राहण्याची कल्पना मला कधीच सहन झाली नाही. समाजकार्यासाठी मी नोकरीत अडकलो नाही. परळला १०बाय१० च्या खोलीत मी कैक वर्षे काढली. कण्याची भाकरी आणि कण्याचा भात खाल्ला. पण मी कधी कोणाकडून स्वतःसाठी थैली घेतली नाही. या देशात आलेल्या सर्व व्हाइसरॉयशी आणि गव्हर्नरांशी माझा स्नेहाचा संबंध होता. पण मी माझ्याकरिता त्यांच्याकडे कधी कसलीही याचना केली नाही. दुसऱ्यांना मदत होईल अशा गोष्टी मी त्यांच्याकडून करून घेतल्या. मी कधी कोणाचे नुकसान केल्याचा अगर कोणाच्या बाबतीत अपकृत्य केल्याचा तुम्हाला एकही दाखला मिळणार नाही. मला सुप्रीम कोर्टाचा न्यायाधीश होता आले असते. पण त्यात अडकून समाजकार्याच्या दृष्टीने काय होण्यासारखे आहे, असा मी विचार केला. मी माझ्या बुद्धीप्रमाणे चाललो. परमेश्वराला काय वाटेल याचा मी कधी विचार केलेला नाही. परमेश्वराला न मानणारा मी माणूस आहे. म्हणून शीलसंवर्धन हे मी माझे तिसरे उपास्य दैवत समजतो.

●●●

माझे ध्येय

मी वर्गीकृत लोकांत जन्मलो. त्या लोकांची प्रगती घडवून आणण्यासाठी आपले आयुष्य खर्च करावयाचे, याबद्दलची प्रतिज्ञा मी लहानपणीच केलेली आहे. या प्रतिज्ञेपासून च्युत करणारी अनेक आमिषे मला माझ्या आयुष्यात आली व गेली.

फक्त स्वतःचेच चांगले करण्याचे मी लहानपणात ठरविले असते तर मला हव्या त्या प्रतिष्ठित पदावर विराजमान होता आले असते आणि काँग्रेसमध्ये मी शिरलो असतो तर तिच्यातील अत्यंत श्रेष्ठ पदाचा मी उपभोग केला असता. परंतु वर्गीकृत लोकांच्या उन्नतिप्रीत्यर्थ माझे सर्व आयुष्य वाहण्याचे ठरविले आहे आणि हे ध्येय डोळ्यापुढे ठेवून मी एका तत्त्वाचा अवलंब करीत आलो आहे. ते तत्त्व हे की, जे कार्य सफल करण्याचा एखाद्याला भरपूर उत्साह वाटतो व ते कार्य पार पाडणे हेच ज्याच्या मनाला एकसारखे लागून राहिलेले आहे, त्याने ते कार्य पार पाडण्यासाठी आकुंचित विचारसरणीचा व कृतीचा अवलंब केला तर ते श्लाघ्य होईल. वर्गीकृत लोकांच्या हिताहिताचा प्रश्न सरकारने फार दिवस त्रिशंकूप्रमाणे लोंबकळत ठेवलेला आहे, हे पाहून माझ्या मनाला किती वेदना झाल्या असतील याची तुम्हाला (वरील हकिकतीवरून) कल्पना येईल.

●●●

अस्पृश्यांना संदेश

"**मा**झ्या ५ ५व्या वाढदिवशी तुम्ही खास अंक काढीत आहात, त्यासाठी तुम्हाला संदेश दिला पाहिजे. आपल्या या हिंदुस्थान देशामध्ये राजकीय पुढाऱ्याला अवतारी पुरुषाप्रमाणे मान दिला जातो, ही दुर्दैवाची गोष्ट आहे. हिंदुस्थानाबाहेर केवळ महापुरुषांच्याच जयंत्या साजऱ्या केल्या जातात; पण हिंदुस्थानात अवतारी पुरुष व राजकीय पुरुष या दोघांचेही जन्मदिवस पाळले जातात. हे असे असावे ही दुःखाची गोष्ट आहे. व्यक्तिशः माझा वाढदिवस साजरा व्हावा हे मला मुळीच आवडत नाही. मी लोकशाहीचा कट्टर पुरस्कर्ता आहे. मला विभूतिपूजा कशी आवडेल? विभूतिपूजा हा लोकशाहीचा विपर्यास आहे. पुढारी लायक असेल तर त्याजबद्दल कौतुक, प्रेम, आदर ह्या भावना बाळगायला हरकत नाही. तथापि तेवढ्यानेच त्या पुढाऱ्यांचे आणि त्यांच्या अनुयायांचे समाधान व्हायला हवे. पण पुढाऱ्यांची देवाप्रमाणे पूजा करणे ही गोष्ट मला बिलकूल मान्य नाही. त्यामुळे त्या पुढाऱ्यांबरोबर त्यांच्या भक्तांचाही अंधःपात होतो. पण हे या ठिकाणी सांगून काय फायदा? राजकीय पुढाऱ्याला अवतारी पुरुषांच्या आसनावर एकदा चढवून बसवले म्हणजे त्याला ते आपले सोंग उत्तम तऱ्हेने पार पाडलेच पाहिजे आणि आपल्या अनुयायांना संदेश हा दिलाच पाहिजे.

"अस्पृश्यांना मी काय संदेश देऊ बरे? संदेश देण्याऐवजी मी त्यांना ग्रीक पुराणातील एक गोष्टच सांगतो. डिमेटर ह्या ग्रीक देवतेवर होमरने लिहिलेल्या स्तोत्रात ही गोष्ट आलेली आहे. ही डिमेटर देवी आपल्या मुलाच्या शोधार्थ हिंडत ओसच्या राज्यात आली. तिने दाईचा वेष घेतला होता, म्हणून तिला कोणी ओळखले नाही. राणी मेटो रैनाने आपले डेमाफून नावाचे तान्हे मूल सांभाळण्यासाठी तिची नेमणूक केली. रोज रात्री राजवाड्यातील सर्व मंडळी झोपली म्हणजे दारे बंद करून डिमेटर देवी ह्या मुलाला पाळण्यातून हळूच बाहेर काढी आणि त्याचे कपडे उतरून ती त्याला जळत्या निखाऱ्यावर ठेवी. ऐकणाऱ्यास कदाचित हे क्रूर वाटेल.

पण त्या लहान मुलाला देव करण्याच्या महान तळमळीने आणि प्रेमाने ती हे करीत असे. हळूहळू जळत्या निखाऱ्याची धग सहन करण्याचे सामर्थ्य त्या मुलामध्ये उत्पन्न झाले. त्याचे वय वाढू लागले. त्याच्यामध्ये काहीतरी तेजस्वी, दिव्य आणि अतिमानुष अंश विकसित होऊ लागला. पण एके रात्री त्याची आई एकाएकी त्या खोलीत शिरली आणि आपल्या मुलाचा नारायण करण्याचा देवतेने चालविलेला तो प्रयोग बघताच तिने त्या देवतेला ढकलून दिले आणि निखाऱ्यावरून एकदम मूल उचलले. अर्थात हे मूल तिला मिळाले. पण एका अतिमानुष पुत्राला एका देवाला मात्र ती मुकली. ही गोष्ट काय सांगते? हेच की वास्तवातून गेल्यावाचून पौरुष किंवा देवपण येत नाही. म्हणून पददलित माणसांना हालअपेष्टा आणि त्यागाच्या अग्निदिव्यातून गेल्यावाचून मोठेपणा प्राप्त होणार नाही."

आपला भविष्यकाळ घडविण्यासाठी त्यांना वर्तमानकाळातील सुखाचा आणि गरजांचाही त्याग केला पाहिजे. बायबलमध्ये सांगितले आहे की, आयुष्याच्या शर्यतीत भाग घेण्याचे आमंत्रण सर्वांना येते; पण फार थोडे लोक त्यातून उत्तीर्ण होतात. असे का? त्याचे कारण हेच की, भविष्याच्या गरजेसाठी वर्तमानातल्या विलासांचा त्याग करावयाला लागणारे धैर्य किंवा निर्धार पददलित माणसाजवळ नसतो. म्हणून आयुष्याच्या शर्यतीमध्ये त्यांना मोठेपणा मिळत नाही. ह्या ग्रीक गोष्टींपेक्षा अधिक महान संदेश दुसरा कोणता आहे? माझ्या मते, अस्पृश्यांना तर हा सर्वोत्कृष्ट संदेश आहे. त्यांच्या झगड्याची आणि हालांची मला जाणीव आहे. स्वातंत्र्य मिळविण्यासाठी माझ्याहीपेक्षा त्यांनी जास्त छळ सोसलेला आहे. असे असूनही मी त्यांना हाच संदेश देतो की, झगडा, आणखी झगडा. त्याग करा, आणखी त्याग करा. त्यागाची व हालाची पर्वा न करता एकसारखा झगडा चालू ठेवाल तरच तुम्हाला मुक्ती मिळेल. जागे होऊन प्रतिकार करण्याची अस्पृश्यांची सामुदायिक इच्छाशक्ती वाढली पाहिजे. आपले कार्य पवित्र आहे यावर त्यांचा दृढविश्वास पाहिजे. आपले ध्येय हस्तगत करण्याचा त्यांनी संघटितपणे निर्धार केला पाहिजे. अस्पृश्यांचे कार्य इतके महान आहे आणि त्यांचे ध्येय इतके उदात्त आहे की, त्यांनी एकमुखाने अशी प्रार्थना करावी की, ज्या लोकांमध्ये आपला जन्म झाला त्यांचा उद्धार करणे आपले कर्तव्य आहे. अशी ज्यांना जाणीव आहे ते धन्य होत. गुलामगिरीवर हल्ला चढविण्यासाठी जे आपले तन-मन-धन आणि तारुण्य कुर्बान करतात ते धन्य होत. आणि अस्पृश्यांना आपली माणुसकी पूर्णपणे मिळेपर्यंत जे मरणाची, वाइटाची, सुखाची-दुःखाची, संकटाची, वादळाची, मानाची-अपमानाची पर्वा न करता एकसारखे झगडत राहतील ते धन्य होत."

(नवयुग खास अंक - ता. १३ एप्रिल १९४७)

●●●

बडोदे संस्थान

डॉ. बाबासाहेब आंबेडकर आणि सयाजीराव गायकवाड यांच्या भेटीतील प्रसंग.

महाराज : तुला कोणत्या विषयाचा अभ्यास करावा असे वाटते?

भीमराव : समाजशास्त्र, अर्थशास्त्र आणि विशेषतः पब्लिक फायनान्स.

महाराज : या विषयांचा अभ्यास करून तू पुढे काय करणार आहेस?

भीमराव : या विषयांच्या अभ्यासाने मला माझ्या समाजाची अवनत अवस्था कशी सुधारावी याचे मार्ग दिसतील व त्या मार्गांनी मी समाजसुधारणेचे कार्य करीन.

महाराज (हसून) : पण तू आमची नोकरी करणार आहेस ना? मग तुला अभ्यास करणे, नोकरी करणे व समाजसेवा करणे या गोष्टी कशा पार पाडता येतील?

भीमराव : महाराजांनी मला तशी संधी दिली तर मी या सर्व गोष्टी व्यवस्थित रीतीने पार पाडीन.

महाराज : मी तोच विचार करीत आहे. तुला अमेरिकेला पाठविण्याचा मी विचार करीत आहे. तू जाशील काय?

भीमराव : होय महाराज.

महाराज : मग जा तर तू. तू विद्याधिकाऱ्याकडे परदेशात विद्याभ्यास करण्यासाठी शिष्यवृत्ती मिळावी म्हणून अर्ज कर व मला तसे कळव.

बडोदे सरकारची स्कॉलरशिप मिळाल्यावर मी विलायतेला जाऊन उच्चशिक्षण घेतले. तेथून परत आल्यावर स्कॉलरशिपच्या अटीप्रमाणे मला बडोदे संस्थानात नोकरी करणे भाग

बडोदा संस्थानचे महाराजा सयाजीराव गायकवाड
आणि डॉ. बाबासाहेब आंबेडकर

पडले. परंतु बडोद्यास मला राहावयास एकही घर मिळेना. हिंदू किंवा मुसलमान कोणीच राहावयास जागा देईना. शेवटी एका धर्मशाळेत पारशी म्हणून राहावयाचे ठरविले. विलायतेहून परत आल्यावर मी दिसायला रुबाबदार व गोरा दिसत होतो. शेवटी मी एलदजी सोराबजी असे पारशी नाव धारण करून राहिलो. रोजी दोन रुपये घेऊन राहावयास जागा देण्याचे धर्मशाळेच्या रखवालदाराने कबूल केले. यापूर्वीच बडोद्यास महाराज सरकारने विलायतेते शिकवलेले एक महाराचे पोर आले आहे ही कुणकुण लोकांना लागली होती. माझे पारशी म्हणून धर्मशाळेत गुप्तपणे राहणे वगैरे गोष्टी लोकांना शंका येण्यास कारणीभूत होऊन माझ्या गुप्तपणाचा स्फोट झाला. धर्मशाळेत राहणारा मीच तो महार हे तेथील पारशी लोकांना कळले. दुसऱ्या दिवशी मी जेवण वगैरे करून ऑफिसला जाण्याकरिता निघालो असता पंधरा-वीस पारशी हातात काठ्या घेऊन मला मारण्याकरिता तेथे आले. त्यांनी प्रथम, "तू कोण आहेस?" असे विचारले. मी फक्त "हिंदू आहे" असे उत्तर दिले. परंतु त्यांचे या उत्तराने समाधान झाले नाही. त्यांनी हमरीतुमरीवर येऊन जागा ताबडतोब सोडण्यास सांगितले. यावेळी माझ्या मनोधैर्याचे मला विलक्षण पाठबळ मिळाले. मी त्यांच्याजवळ निर्भयपणे आठ तासांची मुदत मागितली व ती त्यांनी दिली. मी सबंध दिवस जागा मिळविण्याचा कसून

प्रयत्न केला. परंतु मला कोठेच जागा मिळेना. कित्येक मित्रांकडे गेलो. त्यांनी निरनिराळी कारणे सांगून मला वाटेला लावले. मी शेवटी इतका कंटाळलो की, आता पुढे काय करावे, हेच कळेना. मी एका ठिकाणी खाली बसलो. माझे मन उद्विग्न झाले व डोळयांतून सारखा अश्रूप्रवाह वाहू लागला. (त्यावेळी डॉ.बाबासाहेबांच्या डोळ्यांतून नकळत अश्रू वाहू लागले. अस्पृश्यतेच्या भडाग्नीने त्यांचे अंतःकरण होरपळून गेलेले दिसत होते.) शेवटी अगदी नाइलाज झाल्यावर मला बडोद्याची नोकरी सोडून रात्रीच्या गाडीने मुंबईस यावे लागले.

सयाजीरावांचे निधन म्हणजे माझी वैयक्तिक हानी

"श्रीमंत सयाजीराव महाराजांचे निधन ही माझी वैयक्तिक फार मोठी हानी झाली आहे. त्यांचे उपकार मी कधीही विसरणार नाही. मला त्यांनी जे शिक्षण दिले, त्यामुळे आजची योग्यता मला प्राप्त झाली. अस्पृश्य जातीवर त्यांचे फार मोठे उपकार झाले आहेत. त्यांच्याइतके अस्पृश्य जातीसाठी कोणीही कार्य केले नाही. ते मोठे समाजसुधारक होते. बडोदे संस्थानात सामाजिक सुधारणांविषयी जे कायदे करण्यात आले ते युरोप वा अमेरिकेतील कोणत्याही सुधारलेल्या राष्ट्रांच्या तद्विषयक कायद्यापेक्षा पुढारलेले होते. त्यांनी सर्व घाणेरड्या चालींचा अभ्यास करून, त्यातील दोष काढून टाकण्यात पुढाकार घेतला. स्वतःच्या प्रजेच्या कल्याणासाठी इतके प्रयत्न दुसऱ्या कोणत्याही संस्थानिकांनी केले नाहीत. ते राष्ट्रीय वृत्तीचे असून देशभक्त होते. हा सद्गुण संस्थानिकांत क्वचित दिसून येतो. कित्येक बाबतीत त्यांनी ब्रिटिशांना उदाहरण घालून दिले व ते स्वतः त्यांच्या हुकूमतीखाली कधीच गेले नाहीत. त्यांच्या प्रजेत व त्यांच्यात वितुष्ट आणण्याचा प्रयत्न करण्यात आला, ही गोष्ट दुःखाची आहे. ते महाराष्ट्रीय असले तरी आपल्या गुजराती प्रजाजनांच्या विरुद्ध पक्षपात त्यांनी केला नाही, ही गोष्ट त्यांना ओळखणारे सर्व लोक मान्य करतील. माझ्या माहितीप्रमाणे असे विशुद्ध विचार त्यांच्या मनात येणे शक्यच नव्हते. सयाजीराव महाराजांच्या मृत्यूने हिंदुस्थानातील एक फार मोठा मनुष्य नाहीसा झाला व बडोदे संस्थान फार मोठ्या राज्यकर्त्यांना मुकले. महाराष्ट्रातील एक विभूती नाहीशी झाली. सामाजिक सुधारणांचा एक पुढारी नाहीसा झाला. अस्पृश्यांचा एकमेव कैवारी गेला. संस्थानिकांतील द्रष्टा गमावला."

(जनता - ११ फेब्रुवारी १९३९)

●●●

जिच्या स्वार्थत्यागामुळे मला ही स्थिती प्राप्त झाली!

प्रिय रमा, नमस्ते!

"पत्र पोहोचले, गंगाधर आजारी असल्याचे ऐकून वाईट वाटले. नशिबाचा ठेवा. त्याची चिंता करण्यात काही फायदा नाही.

तुझा अभ्यास चालला आहे, ही फार आनंदाची गोष्ट. पैशासंबंधाने तजवीज करीत आहे. मी अन्नास मोताज झालो आहे. तेव्हा मजजवळ पाठविण्यास काही नाही. तरीपण तुमचा बंदोबस्त मी करीत आहे. वेळ जर लागला आणि तुझे पैसे संपले तर दागिने मोडून खा. मी आल्यावर तुझे दागिने तुला भरून देईन.

यशवंत व मुकुंद यांचे शिक्षण कसे काय चालले आहे? काही कळविले नाही.

माझी प्रकृती ठीक आहे. काही चिंता नसावी. अभ्यास काही संपला नाही. जून महिन्यात येणे होईल असे दिसत नाही. पुढे कळवीन.

सखू व मंजुळा यांच्यासंबंधी काही कळत नाही. तुला पैसे पोहोचल्यानंतर मंजुळाला व लक्ष्मीच्या आईस एक-एक (प्रत्येकी) लुगडे घेणे.

शंकरची काय हालहवाल? गजरा कशी आहे?" (२५ नोव्हेंबर १९२१, लंडन)

रमाबाई पतिराजांना म्हणत, "साडेचारशेची नोकरी आहे. तीच आपणाला पुरे. पुढच्या अभ्यासाचा नाद सोडून द्यावा. आता संसारात लक्ष घालून नेटका संसार करावा."

डॉ. म्हणाले, "जर तू माझ्या विद्याभ्यासात अडथळे आणू लागशील तर दुसरी बायको करीन. तुझ्यासारख्या अडाणी स्त्रीला त्याची काय किंमत?"

रमाबाई म्हणत, "जा वाटेल तेवढ्या बायका करा. पण माझ्या घरात मी एकीलाही पाऊल टाकू देणार नाही." नंतर दोघेही हसत.

माझी आत्मकथा | १४०

“रमा, ही आपल्या समाजाची मुले आईबापांना सोडून बोर्डिंगात राहतात. त्यांना तेथे गोडधोड मिळते; पण त्यांना मटण-मासे मिळत नाहीत. तेव्हा आपण श्राद्धाचे जेवण मटण-मांसाचे करूया. तू असले जेवण करत नसशील तर तसे मला सांग. मी मुलांना हॉटेलात नेऊन जेवण देईन.” रमाबाईंची इच्छा पुरणपोळीची होती; पण अखेर पतीचा हट्ट पुरविला व ५०-६० मुलांना मटण-मांसाचे जेवण दिले.

❖❖❖

'Laws of England' या नावाचा ५ भागांचा ग्रंथ ५००रु. ला साहेबांनी विकत घेतला. साहेब वाचीत होते. पान समोर होते. जेवणाबाबत ५-७ वेळा रमाबाईंनी हटकले. म्हणून बाबासाहेब म्हणाले, “काय तुझी ही कटकट. अगं, असले ५ ग्रंथ मी ५०० रुपयाला घेतलेले आहेत. हे पान संपवू दे मग मी जेवतो.”

रमाबाई म्हणाल्या, “नवऱ्याने बायकोकडे, मुलांकडे, संसाराकडे लक्ष द्यावे असे त्या पानावर लिहिलेले आहे का तेवढे सांगा मला. मग जेवा.”

बाबासाहेबांनी स्मित केले व जेवायला सुरुवात केली. ते म्हणाले, “मी संसाराकडे लक्ष देत नाही, असे नेहमी माझ्या नावाने खडे फोडतेस. काय करावे मी?”

❖❖❖

रमाबाई म्हणाल्या, “अहो, घरात भाजीपाला, तेल, मीठ लागेल तिकडे जरा नवऱ्याने लक्ष द्यावे. मुलाबाळांना आंजारून-गोंजारून जवळ घ्यावे, बायकोशी चार शब्द बोलावेत. येऊन-जाऊन तुमची ती पुस्तके आणि तुम्ही. पुस्तकासाठी ५००रु. एकदम खर्च करण्याची काय जरुरी होती? तुम्हाला थोड्या दिवसांनी मूल होणार आहे याची तरी शुद्ध ठेवायला हवी होती.”

दुसऱ्या दिवशी भाजीच्या पाच-सात पेंढ्या, बोंबिलाच्या १००-१२५ काड्या घेऊन साहेब आले, तेव्हा लक्ष्मीबाई म्हणाल्या, “अहो भाऊजी, या भाजीच्या पेंढ्या उद्यापरवा सुकून जातील. अन् ही सगळी भाजी आपण आज संपवू शकणार नाही.”

❖❖❖

ऑफिसात साहेबांनी वरील गोष्टी सांगितल्या व म्हणाले, “मी हा असा. बायको व भावजय आहेत म्हणून माझे घर चालले आहे. लक्ष्मीबाई या २० वर्षांच्या असताना विधवा

झाल्या. आपला मुलगा मुकुंद याला घेऊन त्या कुटुंबात राहिल्या. त्या रमाबाईंना वडील जाऊबाई असूनही त्यांच्याशी फार अदबीन वागत. रमाबाईंची प्रकृती नेहमीच तोळामासा, तेव्हा लक्ष्मीबाईंवर घराचा सगळा बोजा पडे. रमाबाई त्यांना फार आदराने, नम्रतेने व प्रेमाने वागवीत. या दोघी कधीच भांडत नाही, हे त्यांचे वैशिष्ट्य आहे. बायकोशी, मुलांशी कसे वागावे हे काही मला कळत नाही. माझे पुस्तकाशी छान जुळते."

❖❖❖

एका केसची फी, यश मिळाले म्हणून मिळाली. ती साहेबांनी धोतराच्या सोग्यात धरून घरी नेली व रमाबाईसमोर धरली व म्हणाले, "हे घे पैसे. मी संसाराकडे बघत नाही, बायकोकडे बघत नाही, म्हणून तू नेहमी माझ्या नावाने ओरडतेस. हे पैसे किती आहेत ते मला मोजून सांग."

वीस रुपयांची चवड याप्रमाणे करून रमाबाई म्हणाल्या, "हे पैसे अकरा चवडी आहे." साहेब उसन्या रागानं म्हणाले, "पण ते पैसे एकंदर किती आहेत?" रमाबाई हसून म्हणाल्या, "किती? तुम्हाला ठाऊक. तुम्ही हजारो पैसे मोजता तसे मला मोजता येत नाहीत. मी काय शिकली सवरलेली बाई आहे?"

दोघेही हसू लागले. नंतर साहेब म्हणाले, "तू अशी अडाणी राहिलीस म्हणून बरे आहे, नाही तर तू मला जास्त हैराण केले असतेस."

❖❖❖

रायगड किल्ल्यावर साहेबांस मराठ्यांनी मारले. ते दवाखान्यात आहेत असे खोटेच रमाबाईस कळले म्हणून त्या रडू लागल्या. बायांनी त्यांना समजावले. साहेब आल्याचे कळल्यावर भेटण्यास त्या अतिउत्सुक झाल्या. तेव्हा सर्व लोकांनी सांगितले की, "साहेब, घरी जा. थोडा वेळ थांबा व मग परत या. बाईंना बरे वाटेल."

साहेब रागाने म्हणाले, "अहो, या बायका अशाच. त्यांच्या साऱ्या इच्छा, आकांक्षा यांकडे आपण पाहत बसलो तर आपल्या हातून कोणतेही कर्तृत्व होणार नाही. मला केससाठी रात्रीच्या गाडीने कोल्हापूरला जायचे आहे. तेव्हा आता मला केसची तयारी केली पाहिजे. तुम्ही सर्वजण जा आता."

कोल्हापूरहून परत आल्यावर रमाबाईंशी ते बोलले, ऑफिसात आल्यावर सहस्रबुद्धे साहेबास म्हणाले, "पण साहेब, तुम्ही पत्नीबद्दल फारच बेफिकीर असतात, हे बरे नाही."

डॉ. बाबासाहेब आंबेडकर आणि त्यागमूर्ती रमाबाई आंबेडकर

साहेब यावर एकदम गंभीर झाले व म्हणाले, "सर्व लोकांचा मजवर हा आरोप आहे. मी पत्नी, मुले आणि माझी लायब्ररी यांच्यावर मनापासून प्रेम करतो. ते प्रेम व्यक्त करण्याचे माझे मार्ग तुमच्यासारखे नाहीत, म्हणून मी तुम्हाला निर्दयी वाटतो. हे साफ खोटे आहे. माझ्या पत्नीच्या स्वार्थत्यागामुळे मला आज ही स्थिती प्राप्त झाली आहे"

'मी परदेशात असताना रात्रंदिवस जिने प्रपंचाची काळजी वाहिली व जिला अजूनही वाहावी लागते आहे व मी स्वदेशात परत आल्यानंतर माझ्या विपन्नदशेत शेणाचे भारे स्वतःच्या डोक्यावर वाहून आणण्यास जिने मागे-पुढे पाहिले नाही, अशा ममताळू, सुशील व पूज्य पत्नीच्या सहवासात दिवसाच्या २४ तासांहून मला अर्धा तासही घालविता येत नाही.'

साहेबांस सभेला नेणाऱ्या लोकांचा रमाबाईंना राग येई. एकदा तर असे घडले की, बाबासाहेब एका परिषदेकरिता बाहेरगावी जाण्याची सिद्धता करीत असता, रमाबाईंनीसुद्धा आपल्या सामानाचे बोचके बांधले. साहेबांना त्या रागारागाने म्हणाल्या, "घरी राहून तुमच्या जीविताची चिंता वाहत बसण्यापेक्षा तुम्ही जिकडे जाल तिकडे यावयाचे मी ठरविले आहे."

रमाबाईंचा राग अनावर झाला होता. उभयतात मोठे भांडण जुंपले. शेवटी साहेबांनी रमाबाईंची भीती दूर केली.

❖❖❖

रमाबाईंनी पंढरपूरला जायचा ध्यास धरला तेव्हा त्यांची समजूत घालताना साहेब म्हणाले, "जेथे भक्ताला विठोबाचे दर्शन मिळत नाही, ते पंढरपूर काय करावयाचे? तू खंत करू नकोस. त्यागपूर्ण जीवन घालवीत सदाचारी राहून आपण दलितांची निरपेक्ष सेवा करू आणि तेथेच दुसरे पंढरपूर निर्माण करू."

❖❖❖

साहेब बॅरिस्टर होऊन आले, त्यावेळी रमाबाईंची प्रकृती अतिशय बिघडली होती. डी.एन.पगारे रमाबाईंस भेटले. तेव्हा त्या म्हणाल्या, "पगारेदादा, हे तुमचे साहेब करतात तरी काय? अहो, मी अशी झालेय तरी माझी साधी विचारपूसदेखील ते करीत नाहीत. निदान जिना उतरताना सहज माझ्याकडे पाहण्याससुद्धा त्यांना फुरसत मिळत नाही आणि प्रकृती तर ही अशी होत चालली आहे."

हे त्यांनी ऐकले व त्याच पावली बाबांच्या अभ्यासिकेत गेले व म्हणाले, "साहेब, हे काय चालवलंय तुम्ही? आईसाहेबांची प्रकृती इतकी क्षीण झाली असता तुम्ही त्यांची साधी विचारपूसदेखील करू नये की सहज उतरताना मान वळवूनदेखील पाहू नये. आता तुम्हाला म्हणावं तरी काय?" यावर बाबा नुसते हसले आणि म्हणाले, "काय झाले तरी काय या नाशिकच्या महाराला रागवायला? या बसा तर खरं! जरा शांत तर व्हा. सांगतो तुम्हाला सारे. पगारे, तुम्ही म्हणता ते मला कळत नाही असं का तुम्हाला वाटतं? पण मी पडलो एकटा. तेव्हा मी करू तरी काय? बॅरिस्टरी करू की समाजकार्य करू की केवळ माझ्या घरापुरतं, माझ्या कुटुंबापुरतं मी पाहू? अहो, हे सारं करताना मला वेळच कुठं आहे तिला पाहायला? विचारपूस तर दूरच राहिली, मी वकिली करून जो काही थोडाफार पैसा मिळवितो तो सारा तिच्याजवळ देतो आणि त्यातून मला खर्चाकरिता लागेल ते मागून घेतो. तेव्हा पैसा जवळ असताना तिने डॉक्टरकडे का जाऊ नये? औषधपाणी का बरे घेऊ नये? स्वतःची प्रकृती कशी सुधारेल याकडे लक्ष पुरविण्यापेक्षा साहेब जेवले की नाही, याकडे तिचे लक्ष अधिक. आता तुम्हीच सांगा, काय सांगावं मी तिला आणि काय करावं मी तिच्यासाठी?" हे शब्द संपण्यापूर्वीच साहेबांच्या डोळ्यांत अश्रू चमकले.

●●●

माझे परमस्नेही

सिद्धार्थ कॉलेजला आपला ग्रंथसंग्रह देत असताना साहेब म्हणाले, "माझ्या जीवनातील स्नेहसोबती मी तुम्हाला देत आहे. समाजाने बहिष्कृत केलेल्या माझ्यासारख्यांना या थोर ग्रंथांनीच जवळ केले. मला जगात त्यांच्याइतका परमस्नेही दुसरा कोणीच नाही. म्हणूनच एकही पुस्तक दुसऱ्याला देणे माझ्या जीवावर येते."

"मला समाजाने दूर लाथाडले, जगापासून मी दूर झालो, साऱ्यांनी मला दूर केले. परंतु ह्या ग्रंथांनी मला आसरा दिला. म्हणून एखादे पुस्तक दुसऱ्याला द्यावयाचे म्हटले की माझ्या अगदी जीवावर येते. माझे ग्रंथालय खरेदी करणे म्हणजे माझा प्राण मागण्यासारखे आहे.

मी एकदा वाचावयास किंवा लिहावयास बसलो की माझ्या साऱ्या शक्ती एकवटल्या जातात. मी रात्रभर वाचीत व लिहीत बसलो तरी मला थोडादेखील थकवा येत नाही. अविश्रांत वाचनामुळे माझी स्मरणशक्ती एवढी तल्लख आणि प्रखर झालेली आहे की, अमुक ग्रंथावरील महत्त्वाचे लिखाण किंवा अमुक ग्रंथाच्या अमुक पानावर अमक्या ओळी हे वाक्य किंवा हे शब्द महत्त्वाचे आहेत असे मी सांगू शकतो. 'विद्या हे माझे उपास्य दैवत आहे. मी त्याची चोवीस तास पूजा करीत असतो.'

"पुस्तकांच्या सहवासात शांत आयुष्य वेचण्यासारखा दुसरा आनंद नाही. पुस्तक मला शिकवितात, मला नवी वाट दाखवतात. म्हणून ती मला आनंदाचा लाभ करून देतात. स्नेहसोबती जोडण्याची कला माझ्या ठायी नाही. माझी मुद्रा अतिशय कडक व उग्र दिसते व त्यामुळे मजजवळ येण्यास लोक कचरतात असे म्हणतात. असे असणे काही अशक्य नाही; पण माणसांपेक्षा पुस्तकांचा सहवास मला अधिक आवडतो, ही गोष्ट मात्र खरी आहे.

❖❖❖

"प्रोफेसर आनेसाकी व मि. एडमंड्स या दोघा पंडितांनी बुद्धाची शिकवण व खिस्ताची शिकवण याविषयी एक तुलनात्मक असा महत्त्वपूर्ण ग्रंथ निर्माण केलेला आहे. यावरून दिसून येते की, खिस्ताची शिकवण म्हणजेच बुद्धाची शिकवण होय. हे त्यांनी एका बाजूस बुद्धाचे प्रमेय व दुसऱ्या बाजूस बायबलमधील खिस्ताचे प्रमेय घेऊन त्यांचे साधर्म्य अगदी तंतोतंत पटवून दिले आहे. या ग्रंथाचे मराठी भाषांतर करून जनतेच्या हाती द्यावे असे माझ्या मनात आज कित्येक वर्षांपासून आहे. मी हे ग्रंथ अगदी जीवापलीकडे जपून ठेवतो व सहसा कोणाला देत नसतो. पण काही मंडळींनी अत्यंत आग्रह केल्यामुळे मी एक भाग माझ्या मित्राला वाचण्यास दिला. तो त्यांनी हरवून टाकला. ह्या माझ्या अत्यंत आवडीच्या व दुर्मीळ असलेल्या ग्रंथाची अशा तऱ्हेने विल्हेवाट लागल्यामुळे मला अतिशय वाईट वाटले. पुन्हा मला त्या ग्रंथाचे दोन्ही भाग विकत घ्यावे लागले. एका पुस्तक विक्रेत्याजवळ ते मला अनपेक्षितपणे मिळाले. लवकरच त्या ग्रंथाच्या भाषांतराचे काम मी सुरू करणार आहे."

❖❖❖

एकदा बडोदा कचेरीतील अधिकाऱ्याने विचारलेल्या प्रश्नावर बाबासाहेब म्हणाले, "मला जे काम देण्यात येते ते मी एक क्षणही व्यर्थ न घालविता संपवतो व मग काही काम नसेल तेव्हा इतरांप्रमाणे गप्पा मारीत न बसता पुस्तके वाचतो. शिवाय मला येथील लोक अस्पृश्य म्हणून नावे ठेवतात व म्हणून मला त्यांच्यात मिळूनमिसळून बसताही येत नाही व गप्पाही मारता येत नाही."

भीमराव कचेरीत काम संपवून लायब्ररीकडे चालले तेव्हा एक अधिकारी म्हणाला, "चालले साहेब लायब्ररीचे नाव सांगून भटकायला." तेव्हा भीमराव म्हणाले, "हे पहा, तुम्ही माझ्याबरोबर चला लायब्ररीत म्हणजे मी त्या लायब्ररीतील किती पुस्तके वाचलीत व किती टिपणे काढलीत ती मी दाखवितो तुम्हाला."

दुसऱ्या दिवशी टिपणाचा जाडजाड १२ वह्या सदर अधिकाऱ्याला दाखविल्या व म्हटले, "तुम्ही बडोद्याला १२ वर्षे राहता, सांगा पाहू तुम्ही किती पुस्तके वाचलीत?" यावर तो अधिकारी खजील झाला.

❖❖❖

१९५६ सालच्या मार्चमध्ये एका शनिवारी त्यांनी "उद्या सकाळी लवकर ये" असे नानकचंद रत्तूंना सांगितले. ते त्या महान ग्रंथाचा उपोद्घात (प्रस्तावना) लिहीत होते. रत्तू

रविवारी सकाळी आले. बाबासाहेब तसेच खुर्चीवर बसून लिहीत होते. पाच मिनिटे झाली तरी बाबासाहेबांचे लक्ष त्याच्याकडे गेलेच नाही. रत्तूंनी मुद्दाम टेबलावरील दोन पुस्तके हलविली. त्यावर बाबासाहेबांनी वर पाहिले आणि "तू अजून घरी गेला नाहीस का?" असे रत्तूंना विचारले. तेव्हा रत्तू म्हणाले, "मी मध्यरात्री घरी जाऊन आता सकाळी पुन्हा आपली सेवा करावयास परत आलो आहे." त्यावर बाबासाहेब आश्चर्यचकित होऊन म्हणाले, "अरे, मला वाटलं तू घरी गेलाच नाहीस, इथेच माझ्याजवळ उभा आहेस. दिवस उजाडला हे मला माहीतच नाही. मी लिहीतच बसलो होतो. मी इथून हललोदेखील नाही." हे शब्द ऐकून रत्तू गहिवरले. डॉ. बाबासाहेब आंबेडकरांनी बुद्धमूर्तीपुढे सकाळी प्रार्थना केली व पुन्हा लेखनाचे काम सुरू केले. १५ मार्च १९५६ रोजी बाबासाहेबांनी आपल्या ग्रंथाची प्रस्तावना स्वतःच्या हस्ताक्षरात लिहून पूर्ण केली. रत्तूंना टंकलेखनासाठी वाचून दाखविली.

परमस्नेही

रात्रभर बाबासाहेबांचं अध्ययन चालायचं, मनन व चिंतन व्हायचं. एकदा एके रात्री अध्ययनातून उठल्यावर बाजूला दिवे का लखलखतात म्हणून ते तिकडे आले. मी टाचण करीत बसलो होतो. माझ्या पाठीमागे ते केव्हा येऊन उभे राहिले याची मला जाणीवच झाली नाही. त्यांनी माझ्या खांद्यावर हात ठेवताच मी चमकून वळून पाहिलं, तो बाबासाहेबांची भव्य मूर्ती उभी. मी गांगारून गेलो. त्यांनी ममतेनं पाठ थोपटली अन् विचारलं, "जेवण झालं तुझं?" मी नकारार्थी मान डोलावली. "छान, आपण दोघेही उपाशीच आहोत. चल, चहा करू," ते म्हणाले. पहाटे तीनचा सुमार होता. बाबसाहेबांनी स्वतः स्टोव्ह पेटवून चहा तयार केला. पण दुधाचं भांडं काही त्यांना गवसलं नाही. त्यांनी विचारलं, "बाबारे, तुला बिनदुधाचा चहा घ्यायची सवय आहे की नाही?" मी उत्तर दिलं, "अनेक वेळा बिनदुधाचा चहा घेतो मी." त्यावर ते हसून म्हणाले, "वा छान.पण लक्षात ठेव, आपल्या जीवनात दुधाचा साठा केव्हाही गवसला पाहिजे." बाबासाहेबांचे हे तात्त्विक बोल. मग त्यांनी एक मोठा पाव (डबल रोटी) काढला व त्याचे दोन समान भाग करून एक मला दिला. मी नको म्हणताच ते उद्‌गारले, "अरे बाबा, या समानतेसाठीच तर आपला हक्क बजावला पाहिजे!"

●●●

अपत्य प्रेम

राजरत्न मरण पावल्यानंतर दत्तोपंत पवारांना पत्र (१६ ऑगस्ट १९२६)

'पुत्रनिधनामुळे आम्हा उभयतास जो धक्का बसला आहे त्यातून आम्ही बाहेर पडू असे म्हणणे शुद्ध ढोंगीपणाचे होईल. आतापर्यंत तीन मुले आणि एक मुलगी अशी चार लाडक्या बाळांना मूठमाती देण्याचा प्रसंग आमच्यावर ओढावला. त्यांची आठवण झाली की मन दुःखाने खेचते. त्यांच्या भविष्याविषयी जे इमले आम्ही बांधले होते, ते ढासळले ते वेगळेच. आमच्या जीवनावरून हा दुःखाचा ढग वाहत आहे. मुलांच्या मृत्यूबरोबर जीवनाला चव आणणारे मीठ नष्ट झाल्यामुळे आमचे जीवन आळणी झाले आहे. बायबलमध्ये म्हटले आहे ना! 'तुम्ही धरित्रीचे मीठ आहात. मिठाची चवच गेली तर त्याला खारटपणा कशाने आणता येईल?' शून्यवत होऊन पडलेल्या माझ्या जीवनात ह्या वचनाची सत्यता पटते. माझा शेवटचा मुलगा असामान्यच होता. त्याच्यासारखा मुलगा मी क्वचित पाहिला असेन. तो गेल्यावर माझे आयुष्य तनाने माजलेल्या बागेसारखे झाले आहे. दुःखातिशयामुळे पुढे काही लिहवत नाही. दुःखाने खंगलेल्या तुझ्या मित्राचा तुला नमस्कार.'

दादासाहेब गायकवाड यांना पत्र (८ नोव्हेंबर १९३५)

'चि. यशवंतच्या प्रकृतीत काही सुधारणा नाही. म्हणूनच मी अतिशय चिंतेत आहे.'

दुसऱ्या पत्रात बाबासाहेब म्हणाले -

'चि.यशवंत आता थोडासा बरा आहे. मी त्याला मुंबईबाहेर पाठविणार आहे.'

दादासाहेब गायकवाड यांना पत्र (३ जून १९४९)

'मी घटनासमितीच्या कामात अतिशय गुंतलो आहे. एका महत्त्वाच्या गोष्टीबद्दल मला आपल्याला लिहावयाचे होते; परंतु ते लिहू शकलो नाही. चि.यशवंताचे लग्न करण्याची इच्छा आहे. त्याच्याकरिता मी मुलगी पाहत आहे. एखादी चांगली मुलगी आपल्या पाहण्यात आहे काय? मुलगी पुढीलप्रमाणे असावी. १) ती दिसावयास चांगली असावी. २) तिला चांगले व्यक्तिमत्त्व असावे. ३) कुलशीलाने ती चांगली असावी. व ४) ती अगदीच लहान वयाची नसावी. ती पदवीधर नसली तरी चांगली सुशिक्षित असावी. हे फारच जरुरीचे पत्र म्हणून समजावे. नागपूरकडे अशी मुलगी आहे का, हे कळवावे.'

दादासाहेब गायकवाडांना दुसरे पत्र (६-जून-१९४९)

'तुम्हाला माझे परवाचे पत्र पोहोचले असेलच. त्यात चि.यशवंताच्या लग्नाबद्दल मी लिहिले आहे. आपण इकडे आल्यास ठीक. म्हणजे आपण दोघे स्वतः त्यावर विचार करू. घटनासमिती काही सुटीनिमित्ताने तहकूब होईल. मी फारच थकलो असल्याने विश्रांतीसाठी सिमला किंवा मसुरीला जाणार आहे. आपली चुकामूक होऊ नये याकरिता आपण ताबडतोब यावे.

श्री. कवाडे येथे आले तेव्हा त्यांनी सांगितले की नागपूरमध्ये तीन मुली बऱ्या आहेत. त्यापैकी एकीची चि.यशवंत निवड करू शकतो. याकरिता आपण श्री. कवाडे व चि.यशवंत यांची भेट घ्यावी. मी मुंबईत जानेवारीच्या पहिल्या आठवड्यात येईन.

मी हल्ली कोणालाच लिहिले नाही. एक महिना होऊन गेला. मी कमलकांत (चित्रे) यांनाही लिहिले आहे, याचे कारण मी मुंबईहून परत येथे आल्यावर प्रकृतीत पुन्हा बिघाड झाला आहे. पुन्हा माझ्या पायात वेदना सुरू झाल्या असून त्या तीव्र स्वरूपाच्या आहेत. Giddiness येण्यास सुरुवात झाली आहे. त्यामुळे वाचन व लिखाण करता येईना. आता मला थोडेसे बरे वाटत आहे, म्हणून तुम्हाला हे पत्र लिहीत आहे.

चि.यशवंताच्या लग्नाबाबतचा तुमचा पत्रातील मजकूर कळला. तो त्याच्या इच्छेप्रमाणे लग्न करण्यास मुक्त आहे. त्याने नागपूरकडील मुली का नाकारल्या? त्या कशा दिसतात याची मला माहिती नाही; पण त्या चांगल्या सुशिक्षित होत्या. यशवंत शिकलेल्या मुलीशी लग्न करू इच्छित नाही असे वाटते. म्हणूनच तो अशिक्षित मुली पसंत करण्याच्या मागे आहे. त्याच्या या विचाराशी मी सहमत नाही. मी श्री.राजभोज यांची मुलगी पाहिली नाही.

त्यांची जात वेगळी आहे, म्हणून मी लग्नास नकार देणार नाही. कारण अशा गोष्टींवर माझा विश्वास नाही.'

चि.यशवंतरावाच्या लग्नास डॉ. सौ. सविताबाई उपस्थित होत्या, बाबासाहेब नव्हते.

भाऊराव गायकवाडांना पत्र

'पहिल्या पत्नीच्या निधनानंतर पुन्हा लग्न न करण्याचा मी निर्धार केला होता. परंतु आता दुसरा विवाह करण्याचा मी निर्णय ठरविला आहे. जी सुगृहिणी असून वैद्यकशास्त्रातही पारंगत आहे अशा पत्नीची मला आवश्यकता आहे. दलित समाजात अशी स्त्री सापडणे अशक्य असल्याने मी एका सारस्वत बाईची निवड केली आहे. आपला एक सहकारी माझा मुलगा यशवंत आणि माझी नियोजित पत्नी शारदा यांची मने एकमेकांविषयी कलुषित करीत आहेत हे मला कळविण्यास अत्यंत दुःख होत आहे.'

कमलकांत चित्रेस पत्र

'लग्न पुढे ढकलले तर याविषयी लोकांत दिवसेंदिवस जास्त बभ्रा होईल आणि दुष्ट लोक माझी बदनामी करावयास ती एक मोठी पर्वणीच साधतील, अशी मला भीती वाटते. त्यामुळे १५ एप्रिलला मी विवाहबद्ध होण्याचे निश्चित केले आहे. ही गोष्ट करण्यात मी काही नैतिक गुन्हा करीत आहे असे मला वाटत नाही. तक्रार करायला मी कोणालाही जागा ठेवलेली नाही. यशवंतालासुद्धा नाही. त्याला मी आजपर्यंत सुमारे तीस हजार रुपये दिले असून कमीत कमी ऐंशी हजार रुपये किमतीचे एक घरही दिले. माझी खात्री आहे की कुठल्याही बापाला आपल्या मुलाकरिता जे करता येईल त्यापेक्षा मी माझ्या मुलाकरिता जास्त केले आहे'.

मुलाच्या भवितव्याचा प्रश्न साहेबांना चांगलाच भेडसावत होता. आपल्या मुलाला एखाद्या धंद्यात गुंतवावे असा बाबासाहेबांच्या मनात गेली चार वर्षे विचार सुरू होता. म्हणून नवल भथेना या पारशी स्नेहीला पत्र पाठवून मुलाला व पुतण्याला धंद्यास लावण्यास कळविले. हे घडले तर मला शांतपणे मरण येईल. बाप आपल्या मुलाच्या हितासाठी जसा झटतो तसा तू माझ्या मुलासाठी झटून त्याला काहीतरी सतत चालेल असा धंदा शिकव. त्याप्रमाणे नवल भथेना ह्यांनी मुलास व पुतण्यास एक धंदा काढून दिला. परंतु बाबासाहेबांचे पितृहृदय त्या धंद्यातील अपयशामुळे निराशेने चांगलेच पोळून निघाले.

●●●

बाबांचे थोरपण

'**मा**नपत्र समारंभ' या कार्यासाठी भरविण्यात आलेल्या सभांच्या हस्तपत्रिका साहेबांना दाखविण्यात आल्या. त्यात साहेब डी.एस.सी.ची पदवी घेऊन विलायतेहून येणार, अशा अर्थाचे एक वाक्य होते. त्यावर साहेबांनी आक्षेप घेतला व ते रागाने लोकांना म्हणाले, "ही पदवी मला अजून मिळालेली नाही. या पदवीचा निकाल २-३ महिन्यांनी समजेल. तुम्ही खऱ्या वस्तुस्थितीची संपूर्ण माहिती न घेता हे कार्य हाती घेतले हे बरे केले नाही. या गोष्टीबद्दल तुम्ही माझी संमती घेण्यास प्रथम यावयास हवे होते. माझ्या संमतीशिवाय तुम्ही सभा घेतल्या व हँडबिले काढलीत, यामुळे लोकांना वाटेल की, हे करण्यास मी तुम्हास सांगितले व पदवी मिळण्याच्या अगोदरच हा गृहस्थ मानपत्र घेण्यास उतावीळ झालेला आहे. वरच्या वर्गाचे लोकही म्हणतील की, 'बघा, महार विलायती शिक्षण घेऊन आला आणि आपल्या लोकांकडून दिवे ओवाळून घेऊ लागला.' मी शिक्षण घेतले हा मोठा प्रताप नाही. समाजाकडून मानपत्र घेण्यासारखे माझ्या हातून समाजाचे काय कार्य झालेले आहे? मी जेव्हा समाजासाठी भरीव कार्य करीन, तेव्हा तुम्ही मला मानपत्र द्या. ते मी आनंदाने स्वीकारीन. आता ते स्वीकारणार नाही."

श्री. चांगदेव खैरमोडे बाबासाहेबांचे चरित्र लिहिणार आहेत व त्यासाठी माहिती गोळा करून ठेवीत आहेत, हे वर्तमान साहेबांना कळलेले होते. ते आपल्या चरित्राची माहिती सांगण्याची टाळाटाळ करीत होते. ते म्हणाले, "अरे मी पदव्या मिळविल्या, चार पुस्तके लिहिली, यापेक्षा मी विशेष असे काय केलेले आहे? मग माझे चरित्र तू आताच का लिहावेस? माझ्या हातून समाजाचे काही भरीव कार्य झाले तर मग माझे चरित्र लिहिण्यास काहीतरी स्वारस्य आहे. मी ऐंशी वर्षे जगणार आहे व एवढ्या काळात समाजाचे हित होईल असे

पुष्कळ कार्य करणार आहे. तीस-चाळीस ग्रंथ लिहिणार आहे. धर्माचे आंदोलन करणार आहे. या सर्व गोष्टी माझ्या हातून झाल्या तर मग माझ्या चरित्राला काही महत्त्व येईल."

इलाखा शहर दंडाधिकारी चिमणलाल यांच्या अध्यक्षतेखाली डॉ.आंबेडकर यांचे अभिनंदन करण्यासाठी समारंभ घेण्याचे ठरविले. संमती घेण्यास लोक गेले असता त्यांना नम्रपणे म्हणाले की, "मला मानपत्र नको. मी तुमच्यावर उपकार करण्यासाठी शिकलो नाही. मला संधी मिळाली म्हणून मी शिकलो. माझ्याप्रमाणेच इतरांना संधी मिळाली तर तेही माझ्याप्रमाणेच मोठ्या परीक्षेत उत्तीर्ण होतील. यास्तव तुम्ही माझ्या मानपत्रासाठी जो पैसा जमविला असेल, तो आपल्या अस्पृश्य जातीतील लायक विद्यार्थ्यांस देण्यासाठी उपयोगात आणा."

लंडनला जाताना, बोटीवर चढताना गगनभेदी जयजयकार

त्याबाबत बाबासाहेब म्हणाले, "ही जयजयकाराची प्रदर्शने मला बेचैन करतात. या जयजयकारांनी व्यक्त केली जाणारी विभूतिपूजेची भावना माझ्या लोकसत्तात्मक प्रवृत्तीला व्यथित व उग्र करून सोडते. हे जयजयकाराचे सोहळे माझ्या मनाला कष्टदायी वाटतात. आपल्या लोकांना माझ्याबद्दल वाटणाऱ्या अपेक्षा त्याच्याविषयीच्या कर्तव्याचे मला तीव्र स्मरण करून देतात.

"एखाद्या वेळेस असे वाटते की, जगात एकटे असावे, शांत व स्वतंत्र जीवनक्रम उपभोगता यावा. अशा तऱ्हेच्या सुशांत, अलिप्त आणि बिनभानगडीच्या आयुष्यक्रमाची आवड माझ्याइतकी फारच थोड्यांना असू शकेल. अशा प्रकारच्या निवांत, सुखप्रद आयुष्यक्रमावर माझ्यापेक्षा अधिक हक्क तरी अन्य कोणाचा असू शकणार? दुःखअंती सुख अगर कष्टाअंती विश्राम हा सिद्धांत अचूक व सर्वांना लागू पडणारा असला, तर मला पाहिजे असलेला निवांत, स्वतंत्र अलिप्त असा जीवनक्रम ह्यापूर्वीच लाभायला हवा होता. परंतु तो सिद्धांत मला लागू पडणार नाही, हे मी आता समजून चुकलो आहे. गोंगाटाचा आयुष्यक्रम माझ्या पाचवीला पुजलेला असून तो मला याच्यापुढे शेवटपर्यंत पुरून उरणार आहे."

●●●

असाही असतो प्रेमळपणा

बाबासाहेबांच्या प्रेमळपणाच्या पुष्कळ गोष्टी सांगता येतील. एक प्रसंग असा होता. पहाटेची वेळ होती. पाच वाजले असतील. आमच्या परळच्या शाळेच्या दारातून "अहो दोंदे, अहो दोंदे" असे कुणीतरी हाका मारीत होते. डॉक्टर यावेळी इकडे कुठे? मला आश्चर्य वाटले. "अहो दोंदे, मी चहा प्यायला आलो आहे," असे बोलतच ते जिना चढले. येऊन बसल्यावर मी सहजच येण्याचे कारण विचारले. ते म्हणाले, "असे झाले, आमच्या हिंदू कॉलनीमध्ये काम करणारी भंगीण रात्री दोन वाजता मला उठवायला आली. तिच्या नवऱ्याला आदल्या दिवशीच्या संध्याकाळपासून जुलाब-होत होत्या. संध्याकाळी सात वाजता ती आपल्या नवऱ्याला इस्पितळात घेऊन गेली. सात वाजल्यापासून तो रात्रीचे दोन वाजेपर्यंत त्यांनी दादच दिली नाही. बाहेर पडून होता. मी डॉ.जीवरावला सांगावे म्हणून ती मला उठवायला आली. मी मोटारगाडी काढली आणि त्या बाईबरोबर इस्पितळात गेलो. त्या मनुष्याची सोय लावली आणि जाता-जाता तुमच्याकडे डोकवावे असे माझ्या मनात आले, म्हणून तुम्हाला हाका मारल्या."

एके सायंकाळी बाबासाहेब फिरायला निघाले. कडक थंडी पडली होती. वाटेत त्यांना एक अगदी म्हातारा गृहस्थ आढळला. त्याच्या अंगावर जीर्ण व फाटके कपडे होते. अर्धनग्न होता तो. एका पुलाला टेकून तो थंडीत कुडकुडत उभा होता. त्याचे हातपाय लटपटत होते. ती अवस्था पाहून बाबासाहेब थबकले. अंगावरचा गरम उंची कोट काढला आणि आपल्या हातांनी त्यांनी त्या म्हाताऱ्याच्या अंगात तो कोट घालून दिला. मग त्याला आलिंगन देऊन ते पुटपुटले, "या जगात असे कितीतरी लोक थंडीत गारठून मरत आहेत. कितीतरी लोक उपासानं तडफडत मरत आहेत. स्वतःला जे शक्य आहे ते करीत जा."

इ.स. १९३४ मध्ये मुंबईतील राजगृह येथील आंबेडकर कुटुंबीय.
डावीकडून - यशवंत (मुलगा), बाबासाहेब, रमाबाई (पत्नी), लक्ष्मीबाई (वहिनी; आनंदरावांची पत्नी), मुकुंदराव (पुतण्या) व खाली बसलेला कुत्रा.

एके दिवशी त्यांचा कुत्रा काही खाईना, काही पिईना. बाबासाहेब फारच अस्वस्थ झाले. हवे ते इलाज केले. त्याला हृदयाशी कवटाळून करुण शब्दांत ते म्हणाले, "असे काय झाले तुला? तुझा हा सत्याग्रह कशासाठी आहे? हे उपोषण कशासाठी? सांग बाबा, सांग." बाबासाहेबांचे डोळे पाणावले. आपला प्रेमळ विश्वासू कुत्रा काहीच खात नाही म्हणून तेही दोन दिवस उपाशीच राहिले आणि तिसऱ्या दिवशी सकाळी जेव्हा कुत्र्याने दुधाबरोबर पाव खाल्ला तेव्हा बाबासाहेब आनंदून गेले.

प्राणिमात्रांवरील ही उदात्त दया, निष्ठा!

●●●

वेद, विवाह आणि संशोधन

वेदांचा अर्थ आधुनिक पद्धतीने कसा लावावयाचा?

वेद हे हिंदूंचे धार्मिक ग्रंथ आहेत अशी हिंदी व कित्येक युरोपीय पंडितांचीही आतापर्यंत कल्पना होती. माझ्या मते, वेदांचा अर्थ सामाजिक भूमिकेवरून करणे अधिक इष्ट आहे आणि या सामाजिक दृष्टिकोनाचा उपयोग केल्याशिवाय आपल्याला वेदातील बऱ्याच गूढ गोष्टींचा उलगडा करता येणार नाही.

त्याचप्रमाणे ब्राह्मण किंवा उपाध्याय वर्ग (The Priest Class) फक्त तीनच वेद खरे आहेत, असे मानीत आले आहेत. म्हणजे ऋग्वेद, यजुर्वेद व सामवेद. अथर्ववेद वेदच नव्हे असे त्यांचे मत होते. म्हणून त्यांनी अथर्ववेदाला कधीच महत्त्व दिले नाही. कारण अथर्ववेदात फक्त जारण, मारण व मांत्रिक विद्या हे विषयच हाताळले आहेत, असेही त्यांचे मत होते.

आमच्या जीवनाचा समाजवादाच्या दृष्टीने विचार करण्याची आवश्यकता आता आपल्याला पटली आहे. हिंदू विवाह पद्धतीबद्दल तुम्ही विचारले म्हणून सांगतो. या विवाह पद्धतीमध्ये सप्तपदी आहे. लाजाहोम आहे. या दोन्ही गोष्टींचा खरा अर्थ काय आहे? सप्तपदी पूर्ण झाल्याशिवाय वधू-वरांचा विवाह कायद्याच्या दृष्टीने पूर्ण झाला नाही, असे आपण मानीत आलो आहोत. का बरे? आता यामध्ये समाजवादाचा प्रश्न कसा येतो, असे तुम्ही विचाराल. या लाजाहोम व सप्तपदी या विधींमध्ये बराच मोठा इतिहास दडून बसलेला आहे आणि तो इतिहास उकलून पाहत असताना समाजवादाकडे पाहणे स्वाभाविकच आहे. प्राचीन जगामध्ये आणि मुख्यतः हिंदुस्थानातसुद्धा 'मिरासदारी पद्धती' फार प्राचीन काळापासून चालत आली होती. या मिरासदारी पद्धतीचे संपूर्ण संशोधन केल्यास एक भला

मोठा ग्रंथ निर्माण होईल.

लाजाहोम विधी म्हणजे एखाद्या वधूला तिच्यासाठी योजलेल्या वराशी लग्न करण्यास मिरासदारी पद्धतीप्रमाणे मालकाकडून परवानगी मिळवावी लागे. ही परवानगी मिळविण्यासाठी बऱ्याचशा गोष्टी साध्य करण्यासाठी आम्हामध्ये पूर्वी चाल होती. त्यापैकी पहिली अट म्हणजे वधूचा पहिला उपभोग घेण्याचा 'मालकाचा' हक्क असे. हा हक्क अजून काही विवक्षित हिंदुसमाजात प्रस्थापित असलेला आपल्याला माहीत आहे. या ठिकाणी तुम्हापैकी कोणीतरी 'Origin of feudalism, its scope and aspects in England' या विषयावर संशोधन करावे असे मी सुचवितो. या विषयाला जेवढे सामाजिक महत्त्व आहे तेवढेच ऐतिहासिक महत्त्व आहे. या इंग्लंडमधील मिरासदारीचे थोडेसे दिग्दर्शन असे आहे.

मिरासदारी पद्धतीप्रमाणे जहागीरदाराच्या (Feudal Lord) स्वतःच्या मालकीच्या जमिनी असतात. म्हणजे या जमिनीवर त्यांचाच सर्वस्वी हक्क असे. त्यांच्या हाताखालील गुलाम यांना जमिनी नांगराव्या लागत; पण या त्यांच्या कामाचा मोबदला त्यांना मुळीच देण्यात येत नसे. या जहागीरदारांच्या आणखीही काही जमिनीची नांगरणी, पेरणी वगैरे करण्यासाठी त्यांच्या उत्पन्नापैकी काही भाग मोबदला म्हणून गुलामांना दिला जात असे.

पण त्यापैकी एखाद्या गुलामाचे लग्न झाले तर पहिल्या रात्री त्याच्या वधूशी पहिला संभोग करण्याचा अधिकार जहागीरदाराचा असे. त्याला प्रायमस नाटे (Primus Nate) असे नाव आहे. हा विधी कितीतरी शतके प्रचलित होता. तो विधी पुढे नाहीसा झाला व त्याच्याऐवजी मालकाला कर देण्याची पद्धत सुरू करण्यात आली. याच प्रकारची पद्धती हिंदुस्थानामध्ये प्रचलित असली पाहिजे, असे माझे अनुमान आहे. पण यावर संपूर्ण संशोधन करून आपल्याला खऱ्याखोट्या गोष्टींचा निर्णय करता येईल.

आता आपण या लाजाहोम विधीमध्ये लाह्यांचा उपयोग करीत असतो. निदान त्यांच्या पांढऱ्या रंगावरून तरी चांदीच्या नाण्यांशी संबंध जोडणे आपल्याला अशक्य होणार नाही आणि ही नाणी संभोगरात्रीच्या हक्काऐवजी देण्याची प्रथा पुढे पडली असली पाहिजे. म्हणूनच लाजाहोम झाल्याशिवाय म्हणजेच लग्नाचा पूर्ण कर दिला गेल्याशिवाय लग्नविधी पूर्ण झाल्याचे कबूल केले जात नसे. हे योग्यच होते म्हणायचे. आता या ठिकाणी मिरासदारीचा मालक किंवा मुख्य उपाध्याय याने आपला संभोगरात्रीचा हक्क सोडून रुपयाचा कर घेण्यास सुरुवात केली असली पाहिजे. त्याचप्रमाणे आणखी पुढे या कराराऐवजी अग्नीला लाजाहोम अर्पण केला म्हणजे लग्नविधी संपूर्ण झाला अशी ग्वाही देण्याची प्रथा असली पाहिजे. लग्नविधीतील

हा जो सामाजिक महत्त्वाचा विभाग मी तुम्हाला सांगितला त्याचे कोणीतरी उत्तम संशोधन करून सांगोपांग विचार जगापुढे मांडावेत अशी माझी तुम्हाला सूचना आहे.

टिळकांचे 'आर्क्टिक होम इन दि वेदाज' याविषयी मत

खरोखरी टिळकांचे संशोधन फार महत्त्वाचे आहे. या त्यांच्या संशोधनाला याहीपेक्षा जास्त महत्त्व प्राप्त झाले असते, जर टिळकांनी हिंदुस्थानामध्ये आर्य लोक हे एकाच वेळी न येता अनेक युगात आले, असे सिद्ध केले असते तर.

आता हे आर्यन लोक निरनिराळ्या दोन युगांत हिंदुस्थानात आले, हे आपण कसे शोधून काढायचे, असा कोणीही प्रश्न विचारील. हे दोन भिन्न भिन्न युगात आलेले आर्यन लोक एकमेकांपासून अगदी भिन्न आहेत असे मला आढळून आले आहे. टिळकांनी ज्या आर्यांचे मूळ स्थान हे आर्टिक्ट महासागरात कुठेतरी होते असे मानले आहे, त्या आर्यांना प्रलयाची कथा (The Story of the deluge) मान्य होती. हीच कथा यहुद्यांच्या टालमूडमध्ये व ख्रिस्ताच्या बायबलमध्येही वर्णन केलेली आहे. पण आर्यांचा आणखी एक असा वर्ग आढळून येतो की, त्यांना ही प्रलयाची कथा मंजूर नव्हती किंवा त्यांना ती माहीतही नव्हती. कारण त्यांच्या पुराणात तरी त्याविषयी उल्लेख असलेला कोठेही आढळून येत नाही.

मनूला ही प्रलयाची कथा मंजूर आहे. म्हणून माझ्या दृष्टीने ज्या आर्यांच्या पुराणग्रंथात प्रलयाची कथा आढळून येते त्या आर्यांपैकीच हा मनू एक असला पाहिजे हे सिद्ध होते. अर्थात हा प्रलय झाला तो आर्क्टिक विभागात झाला असला पाहिजे व या आर्यांचे मूळ स्थान म्हणजे आर्क्टिक विभाग असला पाहिजे, हे कोणालाही मंजूर करता येईल. पण ज्या आर्यन लोकांना ही प्रलयाची कथा माहीत नव्हती त्यांचे मूळ स्थान कोठे असले पाहिजे, हाही एक प्रश्न उत्पन्न होतोच. त्याचेसुद्धा संशोधन व्हावयास हवे.

पुढे आपल्याला असेही आढळून येते की, या दोन आर्यांच्या आपापसात लढाया पण झाल्या. त्यातल्या काही आर्यांनी आदिवासींशी मैत्री संपादली व त्यांच्या साहाय्याने आर्यांच्या दुसऱ्या टोळीचा पूर्णपणे पराभव केला किंवा कधी-कधी त्यांच्याकडून पराभूत झाले. या विषयाचे संशोधन करण्यासाठी ध्येयनिष्ठ वृत्तीचे प्राध्यापक आपल्या देशात तयार व्हायला पाहिजेत.

●●●

निरनिराळे धर्म

जगातील मोठमोठ्या धर्मांविषयी खोल व सांगोपांग विचार केला म्हणजे आपल्या विचाराला चालना मिळाल्यावाचून राहत नाही.

ख्रिस्ती धर्मामध्ये जीझस ख्राइस्ट म्हणतो की, "मला तुम्ही ईश्वराचा पुत्र समजा, म्हणजेच मी तुम्हाला ईश्वराकडे घेऊन जाईन आणि हे मानण्यास तुम्ही तयार नसाल तर तुम्हाला ईश्वराकडे जाता येणार नाही." काही ख्रिस्ती लोकांचे म्हणणे असे की, जुदोवा हा जर तुमचा ईश्वर आहे तर त्याने लग्न केल्याचे कोठेच सांगितले नाही आणि हे खरे आहे तर मग जीझस ख्राइस्ट हा ईश्वराचा पुत्र आहे असे आम्ही मानायचे तरी कसे?

वास्तविक पाहता, यहुदी लोकांचा 'जुना करार' (ओल्ड टेस्टामेंट) हाच मुख्य ग्रंथ. त्यात लिहिलेल्या गोष्टी यहुदी लोकांना मान्य. पण 'नवा करार' प्रमाणे मेसायाने आगाऊ सांगून ठेवलेला येशू ख्रिस्त जन्माला आला असे मानलेले आहे. अर्थात तो करार यहुद्यांना मान्य नाही. पण ख्रिस्ती धर्म कसाही असला व त्यातील तत्त्वे आपल्या बुद्धीला पूर्णतया पटण्यासारखी नसली तरी त्या धर्मांचा ख्रिस्ती समाजावर केवढा विलक्षण प्रभाव आहे, याचा आपण अवश्य आढावा घेतला पाहिजे. ख्रिस्ती धर्माचा पगडा ख्रिस्ती समाजाच्या नैतिक आचरणावर किती विलक्षण तऱ्हेने बसलेला आढळून येतो ते पाहा.

मी तुम्हाला किंवा आठव्या एडवर्डचीच गोष्ट सांगतो, म्हणजे तुम्हाला माझे म्हणणे पटेल. त्या राजाला सिंहासन सोडावे लागले याला खरे कारण काय झाले असेल याची तुम्हाला कल्पना आहे? आठव्या एडवर्डनी एका काडीमोड घेतलेल्या तरुणीशी लग्न करण्याचे ठरविले, तेव्हा त्याच्याविरुद्ध चर्चा येऊ लागली. डॉ.लांग, कॅंटरबरीचे आर्चबिशप यांनी तर साफ सांगितले की, मी या लग्नाच्या कोणत्याही विधीत भाग घेणार नाही व नंतर होणाऱ्या बड्या

खाण्यात तर मुळीच भाग घेणार नाही. पहिल्या पहिल्याने इंग्लंडचे त्यावेळचे पंतप्रधान स्टॅनले बॉल्डविन यांनी या गोष्टीत फारसे लक्ष घातले नाही. कारण त्यांना कॅंटरबरीच्या आर्चबिशपने घातलेल्या धाकाचे फारसे महत्त्व पहिल्याने वाटले नसावे. पण पुढे जेव्हा या आर्चबिशपने आपल्या हाताखाली एका बिशपकडून चर्चमध्ये धार्मिक प्रवचन देत असता उघडपणे या भावी लग्नाच्या विरुद्ध जोराचा प्रचार चालविला, तेव्हा मात्र साऱ्या ब्रिटिश पत्रकारांना या अनिष्ट गोष्टींकडे उघडपणे डोळेझाक करता येणे शक्य झाले आणि वर्तमानपत्रे उघडपणे हल्ला चढवू लागल्याबरोबरच मुख्य प्रधानांना राजाची भेट घेऊन त्याला राजत्याग करण्याचा सल्ला देण्याशिवाय गत्यंतरच उरले नाही. पंतप्रधान म्हणाले, "तुम्ही योजलेल्या स्त्रीशी तुम्हाला लग्न करावयाचे आहे ना? सारी ख्रिश्चन ब्रिटिश जनता त्याच्याविरुद्ध आहे, हे तुम्हास ठाऊक आहे. तुम्हाला ख्रिश्चन नैतिक नियमाच्या विरुद्ध वागावयाचे असेल तर राजत्याग करावा लागेल. ख्रिस्ती धर्माचा समाजावर व समाजाच्या नैतिक बंधनावर किती मोठा प्रभाव आहे, हे आपल्याला नाही का दिसून येत?"

याच्या उलट हिंदू धर्माचा आपल्या समाजाच्या नैतिक बंधनावर किती पगडा आहे याचा तुम्हीच खोल विचार करून पाहा. आपले राजेरजवाडे वाटेल तसे वागतात. त्यांच्याविरुद्ध हिंदुधर्म काय करू शकतो? उलट शंकराचार्य ही नैतिक बंधने तोडण्यास मदत करतात. याला काय म्हणावे? मला समजत नाही.

आता आपण मुसलमानी धर्माविषयी विचार करू. महंमद पैगंबराची शिकवण अशी आहे की, मीच ईश्वराचा प्रेषित असून मी पहिला व अखेरचा आहे, हे आधी तुम्ही कबूल केले पाहिजे. तरच मी तुमची ईश्वरापाशी रदबदली करू शकेन. अर्थात हे मानण्यास जे लोक तयार नाहीत ते सारे काफीर गणले जातात!

बौद्धधर्म खरा मानवी धर्म

ज्याप्रमाणे बुद्धांनी आपल्या निर्वाणकाळी आपल्या शिष्यांना अखेरचा संदेश दिला त्याचप्रमाणे महंमद पैगंबरानेही आपल्या शिष्यांना दिला आहे, हे तुम्हाला माहीत आहेच. काही शिष्य आसन्नमरण असलेल्या महंमद पैगंबरांना विचारू लागले, "आपण काही काही गोष्टींचा अद्याप निर्णय दिलेला नाही. एखादी गोष्ट आम्हाला विचारावयाची असल्यास आम्ही काय करावे? आम्ही कसे वागावे?" यावर महंमद पैगंबराने जे उत्तर दिले त्याचा आपण विचार करा, म्हणजे महंमदीय धर्मात विचारस्वातंत्र्याला कितपत मुभा आहे हे

आपल्याला कळून येईल. ते म्हणाले, "काफीर जसे वागतील त्याच्या अगदी उलट तुम्ही वागत जा म्हणजे झाले." हे ऐकून शिष्यांचे समाधान झाले की नाही आपल्याला माहीत नाही; पण आम्हाला मात्र हे उत्तर समाधानकारक वाटत नाही.

आता हिंदुधर्माच्या शिकवणीचा आपण खोल विचार करू.

यदा यदा हि धर्मस्य ग्लानिर्भवती भारत।

अभ्युत्थानम धर्मस्य तदात्मानं सृजाम्यहम्।

म्हणजे धर्माची ग्लानी झाली, धर्म साफ बुडाला, अधर्माचे साम्राज्य माजले म्हणजे इतकी भयंकर परिस्थिती निर्माण झाल्यावर मग भगवान विष्णू अवतार घेऊन येणार व पुन्हा धर्माची स्थापना करणार.

या गोष्टीवर विश्वास ठेवून आपण हात जोडून स्वस्थ बसणार की काय? इकडे 'नर करणी करे तो नर का नारायण हो जाय' म्हणायचे आणि त्याचवेळी नराच्या करणीला मुळी वावच ठेवायचा नाही, असे नारायणच करील असे म्हणायचे, याला अर्थ काय? आपल्या विसंगत विचारसरणीमुळे आपण कधीच कर्तव्यतत्पर होऊ शकत नाही. ईश्वराच्या अवताराशिवाय स्वतःला काही करताच येणे शक्य नाही असे तुम्हाला वाटते, म्हणूनच तुम्ही किंकर्तव्यमूढ झालेले आहात. दुसरे काय?

याच्याउलट, बुद्धाच्या शिकवणीचा विचार करा. बुद्धाचा हा खरा मानवी धर्म आहे. बुद्धाने आपण ईश्वराचे अवतार आहोत, आपण त्याचे प्रेषित आहोत किंवा आपण त्याचे एकमेव पुत्र आहोत असे केव्हाही व कोठेही सांगितलेले नाही. म्हणूनच बौद्धधर्म हा मानवी धर्म असून मानवाच्या संपूर्ण विकासासाठी तो निर्माण केला आहे, असे आम्हाला वाटते आणि तो आमच्यासारख्या आधुनिक व अद्ययावत असलेल्या प्रत्येक मनुष्याला चटकन पटू शकते असा आहे. बुद्धाची शिकवण अगदी साध्या व स्पष्ट शब्दांत मांडलेली आहे. या धर्मामध्ये मनुष्याला पूर्ण वैचारिक स्वातंत्र्य दिले आहे व मानवतेला आणि सद्सद्विवेकबुद्धीला पटतील त्याच गोष्टी ग्राह्य मानण्यात आल्या आहेत. पार्लमेंटमध्ये कार्य असे चालवावे याविषयी जसे काही ढोबळ नियम असतात तशा प्रकारचे नियम बुद्धसंघामध्ये आहेत, हे पाहून आपल्याला आश्चर्य वाटते. बुद्धसंघामध्ये बॅलट (मतनोंदणी) ची पद्धत होती. एखाद्या माणसाला बुद्धसंघात यावयाचे असल्यास त्याला प्रथम एखाद्या बुद्ध भिक्खूचे शिष्यत्व पत्करावे लागे. भिक्खू या उमेदवाराच्या दरेक चालचलवणुकीवर अगदी बारकाईने लक्ष ठेवून त्याच्या लायकीविषयी तीन वर्षे आपली खात्री करून घेई. अशी त्याची खात्री झाली म्हणजे त्याच्या शिफारशीवर

या उमेदवाराचे नाव संघात नोंदण्यात येईल. पुढे त्याच्या उमेदवारीबद्दल गुप्त मतनोंदणी करण्यात येईल. ही मतमोजणी सालपत्रावर (सालीच्या पानावर) लिहून केली जाते. ही सालपत्रे सारी एका पेटीत गुप्तपणे ठेवून झाल्यावर साऱ्या मतांची मोजणी केली जात असे व एकही मत विरुद्ध नसले म्हणजेच त्याला संघात सामील करण्याची परवानगी दिली जाई.

२ मे १९५० रोजी नवी दिल्ली येथे झालेल्या बुद्धजयंतीच्या कार्यक्रमात बोलताना डॉ. बाबासाहेब आंबेडकर

त्याचप्रमाणे संघात एखादा प्रश्न विचारावयाचा असल्यास त्याला हल्लीच्या आपल्या आधुनिक पद्धतीप्रमाणे प्रथम 'नोटीस ऑफ मोशन' म्हणजे ठरावाचा मसुदा संघाच्या कार्यवाहकाकडे पाठवून द्यावा लागत असे. अशा तऱ्हेने हा मसुदा पुढे आणला गेला. प्रथम त्याच्याविरुद्ध कोणी असतील त्यांना बोलण्याची परवानगी दिली जाई. कोणी विरुद्ध नसल्यास तो ठराव मंजूर करण्यात येत असे. यावरून त्या संघातील कामे किती कडक शिस्तीने चालवली जात असत याची आपल्याला पूर्ण कल्पना येते. या अत्यंत उदार धर्माचा ऱ्हास कसा झाला ही गोष्ट पुन्हा केव्हातरी मी तुम्हाला सांगेन.

●●●

प्रोफेसरांचे संशोधन कार्य

पुराणवस्तू संशोधन व पुराणेतिहासात या विषयाचे विद्वान प्रोफेसर रेव्हरेंड फादर हेरास ह्यांचे सिद्धार्थ कॉलेजात 'मोहेंजोदारो येथील लेखवाचन' या विषयावर उद्बोधक भाषण झाले. त्या दिवशी बाबासाहेबांनी 'प्रोफेसरांचे संशोधन कार्य' या विषयावर विवेचन करण्यास सुरुवात केली.

ते म्हणाले, "फादर हेरास यांनी अत्यंत परिश्रम करून मोहेंजोदारो येथे सापडलेल्या नाण्यांवरील व विटांवरील लेख कसे वाचावे याचा अपूर्व शोध केला. याबद्दल कोणालाही आनंद, अभिमान व आश्चर्य वाटल्यावाचून राहणार नाही. ज्याप्रमाणे फादर हेरासनी एका ध्येयवृत्तीने या अत्यंत महत्त्वाच्या विषयाला स्वतःला वाहून घेतले व अत्यंत प्रचंड असे संशोधन केले तसेच आमच्या हिंदी प्रोफेसरांनी का केले नाही, असा माझ्यापुढे प्रश्न उभा राहतो. का आमच्या प्रोफेसरांना तशी आवडच नाही? किंवा त्यांच्याजवळ पुरेशी विद्वत्ता नाही? किंवा त्यांच्यापाशी पुरेशी साधनसामग्री नाही? या गोष्टींची कारणे काय असली पाहिजेत याचा आपण बारकाईने विचार करू.

मला वाटते की, थोडेसे रुपये मिळवावेत व आपली सुखाने कालक्रमणा करावी, यापलीकडे आमच्या प्रोफेसरांना आयुष्यात काही महत्त्वाकांक्षाच नाही. या महत्त्वाकांक्षेच्या अभावाने त्यांच्या हातून काहीही भरीव कार्य होत नसावे. ते मधूनमधून काही पाठ्यपुस्तकांवर टिपणे लिहितात. टिपणे लिहिण्याच्या पलीकडे काही महत्त्वाचे कार्य आहे याची माहिती त्यांना आहे की नाही कोण जाणे?

इतक्यात एक प्रोफेसर म्हणाले, "आम्ही प्रोफेसर मंडळी हल्लीच्या युनिव्हर्सिटीमध्ये मिळणाऱ्या शिक्षणपद्धतीपासून निर्माण झालेलो आहोत. यासाठी आपल्याला प्रोफेसरांना दोष न देता तो युनिव्हर्सिटीच्या शिक्षणपद्धतीवरच द्यावा लागेल."

तेव्हा डॉक्टर म्हणाले, "आमच्या युनिव्हर्सिटीतील शिक्षणपद्धतीमुळे उत्तमोत्तम प्रोफेसर निर्माण होणे कठीण झाले आहे, हे मला कबूल आहे. आमच्यापैकी बऱ्याचशा प्रोफेसरांना शेक्सपिअरची नाटके किंवा काव्ये कॉलेजातून शिकवावी लागतात. हे विषय शिकविल्याने आमच्या तरुण पिढीचा किंवा हिंदुस्थानाचा काय फायदा होतो? काहीही फायदा होत नाही, असे मला वाटते. मीसुद्धा कधी-कधी झोप येत नसली म्हणजे शेक्सपिअर किंवा काव्य वगैरे वाचतो, नाही असे नाही. पण ते केवळ वेळ घालविण्यासाठी. त्या विषयावर मला विचार करता येत नाही.

वाचनात मग्न डॉ. बाबासाहेब आंबेडकर

कॉलेजातून हल्लीच्या काळी अगदी साधारण पद्धतीचे शिक्षण दिले जाते. अगदी बी.ए.च्या परीक्षेपर्यंत एखाद्या तात्यापंतोजींच्या पद्धतीने शिक्षण दिले जाते हे कबूल. पण त्यातही आपल्याला सुधारणा अशी करता येणार नाही असे नाही. आता मुंबई शहरातच आर्टस व सायन्स हे विषय शिकविणारी सहा मोठाली कॉलेजे आहेत. प्रत्येक कॉलेज हे हल्लीच्या पद्धतीनुसार युनिव्हर्सिटीशी निगडित असले तरी त्याचे अस्तित्व हे एखाद्या स्वतंत्र विद्यार्थ्याप्रमाणे विभक्त आहे, नाही का? त्यामुळे काय होते की, साऱ्या सहाही

कॉलेजांतून निरनिराळ्या प्रोफेसरांकडून तेच तेच विषय पुन्हा-पुन्हा शिकविले जातात. या कामाची निरर्थक पुनरावृत्ती होते. पण समजा या पद्धतीऐवजी आपण असे केले की, एल्फिन्स्टन कॉलेजात फक्त इतिहास व अर्थशास्त्र हे विषय शिकविले जाण्याची सोय केली आणि ज्या प्रोफेसरांना हे विषय शिकवायचे असतील त्यांना एल्फिन्स्टन कॉलेजमध्ये ते विषय शिकविण्यासाठी आपण धाडले तर एकाच विषयातले सात-आठ प्रोफेसर एकत्र येऊ शकतील आणि मग त्यांच्या कामाची आपणाला साहजिकच विभागणी करावी लागेल. एक प्रोफेसर 'प्राचीन हिंदुस्थान'वरच व्याख्यान देतील. दुसरे प्रोफेसर 'बुद्धाचा काळ व ख्रिस्त युग'चा आरंभ या विषयावर व्याख्याने देतील. तिसरे प्रोफेसर 'मुसलमानी युग' यावर व्याख्याने देतील. तर चौथे प्रोफेसर 'मराठ्यांचे युग', पाचवे प्रोफेसर 'इंग्रजांचे युग', यावर व्याख्याने देतील. त्यामुळे विषयाची अतिशय उत्तम वाटणी होईल आणि एकेका प्रोफेसराला आपापल्या विषयाचे पूर्ण अध्ययन करण्यास खूपच अवसर मिळेल आणि त्याला आपल्या विषयावर संशोधन करण्याकरिता तयारी करावयास भरपूर सवड मिळेल. इतर सुधारणा या मुंबई विश्वविद्यालयात घडवून आणण्याची वाट पाहत बसण्याऐवजी आपण पहिल्याने ही अगदी साधी सुधारणा ताबडतोब घडवून आणूया. दरेक कॉलेजने एक-दोन विषयांसाठीच आपल्याला वाहून घ्यावे, त्यामुळे त्या विषयाचा संपूर्ण ग्रंथसंग्रह त्या कॉलेजात होऊ शकेल व आवश्यक असलेले वस्तुसंग्रहालयही एकाच ठिकाणी ठेवण्याची व्यवस्था करता येईल. सर्व कॉलेजातील प्रोफेसरांना त्यांच्या ठरविलेल्याप्रमाणे पगार न देता तो विश्वविद्यालयानेच सर्वांसाठी सारखा ठेवावा, म्हणजे हल्लीप्रमाणे सरकारी कॉलेजात पगाराचे एक प्रमाण व खासगी कॉलेजात दुसरे असा फरक होणार नाही. पगाराची तक्रार नाहीशी झाल्यावर व कामाची उत्तम वाटणी झाल्यावर शिक्षण देण्याचे कार्य व संशोधनकार्य झपाट्याने चालू होईल.

माझे असे मत आहे की, प्रोफेसरांनी अध्ययनाच्या आणि अध्यापनाच्या कामी स्वतःला इतके वाहून घ्यावे की, आपल्या घराकडे बघायला त्यांना मुळीच सवड मिळता कामा नये. हे काम संपूर्णपणे त्यांच्या पत्नीवरच सोपविण्यात आले पाहिजे. प्रोफेसर लोकांनी भलती कामे अंगावर घेऊन आपल्या जबाबदाऱ्यांचे क्षेत्र उगाच वाढवीत जावे ही गोष्ट मला मान्य नाही. अध्यापन व अध्ययन यामध्ये संशोधनही आलेच. या तीन गोष्टींखेरीज प्रोफेसरांनी दुसरे कोणतेही काम करता कामा नये."

●●●

ग्रंथप्रेमी बाबासाहेब

बाबासाहेब भीमराव रामजी आंबेडकर यांना आपण दलितांचा सूर्य, दलितांची अस्मिता, दलितोद्धारक म्हणून ओळखतो. तसेच कायदेपंडित, भारतीय घटनेचे शिल्पकार, मानवतेचे पुजारी, समतेचे पुरस्कर्ते, भारतरत्न म्हणूनही त्यांचा मोठा लौकिक आहे. परंतु यापेक्षाही बाबासाहेब आंबेडकर हा माणूस एक ग्रंथवेडा होता. त्यांना निरनिराळ्या ग्रंथांचे वेड होते. त्यांचे ग्रंथांवर खूप प्रेम होते. त्यांनी अनेक ग्रंथांतील ज्ञान आत्मसात केले होते. ग्रंथ हेच गुरू अशी त्यांची धारणा होती. मुंबई येथे दादर विभागात 'राजगृह' नावाचे बाबासाहेबांचे घर आहे. हे घर म्हणजे अनेकविध ग्रंथांचे भांडारच आहे जणू! ग्रंथसंपत्ती मिळविताना बाबासाहेबांना अतिशय कष्ट पडले. त्यासाठी ते प्रसंगी उपाशीदेखील राहत. ग्रंथासाठी त्यांचे मन तळमळे.

परदेशात असताना

बाबासाहेब शिक्षणासाठी परदेशात असतानाची गोष्ट. त्यावेळी त्यांच्याजवळ पुस्तके घेण्यासाठी पैसे नसत. पुस्तकाशिवाय अभ्यास कसा होणार? म्हणून त्यांनी एक मार्ग अवलंबिला होता. ते दररोज ग्रंथालयात जात. तेथील पुस्तके मिळवून वाचीत. अभ्यास करीत. जितका वेळ ग्रंथालय उघडे राहावयाचे तोपर्यंत ते तेथेच वाचीत बसायचे. वाचता वाचता त्यांना भूकही लागे. तेव्हा ते आपल्याजवळ पाव ठेवायचे. भूक लागली म्हणजे गुपचूप, कुणालाही न दिसेल असे, ग्रंथपालची नजर चुकवून पावाचे तुकडे खायचे. एके दिवशी गोऱ्या ग्रंथपालाने बाबासाहेबांना पाव खाताना पाहिले. ग्रंथपालाला थोडे आश्चर्य वाटले. नंतर ग्रंथपालाने त्यांना जवळ बोलावले. ग्रंथपाल त्यांना म्हणाला, "मिस्टर, हे ग्रंथालय आहे. ते समोरचे बोर्ड बघा." समोरच्या भिंतीवरचा सूचनावजा बोर्ड होता, "येथे काही खाऊ नये,

घाण करू नये, स्वच्छता राखा.” बाबासाहेबांनी भिंतीवरचा तो फलक पाहिला, वाचला आणि मान खाली घातली, हा येथला नियम तुम्ही मोडला आहे. अपराध केला आहे. तुम्हाला शिक्षा करावी लागेल. समजलात?” ग्रंथपालाने सांगितले.

“क्षमा करा. यापुढे मी सूचनेचे पालन करीन. उपाशी राहून येथे वाचत बसेन, मग तर झाले?” बाबासाहेब म्हणाले.

“अपराध करणाऱ्याला क्षमा करता येत नाही,” ग्रंथपाल.

“शिक्षा करा. पण एक विनंती आहे,” बाबासाहेब.

‘कोणती?’ ग्रंथपालाने विचारले.

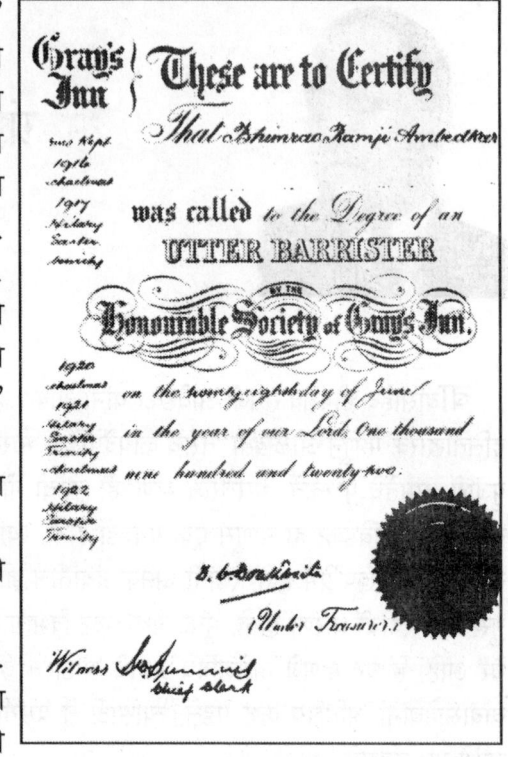

“माझ्यासाठी हे ग्रंथालय बंद करू नका. ग्रंथाशिवाय मी जगू शकत नाही. म्हणून या व्यतिरिक्त कोणतीही शिक्षा द्या. मी ती भोगायला तयार आहे,” बाबासाहेबांनी सांगितले. ग्रंथावरील हे अजोड प्रेम पाहून गोरा ग्रंथपाल मनातून सुखावला. ग्रंथाच्या वेडाने ग्रंथपाल भारावून गेला. म्हणाला, “मिस्टर आंबेडकर, तुम्ही उद्यापासून माझ्याबरोबर जेवायचे ही तुम्हाला शिक्षा आहे. मी तुमचे जेवण आणत जाईन.” गोऱ्या ग्रंथपालाने सुनावलेली शिक्षा ऐकून बाबासाहेबांचे डोळे पाणावले. ते पुढे सरसावले आणि त्या ग्रंथपालाचे हात आपल्या हातात घेऊन कृतज्ञता व्यक्त केली. असा हा ग्रंथवेडा बाबासाहेब आंबेडकर नावाचा माणूस आपला आदर्श असावयास पाहिजे, नाही का?

Gray's Inn

These are to Certify

That Bhimrao Ramji Ambedkar

was called to the Degree of an

UTTER BARRISTER

by the

Honourable Society of Gray's Inn,

on the twenty eighth day of June

in the year of our Lord One thousand

nine hundred and twenty two.

(Under Treasurer)

Witness

Chief Clerk

डॉ. बाबासाहेब आंबेडकरांना बॅरिस्टर ही पदवी १९२२ साली ग्रेज इन लंडन या विद्यापीठाने प्रदान केली.

●●●

महाराष्ट्राचे एकीकरण

एके दिवशी महाराष्ट्राच्या एकीकरणासंबंधी डॉ.बाबासाहेब आंबेडकरांशी विचार विनिमय करण्यासाठी 'प्रभात'चे श्री. शंकर नारायण नवरे आणि 'तरुण भारत' चे श्री. गजानन त्र्यंबक माडखोलकर आले. ''कसले घेऊन बसलात महाराष्ट्राचे एकीकरण? या एकीकरणाची आपल्याला काय जरुरी आहे?'' असा अनपेक्षित सवाल बाबासाहेबांनी त्यांना केल्यावर माडखोलकर व नवरे एकदमच गारच पडले. नंतर दोघांनी आपले म्हणणे समजावून दिले. मग डॉ.बाबासाहेब म्हणाले, ''तुम्हा महाराष्ट्रीयांना हिंदुस्थानात पूर्वीप्रमाणे मुलुखगिरीवर निघायचे आहे का? बोला! मी आहे तुमच्या बरोबर यायला तयार. पण आता यापुढे तुम्हा-आम्हाला किंवा कोणालाच मुलुखगिरी करता येणार नाही, हे ध्यानात ठेवा. महाराष्ट्राच्या अभिमानाच्या भूमिकेवरून विचार करण्याची सवय तुम्हाला अजिबात सोडून द्यावी लागेल. 'मी महाराष्ट्रीयन आहे' ही कोती राष्ट्रीय भावना मनात जागृत न करता 'मी हिंदी आहे. मी आशियाचा आहे, मी एक सुसंस्कृत नागरिक आहे' अशी उदात्त भावना जागृत करावी लागेल. मराठी भाषा चांगली आहे, मी ती चांगली जाणतो, चांगली लिहितो. पण आता मला नुसते मराठीच शिकून कसे चालेल? मला तर साऱ्या हिंदुस्थानाचे एकीकरण घडवून आणावयाचे आहे. त्यासाठी मला साऱ्या जनतेला समजेल अशी हिंदी भाषा शिकली पाहिजे. माझी मराठी, माझी गुजराती, माझी बंगाली, माझी कानडी अशी कोती भाषाभक्ती धरून चालणार नाही. साऱ्या हिंदुस्थानवासीयांची एक भाषा झाली पाहिजे. त्यासाठी आपल्याला आरंभीपासूनच हिंदी ही एक आवश्यक भाषा म्हणून शिकावी लागेल. आता बहुतेक सारी जनता नाही तरी अशिक्षित आहे. काय ते शेकडा दहा लोकांना हल्ली लिहिता-वाचता येत

आहे. त्यांचा उपयोग प्रथमपासूनच साऱ्या जनतेला हिंदी शिकविण्यासाठी करूया म्हणजेच राष्ट्राचा एक फार मोठा प्रश्न सुटेल.

बरे ते एक असो! तुम्ही हिंदुस्थान हे एक राष्ट्र आहे असे मानता ना? किंवा ते एक राष्ट्र व्हावे असे तुम्ही मनापासून इच्छित आहात ना? मग मला विचारू द्या तुम्हाला की, एक राष्ट्र होण्यासाठी तुम्ही आतापर्यंत काय खटपटी केल्या आहेत? हिंदुस्थानात एक लिपी असावी अशी तुम्ही खटपट केली आहे काय?

विचारवंत डॉ. बाबासाहेब आंबेडकर

अहो, बाकी गोष्टी सोडून द्या. नुसती एक लिपीसुद्धा चालू करावी असे तुमच्या मनात येत नाही, मग तुम्ही या देशात एकराष्ट्रीयत्व कसे प्रस्थापित करणार? मला बंगाली चांगले समजते, त्याचप्रमाणे गुजरातीही चांगली समजते. आता जर मराठी, हिंदी, गुजराती व बंगाली या राष्ट्रातील मुख्य भाषा देवनागरीत किंवा आपल्या बाळबोधीत लिहिल्या जाऊ लागल्या तर आम्हाला सहज बंगाली वाचता येईल. गुजराती वाचता येईल व मग त्या वाङ्मयाविषयी आपल्याला एक प्रकारचा जिव्हाळा उत्पन्न होईल. हिंदी नऊ कोटी लोक वाचू लागतील, तर बंगाली पाच कोटी, मराठी जवळजवळ तीन कोटी, गुजराती दोन कोटी, म्हणजे चाळीस कोटी हिंदी बांधवांपैकी वीस कोटी माणसांना एकमेकांची भाषा अनायासे समजू लागेल व त्यामुळे एकराष्ट्रीयत्वाची केवढी तरी प्रगती होईल, नाही? पण अशा प्रकारचा फार मोठा, व्यापक प्रश्न हाती न घेता तुम्ही मला सांगता 'महाराष्ट्राचे एकीकरण करूया', तर मी ते कबूल करीन बरे? आता आपल्याला आपला कोतेपणा व संकुचितपणा ठेवून चालणार नाही. उगाच भलता अभिनिवेश निर्माण कराल तर तो राष्ट्रविघातक ठरेल. तुम्हाला अमेरिकेचा इतिहास आहे ना माहीत? एकभाषीपणाचा अमेरिकेत केलेला सुंदर प्रयोग आपण ध्यानात घ्या.

आरंभी आरंभी अमेरिकेन वसाहतीत जर्मन, इटालियन, पोर्तुगीज, स्पॅनिश, इंग्लिश व फ्रेंच भाषा बोलणारे अनेकविध लोक गोळा झाले. त्यापैकी प्रत्येक इसमाला आपापल्या

भाषेचा व आपापल्या संस्कृतीचा अत्यंत अभिमान होता हे तुम्हाला माहीतच आहे. ते जरी सारे ख्रिश्चन असले तरी त्यांच्यात नाना पंथ होते व त्या एकमेकांचे विळयाभोपळयाएवढे सूत होते हेही तुम्हाला माहीत आहे. आपली मातृभाषा सोडावयास ते अजिबात तयार नव्हते. आपली मातृभाषा सोडून राष्ट्राची ठरलेली एक भाषा, म्हणजे इंग्रजी शिकणे हे त्यांच्या जीवावर येत होते. पण त्यांच्या भावी पिढीने तो प्रश्न अत्यंत सुलभ रीतीने सोडविला. म्हणजे या साऱ्या अलग अलग भाषा बोलणाऱ्यांची एकूण एक मुले जाऊन इंग्रजी शिकू लागली. त्यामुळे घरी जरी आपल्या आईबापापाशी व भावाबहिणीशी ते आपापली मातृभाषाच बोलत असत, तरी सर्वत्र सार्वजनिक ठिकाणी त्यांना इंग्रजी हीच भाषा माध्यम म्हणून वापरणे आवश्यक झाले. त्यामुळे एका पिढीत साऱ्यांना इंग्रजी अवगत होऊन भाषा एक झाल्यामुळे स्वाभाविक एकमेकांमधील संघटन व बंधुभाव अधिक दृढतर झाला.

हे जे संयुक्त संस्थानात - अमेरिकेत शक्य झाले ते आपल्याला हिंदुस्थानातल्या भावी संयुक्त संस्थानात शक्य करून दाखविता येणार नाही काय? मला तर त्याबाबत फार आशा वाटते. एक भाषा, एक जीवन, एक धर्म हे एकराष्ट्रीयत्वाचे आधारस्तंभ आहेत. म्हणून मला महाराष्ट्राच्या एकीकरणापेक्षा हिंदी एकीकरणाबद्दल अधिक कळकळ वाटते. मराठीचा अभ्यास न करता तुम्ही जर हिंदीकडे अधिक लक्ष पुरविले तर तुमची मराठी न मरता ती अधिक जोरदार होईल व महाराष्ट्रीय जिकडे जाईल तिकडे त्याला मार्ग मोकळा होणे शक्य होणार आहे.

हिंदींच्या बरोबर तुम्हाला साऱ्या जगाशी संबंध येण्यासाठी इंग्रजीचाही अभ्यास करावा लागेल. हिंदुस्थानातून उद्या इंग्रज गेले तरी तुम्हाला त्यांची भाषा सोडून चालणार नाही. आतापर्यंत इंग्रजी भाषेच्या जोरावरच एकराष्ट्रीयत्व प्राप्त करून घेता आले, ही गोष्ट आपल्याला विसरता कामा नये. माझ्यासारख्या राष्ट्रीय बाण्याच्या माणसाला या महाराष्ट्र एकीकरणाच्या आकुंचित चळवळीत ओढण्याचा तुम्ही मुळीच प्रयत्न करू नका."

(नवयुग खास अंक
१३ एप्रिल १९४७)

●●●

दारूबंदीपेक्षा शिक्षणाचा प्रश्न अधिक महत्त्वाचा

दारूबंदी करणे हा अन्याय आहे असे माझे मत आहे. आपल्या देशात इतर अनेक सुधारणा करावयाच्या आहेत. दारूबंदीच्या चळवळीची तूर्त आवश्यकता नाही. त्यातून आपले राष्ट्र दारूबाज असते तर गोष्ट वेगळी असती. पण तशी परिस्थिती नाही हे आपल्याला आकडेवारीने सिद्ध करता येईल. फार तर शेकडा चारच लोक दारू पीत असतात. पट्टीचे दारूडे किती असतील हाही पुन्हा एक प्रश्नच आहे. एखाद्याने दुसऱ्यावर जबरदस्तीने आपले मत पाश्चात्त्य राष्ट्रांप्रमाणे का लादावे मला समजत नाही. आपले राष्ट्र दारुडे नाही. युरोपमधील माणसे सरासरीने रोज कित्येक गॅलन दारू पीत असली तर हिंदी माणूस हा फक्त सहा औंसच दारू पीत असतो असे आपल्याला आकडेच सांगतात.

आता हेच पाहा. मला पुस्तके वाचण्याचा कैफ येतो. एखाद्या दारुड्याप्रमाणे मला पुस्तकांची तल्लफ येते. आता मला हा कैफ चढू नये म्हणून जबरदस्ती करण्याचा कोणालाही अधिकार नाही. कोणाला पुस्तकाची तल्लफ येते, तर कोणाला दारू पिण्याची येत असेल. दारू पिण्यापासून एखाद्याला आनंद होत असेल तर तो हिरावून घेण्याचा कोणालाच अधिकार पोचत नाही. तेव्हा दारूबंदीचे तत्त्व न्याय्य नाही असे माझे मत आहे. तुम्ही दारू पिऊ नका, वाटेल तर आमची त्याला हरकत नाही. पण ती दुसऱ्यानेही पिता कामा नये, अशी जबरदस्ती करण्याचा अधिकार कोणी दिला तुम्हाला? तुम्ही आपल्या मित्राची का गैरसोय करता उगाच?

आता हा विषय निघालाच आहे तर माझे दारूसंबंधी काही विधायक विचार आहेत ते मी तुम्हाला सांगतो. हिंदी लोक दारुडे नाहीत हे मी तुम्हाला आता सांगितलेच. पण जे कोण दारू पिणारे आहेत, त्यांच्यासाठी माझी पुढीलप्रमाणे योजना आहे. ती ऐकून माझी

योजना योग्य आहे की आमच्या मुंबई सरकारची दारूबंदीची योजना योग्य आहे, याचा ज्याचा त्याने विचार करावा, अशी माझी सूचना आहे.

माझी योजना अशी

सर्व दारू तयार करण्याचे व ती विकण्याचे अधिकार सरकारच्याच हाती असले पाहिजेत. हल्ली काय चालले आहे की, 'आधी कळस मग पाया' अशी उलटी रीत आहे. ती कशी ते पाहा. सरकार स्वतः दारू तयार करते व त्यापासून सरकारला खूप उत्पन्न होते, हे जगजाहीर आहे. पण सरकार ही तयार केलेली दारू जाहीर लिलावाने मक्तेदारांना विकते, ही गोष्ट पूर्णपणे अयोग्य आहे, असे माझे मत आहे. मक्तेदार जाहीर लिलावात वाटेल ते पैसे देण्यास तयार होतो. याचे कारण त्याला सरकारी दारूत वाटेल तशी भेळमिसळ करून लोकांकडून पैसा उकळता येतो. या सरमिसळ दारू न विकण्याबद्दल सरकारी कायदे अगदीच कोते आहेत, याचा अनुभव कोणाला नाही? तेव्हा हा मक्ता व मक्तेदारीचा लिलाव अजिबात बंद झाल्याशिवाय वाईट दारू लोकांच्या घशात ओतली जाते तिचे निर्मूलन होणार नाही. म्हणूनच मी असे सुचवितो की, सरकारनेच गुत्ते एकदम बंद करून त्याऐवजी उत्तम क्लब किंवा मंडळे सुरू करावीत. या क्लबात तीन गोष्टी असाव्यात. पहिली गोष्ट म्हणजे दारू विकण्याचे दुकान, दुसऱ्या भागात मिल्क बार म्हणजे दुधविक्रीचे दुकान आणि तिसरा विभाग ग्रंथालय व वाचनालय. म्हणजे या क्लबात चोरीमारी किंवा तोंडे लपवीत-छपवीत येण्याचे कोणाला कारण पडणार नाही. क्लबाचे वातावरण अतिशय स्वच्छ, सुंदर व रम्य पाहिजे. प्रत्येक दारू पिणाऱ्यासाठी सरकारने एक कार्ड द्यावे. त्या कार्डाची आठ आणे किंमत असावी. या कार्डाने दरेक माणसाला डॉक्टर ठरवील त्याप्रमाणे एका विवक्षित प्रमाणातच दारू देण्यात यावी. समजा प्रत्येकाला एकच पेग दारू देण्याचे ठरले तर त्या कार्डवरून प्रत्येकाला रोज एकच पेग मिळेल, जास्त मिळणार नाही. त्याप्रमाणे दारू केव्हाही उधारीने देता कामा नये, असा त्यात निर्बंध असावा. ज्यादिवशी दारू घेतली जाणार नाही, त्यादिवशीचे प्रमाण रद्द झाले समजावे. दोन-चार दिवसांचा रतीब तुंबवून एकदम एका दिवशी पुष्कळ दारू कोणालाही पिता येऊ नये. अशा तऱ्हेने दारू पिण्यावर नियंत्रण घालण्यात यावे.

दारूबंदीच्या कायद्यामुळे गुन्हेगारीला अप्रत्यक्ष प्रोत्साहन दिले जाणार आहे व चोरून दारू बनविण्याकडे असलेली लोकांची प्रवृत्ती अधिकच बळावण्याचा संभव आहे. शिवाय सरकारी कायदे-कानून तोडणे ही प्रथा काँग्रेसने लोकांत पसरविली असल्याने त्या कायदेभंगाचा फायदा

जनतेने घेतला तर तिला आपल्याला दोष देता येणार नाही. पण आजकालचे कायदे हे भावनावशच्या जोरावर बहुतांशी पास केले जात असल्यामुळे इष्टानिष्टतेचा प्रश्न उद्भवत नाही.

❖❖❖

आवश्यक असा अधिक कर उभारण्याविषयी मी कधीच विरोध करणार नाही; पण एक विशिष्ट ध्येयाच्या सिद्धीसाठी काँग्रेस सरकारने हा १६९ लाखांचा नवीन कर उत्पन्न करण्याचा प्रयत्न केला आहे, तो जनतेला प्रत्यक्ष असा कोणता फायदा करून देणार? अंदाजपत्रकातील खर्चाच्या नवीन बाबी बघितल्या तर त्यात (१) शिक्षणासाठी दीड लाख रुपये, (२) सार्वजनिक आरोग्यासाठी पाणीपुरवठा वगैरे ५ लक्ष रुपये, (३) सहकारी चळवळीसाठी ७ लक्ष रुपये, (४) कर्जनिवारणासाठी २ लक्ष रुपये इतक्याच बाबी प्रमुख आहेत. या सर्व कार्यासाठी फक्त ४० लाख रुपये खर्च करून बाकीचे १२५ लाख दारूबंदीसाठी राखून ठेविले आहेत. वर निर्देशित केलेल्या लोककल्याणाच्या गोष्टीपेक्षा मद्यपान बंदीच्या धोरणासाठी परंतु खर्च करणे योग्य होईल काय?

दारूबंदीसाठी सरकारने १२५ लाखांचा चुराडा करण्यासारखा हा तातडीचा प्रश्न आहे काय? याचा आपण विचार केला तर सरकारचे हे धोरण निव्वळ अविचाराचे व आतताईपणाचे दिसते.

मद्यपानबंदीच्या प्रश्नाचे महत्त्व आपल्या प्रांतात निष्कारण वाढविले आहे आणि हे धोरण किती हास्यास्पद आहे याची प्रत्यक्ष खात्री करून देण्याकरिता डॉ. आंबेडकरांनी ग्रेट ब्रिटन, आयर्लंड, कॅनडा, नॉर्वे वगैरे देशांतील लोकसंख्या व तेथील दारूच्या उत्पन्नाचे आकडे देऊन मुंबई इलाख्याचा दारूबंदीचा प्रश्न इतका तातडीचा नाही हे सिद्ध करून दाखविले. तसेच आपल्या प्रांतातील परदेशी दारूच्या खपाचे प्रमाण पाहिले तर दर माणसी तीन ड्राम पडेल आणि एकंदर इलाख्यात दारू पिणाऱ्यांचे प्रमाण पाहिले तर १० लक्ष लोक दारू पिणारे निघतील. आपल्या देशातील स्त्रिया दारू पित नाहीत. इतकेच काय पण अट्टल दारुड्याला आपल्या बायकोने दारू प्यालेली आवडणार नाही.

अमेरिकेमध्ये दारूबंदी केल्याचे उदाहरण आमच्या प्रांताचे सरकार दाखवून येथला प्रश्न सोडवू पाहत आहे. परंतु तेथे दारूबंदी करण्याच्या पूर्वीची स्थिती आमच्या सरकारने अवलोकन केली आहे काय? तेथे त्यावेळी दारूचा इतका खप वाढला होता की, दारू बेसुमार पिण्यामुळे कित्येक लोक मृत्युमुखी पडले होते. परंतु तशी भयानक परिस्थिती

आपल्या प्रांतामध्ये दिसत आहे काय? मग हा दारूबंदीचा प्रश्न सरकारला का महत्त्वाचा वाटावा? या प्रश्नापेक्षा अधिक महत्त्वाचा असा शिक्षणाचा प्रश्न जरुरीचा आहे. या प्रश्नाकडे आज पहिल्याप्रथम लक्ष पुरविले पाहिजे. आपल्या इलाख्यातील साक्षरतेचे प्रमाण किती कमी प्रतीचे आहे हे पुढील आकड्यांवरून सहज कळून येईल. पुरुष शेकडा १४.३ व स्त्रिया फक्त २.४ टक्के साक्षर आहेत. सरळ बोलायचे म्हणजे शेकडा पुरुष ८६ व स्त्रिया ९८ असे निरक्षरतेचे प्रमाण बसते. कॉंग्रेस सरकारने प्रौढ स्त्री-पुरुष शिक्षणाचा विचार करण्यासाठी एक कमिटी नेमली होती. तिने याबाबतीत आपला रिपोर्टही सादर केला आहे. परंतु या अंदाजपत्रकात त्यासंबंधी काहीच तरतूद केलेली नाही. कॉंग्रेस सरकारने दारूबंदीसाठी १६९ लाखांची उधळपट्टी करण्याऐवजी त्याचा शिक्षणाकडे प्रथम उपयोग केला तर कितीतरी मोठे लोकोपयोगी कार्य केले असे ठरेल. शिक्षणाचा प्रश्न कसा महत्त्वाचा व तातडीचा आहे हे डॉ. बाबासाहेबांनी प्राथमिक, मध्यम व कॉलेजात शिक्षण घेत असलेल्या विद्यार्थ्यांची आकडेवारी देऊन सिद्ध केले. या प्रांतातील शहरात १८४ प्राथमिक शाळा व निरनिराळ्या खेडेगावात फक्त ८.५९९ शाळा आहेत आणि १२,८८५ खेडेगावांत बिलकूल शाळा नाहीत. इलाख्यातील सर्व प्राथमिक शिक्षण सक्तीचे केले तर १ कोटी ३० लक्ष रुपये खर्च होईल. यासाठी दारूबंदीसाठी खर्च होणारी रक्कम या शिक्षणाच्या कार्याला भरपूर पुरणारी आहे. मग सरकार दारूबंदीऐवजी या रकमेचा शिक्षणाकडे का उपयोग करीत नाही? या सरकारला शिक्षण योजनेकडे पैसे खर्च करणे इष्ट वाटत नाही काय? आणि मी येथे ना फडणीसांना या बाबतीत सरळ सवाल करू इच्छितो. शिक्षणाच्या प्रश्नाप्रमाणेच सार्वजनिक आरोग्याचाही प्रश्न महत्त्वाचा आहे. हल्ली सार्वजनिक आरोग्य रक्षणाकरिता सरकार जी रक्कम खर्च करते ती इतकी अपुरी आहे की खेडोपाडी लोकांचे जीवन पिण्याच्या पाण्यावाचून कष्टमय व दुःखी झाले आहे. खेड्यापाड्यातील आपल्या गरीब बांधवांचे जीवन सुखी होण्यासाठी शहरातील लोकांवर कर बसवून त्याचा उपयोग दारूबंदीऐवजी खेड्यातील लोकांच्या आरोग्य रक्षणाकडे का करण्यात येत नाही?

●●●

महाराष्ट्रीय संतांचे कार्य

एका वर्णाचे दुसऱ्या वर्णावर वर्चस्व राहणे, यात चातुर्वर्ण्याचे मर्म आहे. चातुर्वर्ण्याचे अनेक बंड झाले. त्यात महाराष्ट्रातील भागवतधर्मी संतांचे बंड प्रमुख होय. पण त्या बंडातील लढा अगदी निराळा होता. इतर माणसांप्रमाणेच माणूस असलेला ब्राह्मण श्रेष्ठ की ईश्वरभक्त श्रेष्ठ, असा तो लढा होता. ब्राह्मण श्रेष्ठ की शूद्र माणूस श्रेष्ठ, हा प्रश्न सोडविण्याच्या भरात साधुसंत पडले नाहीत, या बंडात साधुसंतांचा जय झाला व भक्तांचे श्रेष्ठत्व ब्राह्मणांना मान्य करावे लागले.

तरीसुद्धा या बंडाचा चातुर्वर्ण्य विध्वंसनाच्या दृष्टीने काहीच उपयोग झाला नाही. भक्तीच्या मुलाम्याने माणुसकीला किंमत येते असे नाही. माणुसकीची किंमत स्वयंसिद्ध आहे. हा मुद्दा प्रस्थापित करण्यासाठी संत भांडले नाहीत. त्यामुळे चातुर्वर्ण्यांचे दडपण कायम राहिले. संतांच्या बंडाचा एक मोठाच दुष्परिणाम झाला. तुम्ही चोखामेळासारखे भक्त व्हा, मग आम्ही तुम्हाला मानू, असे म्हणून दलित वर्गाची वंचना करण्याची एक नवीन युक्ती मात्र त्यामुळे ब्राह्मणांच्या हाती सापडली. दलित वर्गातील कुरकुरणारी तोंडे त्या उपायात बंद होतात, असा ब्राह्मणांचा अनुभव आहे.

सांप्रदायी लोक साधुसंतांच्या चमत्काराच्या शक्य तितक्या दंतकथा अतिशयोक्तीने वर्णन करतात. परंतु साधूंनी प्रतिपादिलेल्या न्यायबुद्धीची, भूतदयेची नि समतावादी व उदार विचारांची ते हटकून पायमल्ली करतात. कारण त्यांना जातीच्या दुरभिमानाने पछाडलेले असते. रामदासी पंथाचे लोक तर पहिल्यापासूनच जातिदुरभिमानी व कडवे म्हणून प्रसिद्ध आहेत. त्या पंथाचा संस्थापकच वर्णवर्चस्वाच्या अभिमानाने ग्रासलेला होता. त्यापायी त्याने वारकरी संप्रदायाशी स्पर्धा करणारा वेगळा संप्रदाय स्थापला.

माझ्या तरुणपणी महाराष्ट्रातील संतांच्या वाङ्मयाची मला फार आवड होती. माणसाची नैतिक धारणा दृढ करावयाला ते वाङ्मय किती मोठ्या प्रमाणात कारणीभूत होते, हे मी सांगू शकतो.

●●●

गीता व वेद

मी मद्रासमध्ये गीतेसंबंधी जे काही बोललो त्याबद्दल पुण्यातील ब्राह्मणांनी नापसंती व्यक्त केली आहे. त्याला उत्तर देणे मला उचित वाटत आहे. माझे म्हणणे समजून घेण्यासाठी एखादी जाहीर सभा पुण्यात घेतली गेली असती तर तेथे मी माझी बाजू मांडली असती. तशी संधी न मिळाल्यामुळे या समारंभप्रसंगी मी माझे म्हणणे मांडतो.

मी गीता न वाचता टीका करतो अशी टीका केली जाते; पण ती टीका खोटी आहे. गेली पंधरा वर्षे गीतेचा अभ्यास केल्यावरच माझी मते मांडण्यास मी सुरुवात केली.

गीतेत विशेष असे काही नाही. तीत प्रामुख्याने तीन गोष्टी सांगितलेल्या आहेत. मरणे, मारणे, हिंसा करणे पाप आहे काय? वर्णाश्रमासंबंधी महती व भक्तीने मोक्ष मिळेल, या तीन गोष्टी होत. गीतेचा अभ्यास करताना निव्वळ गीता पुस्तकावर अवलंबून गीतेचा अर्थ कळणार नाही, तर तत्कालीन इतर वाङ्मयाचाही अभ्यास करून गीतेचा अर्थ लावला पाहिजे.

गीतेपूर्वी वर्णाश्रम धर्माचा पाया काय होता? तो जैमिनीने आपल्या पूर्वमीमांसा ग्रंथात दिला आहे. सांख्य तत्त्वज्ञानावर श्रीकृष्णाने चातुर्वर्ण्याची चौकट निर्माण केली. सांख्यकारांनी त्रिगुणाला मान्यता दिली आहे आणि गीताकारांनी चार गुण-चार वर्ण यांची सांगड घातलेली आहे. आतापर्यंत एकाही विद्वानाने सांख्यकारांच्या व गीताकारांच्या या तफावतीत मेळा बसविलेला नाही. श्रीकृष्णाने-भगवद्गीतेने चातुर्वर्ण्यास आधार दिला, म्हणूनच आज चातुर्वर्ण्य टिकून राहिले.

भगवद्गीतेचा ऐतिहासिक दृष्टीने अभ्यास करताना मला या पुस्तकास चार ठिगळे बसविल्याचे आढळून आले. माझे मत असे आहे की, प्रथम हा एक कृष्णवर्णाचा, त्याच्या

जातभाईंनी म्हणजे सातवनांनी (गवळयांनी) अर्जुन हतवीर्य झाला असताना कृष्णाने त्याला युद्धप्रवण केले म्हणून कृष्णाचे गुणगान करण्यासाठी रचलेला पोवाडा होता. त्यात धर्म अगर तत्त्वज्ञान नव्हते. त्यावेळी फक्त ६० श्लोक असावेत. नंतर हे लोक जेव्हा कृष्णाला ईश्वर मानू लागले, त्यावेळी त्यांनी गायलेली स्तुती म्हणजे भक्तिमार्ग झाला व अशा रीतीने कृष्णास देव बनविला. नंतर पुढे गीतेचे असेच रूपांतर होऊन ती आजच्या स्वरूपात आली.

वेद हे ईश्वरनिर्मित आहेत, अपौरुषेय आहेत, त्यांची आज्ञा मानावी, असे सांगण्यात येते. पण त्याला इतिहासात कोठेच पुरावा नाही. ब्राह्मणांखेरीज वेदाला आतापर्यंत कोणीच प्राधान्य दिले नाही. कोणत्याही ब्राह्मणेतराने वेदाला प्राधान्य दिलेले नाही व त्याला आपला धर्मग्रंथ कधीच मानलेला नाही. वेदाला प्रमाण मानणे ही ब्राह्मणांनी मागाहून आणलेली पद्धत (थिअरी) आहे. याचा पुरावा आश्वलायन गुह्यसूत्रातून भरपूर मिळतो. त्यावेळी ब्राह्मणही वेदाला प्रमाण मानीत नव्हते, याचा स्पष्ट उल्लेख आहे. सामाजिक मूल्ये निर्माण करण्यापूर्वी जनता पंचायतीचा निर्णय ग्राह्य मानीत असत. त्यावेळी वेदाला चौथे किंवा पाचवे स्थान असे. शबरस्वामीजी जनमेजयाची सूत्रे घेऊन त्यावर भाष्य केले आहे. त्यात पूर्वपक्ष व उत्तरपक्ष मांडले आहेत. पूर्वपक्षात वेदासंबंधी उल्लेख आला असून वेदविरोधकांची बाजू मांडलेली आहे. शबरस्वामींनी ब्राह्मण वेद मानीत नव्हते असेच म्हटले असून वेदनिर्मिती म्हणजे मूर्खाचे व वेड्यांचे कार्य होय, असा दावा मांडला आहे. बुद्धांनी वेद प्रमाणभूत कधीच मांडले नाहीत. वेदप्रणीत धर्मास बौद्धधर्माने धक्का दिला.

या देशाचा इतिहास ध्यानात घेतला म्हणजे जवळजवळ दोन हजार वर्षे ब्राह्मणधर्म व बौद्धधर्म यांचा वाद चालू होता, हे लक्षात येते. या वादात जे वाङ्मय निर्माण झाले ते धार्मिक स्वरूपाचे नसून राजकीय स्वरूपाचे आहे. देशातील सत्ताकेंद्रावर आपली हुकूमत चालावी म्हणून गीता ग्रंथाचा जन्म झाला.

वेदातील काही श्लोकांचा अनुवाद गीता ग्रंथात करण्यात आला आहे. परंतु वेदात तरी असे कोणते ज्ञान साठविले आहे? खरे पाहिले तर वेद दोनच आहेत. एक ऋग्वेद आणि दुसरा अथर्ववेद. मी वेद कितीतरी वेळा वाचले आहेत. त्यात समाजाच्या किंवा मानवाच्या उन्नतीसाठी व नीतिमत्तेस पोषक असे काही सांगितलेली नाही. बायको प्रेम करीत नसली तर काय करावे, दुसऱ्याची बायको कशी वश करावी, द्रव्यहरण कसे करावे हे अथर्ववेदात सांगितले असून जारण-मारणादी गोष्टींचाही उल्लेख आहे. वास्तविक वेदासारख्या ग्रंथात या विषयांची काय जरुरी होती? यातील पुरुषसूक्तात ब्राह्मणापासून शूद्रापर्यंत कसे वागावे

हे दिले आहे. बुद्धाचा याचबाबत कटाक्ष होता व त्याचदृष्टीने त्याने चातुर्वर्ण्याबद्दल टीका केली आहे. मारणे हे क्षत्रियांचे कर्तव्य आहे, असे सांगितले आहे. एकाने दुसऱ्याला मारणे हे जरूरही असू शकेल पण कर्तव्य ठरणार नाही. गीतेच्या दुसऱ्या अध्यायात १८ व ३९ क्रमांकाच्या श्लोकांत वेदांचा आधार देऊन आत्मा अविनाशी आहे, देह जरेने किंवा अन्य कारणाने नाहीसा होणारच, असे विवरण केलेले आढळेल. परंतु विचार करा की, एखाद्या खुनाच्या खटल्यात वकिलाने जज्जास असे सांगितले की, साहेब, आत्मा अविनाशी आहे, तेव्हा खुनाबद्दल आरोपीस शिक्षा का करता? तर हे वकिलाचे म्हणणे कसे दिसेल?

बौद्धधर्माच्या तत्त्वज्ञानापुढे हा पुरावा टिकणे शक्य नाही. बुद्धतत्त्वाने सामाजिक, मानसिक व राजकीय क्रांती करून शूद्रांना उच्चपद प्राप्त करून दिले. त्याकाळी अनेक शूद्र राजे झाल्याचे दाखले आहेत. आपल्या हातातील सत्ता गेल्यामुळे ब्राह्मणांनी पुन्हा चातुर्वर्ण्यपद्धतीचा पाया घालून भगवद्गीतेच्या द्वारे ते काम केले व देशाची आपल्या हातून गेलेली सत्ता पुन्हा परत आपल्या हातात आणली.

परंतु, जोपर्यंत तुम्ही हे ग्रंथ प्रमाण मानाल तोपर्यंत जगात तुमचा उद्धार होणार नाही. या पुस्तकातून शूद्रांची निंदा व अवहेलना करण्यात आली आहे. त्यांच्यावर निरनिराळे आरोप करण्यात आले आहेत. त्यांच्यात न्यूनगंड निर्माण होईल, ते कायमचे दलित राहतील, अशी योजना करण्यात आली आहे. जर तुम्ही आम्हास ती पुस्तके धर्मग्रंथ म्हणून प्रमाणभूत माना अशी सक्ती करीत असाल तर ते मी कधीही मान्य करणार नाही. हे माझे एक जीवनकार्य आहे. स्वतः समजावून घेऊन ते मला माझ्या लोकांना समजावून द्यावयाचे आहे. खालच्या वर्गातील लोकांना निःसंतान करण्याचा, त्यांना कायमचे पायदळी ठेवण्याचा व त्यांना रसातळाला नेण्याचा पद्धतशीर प्रयत्न करणारा असा एखादा विशिष्ट वर्ग जगातील इतर कोणत्याही देशात आढळणार नाही.

●●●

बुद्ध की मार्क्स

'बुद्धिझम की कम्युनिझम' या विषयावर नेपाळची राजधानी काठमांडू येथे २० नोव्हेंबर १९५६ रोजी जागतिक बौद्ध परिषदेच्या चौथ्या अधिवेशनात केलेले भाषण.'

बुद्धिझम हा जीवनाचा मार्ग आहे. त्याचप्रमाणे कम्युनिझमदेखील जीवनाचा मार्ग आहे. तेव्हा यापैकी कोणता जीवनमार्ग अधिक चांगला आहे हे समजावून घेतले पाहिजे. कम्युनिझम जो जीवनमार्ग दाखवितो त्यापेक्षा बुद्धिझमने दाखविलेला जीवनमार्ग सरस आहे. यानंतर बुद्धिझम व कम्युनिझमची ठळक वैशिष्ट्ये थोडक्यात सांगतो. त्या वैशिष्ट्यांवरून बुद्धिझम व कम्युनिझमच्या ध्येयवादात कोठे साम्य आहे व कोठे भिन्नत्व आहे याची कल्पना येईल. शेवटी बुद्धिझमचा जीवनमार्ग चिरंतन आहे, याची खात्रीच पटेल. कारण जो मार्ग चिरंतन नसेल तो मार्ग तुम्हाला जंगलाकडे नेणार असेल, तो तुम्हाला अराजकतेकडे नेणारा असेल, त्या मार्गाने जाण्यात काहीच अर्थ नाही. मात्र तुम्हाला सांगितलेला मार्ग सावकाशीचा, थोडा दूरचा असेल. तथापि तो खात्रीचा असेल आणि तुम्हास शेवटी सुरक्षित व भक्कम भूमीवर नेत असेल तर माझ्या मते दुसऱ्याच मार्गाने जाणे मानवाचे कर्तव्य ठरेल.

आता मुख्य विषयाकडे वळतो. कम्युनिझमचा सिद्धांत तरी काय आहे? 'जगात पिळवणूक आहे' या तत्त्वाने कम्युनिझमची सुरुवात होते. श्रीमंतांकडे जी धनसंपत्ती आहे तिच्या जोरावर श्रीमंत लोक गरिबांची पिळवणूक करतात, त्यांना गुलाम बनवितात व गुलामगिरीमुळे ते दुःखात व दारिद्र्यात खितपत पडतात. कार्ल मार्क्सचा हा मूळ मुद्दा आहे. मार्क्सने वापरलेला शब्द 'पिळवणूक' असा आहे. यावर मार्क्सने काय उपाय सांगितला आहे? मार्क्सने सांगितलेला उपाय असा आहे - एका वर्गाची गरिबी व दुःख थांबविण्यासाठी खासगी

मालमत्तेला प्रतिबंध केला पाहिजे. मार्क्सचे म्हणणे असे आहे की, कोणीही खासगी मालमत्ता बाळगू नये. कारण मार्क्सच्या तांत्रिक भाषेत बोलावयाचे म्हणजे, खासगी मालमत्तेचा मालक हाच कामगारांच्या श्रमशक्तीच्या उत्पादनाचे जादा धन स्वतः घेत असतो, अगर बळकावीत असतो आणि कामगारास ते जादा धन मिळत नसते. यावर मार्क्स असा प्रश्न उपस्थित करतो की, कामगारांच्या श्रमाने निर्माण केलेले जादा धन मालकाने काय म्हणून घ्यावे? हे जादा धन कोणी घ्यावे, याबद्दल मार्क्सचे उत्तर असे आहे की, या जादा धनाचा मालक राज्य असल्याने राज्यानेच ते घ्यावे. याच विचारसरणीतून मार्क्सने कामगार-किसानशाहीच्या हुकूमशाहीचा सिद्धांत मांडलेला आहे. म्हणजे राज्य चालवावयाचे असेल तर पिळल्या जाणाऱ्या वर्गानेच ते चालविले पाहिजे, पिळवणाऱ्या वर्गाने ते चालविता कामा नये, असे मार्क्सचे म्हणणे आहे.

आता बुद्धिझमची तपासणी करू आणि मार्क्सने जे मुद्दे उपस्थित केलेले आहेत, त्याबद्दल भगवान बुद्धांनी काय सांगितले आहे ते पाहू. याबद्दल खुद्द बुद्ध काय म्हणतात? बुद्धांनी कशी सुरुवात केली? बुद्धांनी आपल्या धर्माची उभारणी कोणत्या मूलभूत पायांवर केली आहे?

२५०० वर्षांपूर्वी बुद्धांनी गरिबांच्या दुःखावरच आपल्या धर्माचा सिद्धांत उभा केला. जगात दुःख आहे असे भगवंतांनी सांगितले आहे. बुद्धांनी पिळवणूक हा शब्द वापरलेला नाही, हे खरे आहे. मात्र, भगवंतांनी आपल्या धर्माचा पाया दुःख निवारणच ठेवलेला आहे. दुःख या शब्दाचा अर्थ अनेक प्रकारे लावला जातो, हेही खरे आहे. पुनर्जन्म अगर पुनर्जन्माचा फेरा म्हणजे दुःख असा काहीजण अर्थ लावतात. या अर्थाशी मी सहमत नाही. बौद्धधर्माच्या ग्रंथांमध्ये अशी अनेक स्थळे आहेत की, त्यामध्ये 'दुःखाचा अर्थ गरिबी' असा स्पष्ट आहे. तेव्हा बुद्धिझम व कम्युनिझम यांचा पाया पाहिल्यास त्या दोहोंमध्ये कसल्याच प्रकारचा फरक नाही, हे स्पष्ट होते. म्हणजे हा मूलभूत पाया मिळविण्यासाठी बौद्ध बांधवांनी मार्क्सकडे जाण्याची काही आवश्यकता नाही. हा पाया भगवंतांनी आधीच शेकडो वर्षांपूर्वी पूर्णपणे, भक्कमरीत्या बौद्धधर्मात वसविला आहे. भगवान बुद्धांनी जीवनाच्या वस्तुस्थितीवरच बोट ठेवले आहे, ही वस्तुस्थिती म्हणजे लोक दुःखात राहतात ही होय. यामुळे कम्युनिझममध्ये जे तत्त्व आहे, त्यातील भरपूर भाग बुद्धिझममध्ये आहे. विशेष आहे की, भगवंतांनी हे जे सांगितले ते मार्क्सचा जन्म होण्यापूर्वी २५०० वर्षे अगोदरच सांगितले आहे.

खासगी मालमत्तेबद्दलदेखील बुद्धांचे तत्त्वज्ञान व मार्क्सचे तत्त्वज्ञान या दोन्ही तत्त्वज्ञानांचा फार जवळचा ऋणानुबंध आहे. मार्क्सने खासगी मालमत्तेबद्दल सांगितले, खासगी मालमत्ता हे उत्पादनाचे साधन असल्यामुळे पिळवणूक थांबावयाची असेल तर ही खासगी मालमत्ता

राज्याच्या मालकीची करावी, म्हणजे खासगी मालमत्तेच्या आधारावर मालकवर्ग मजुरांची पिळवणूक करणार नाही. आता संघात याबाबत काय सांगितले आहे ते पाहू. भिक्खूकरिता, संघाकरिता भगवान बुद्धांनी कोणते नियम केलेले आहेत? भगवान बुद्धांनी असे सांगून ठेवले आहे की, कोणत्याही भिक्खूने खासगी मालमत्ता बाळगू नये. एवढेच नव्हे, तर खासगी मालमत्तेबाबत संघाचे नियम जे कडक आहेत तेवढे कडक नियम रशियातही नाहीत. भिक्खूस खासगी मालमत्ता धारण करता येत नाही. त्यास फक्त पाच वस्तू बाळगता येतात - त्या म्हणजे हजामतीसाठी पाते, पाण्यासाठी लोटा, भिक्षेसाठी भिक्षापात्र, अंगावरील तीन वस्त्रे व शिलाईसाठी सुई. कम्युनिझमचे महत्त्व खासगी मालमत्ता नष्ट करण्यामध्ये असेल तर बुद्धांनी सांगितलेल्या विनयपीटकातील नियमांपेक्षा कडक नियम कोठेही सापडत नाहीत.

कम्युनिझमचे ध्येय साध्य करण्याकरिता, कम्युनिझम स्थापन करण्यासाठी म्हणजे गरिबी निवारण्यासाठी खासगी मालमत्ता नष्ट करण्यासाठी विरोधकांची हत्या करणे, त्यांना ठार मारणे हीही साधने कार्ल मार्क्स अगर कम्युनिस्ट वापरू इच्छितात आणि येथेच बुद्धिझम व कम्युनिझममध्ये मूलभूत फरक आहे. भगवान बुद्धांचे मार्ग लोकांना हिंसेपासून परावृत्त करण्याचे, युक्तिवादाने पटवून देण्याचे, नैतिक शिकवण देण्याचे व ममतेचे आहेत. बुद्धिझम व कम्युनिझम यात फरक आहे तो असा. कम्युनिस्ट शक्ती ही पाशवी शक्तीवर आधारलेली आहे. कम्युनिस्ट पद्धती रशियन लोकांनी राजीखुशीने स्वीकारलेली नाही. त्यांनी ती भीतीमुळे स्वीकारलेली आहे. यादृष्टीने पाहिले तर बुद्धिझम शुद्ध लोकशाहीवादी आहे. भगवान बुद्ध हे लोकशाहीचे महान पुरस्कर्ते होते. अभ्यासू वृत्तीने बुद्धिझम व कम्युनिझमचा दीर्घकाळ अभ्यास करून मी या ठाम निर्णयास आलो आहे की, मनुष्यमात्राचे दुःख निवारण्यासाठी जो बुद्धाने उपदेश केला आहे व जी पद्धती सांगितलेली आहे, ती अतिशय सुरक्षित व पक्की आहे.

●●●

मी साहित्यिक आहे, असे तुम्हाला वाटते काय?

२ मे १९५४ रोजी ४ वाजता, विदर्भ साहित्य संघ, नागपूर येथे दिलेले भाषण.

साहित्यकारांनो आणि पंडितांनो,

तुमच्या या प्रथितयश साहित्यसंस्थेला भेट देण्याचा योग आला तो दोन साहित्यकारांच्या विनंतीमुळेच. एक तुमचा आणि एक आमचा. गजाननराव माडखोलकर तुमचे. नारायणराव शेंडे आमचे. हा भेद जाणवणारा आहे. पण जीवनात तो तुम्ही निर्माण केला आहात, आम्ही नाही. हा भेद नष्ट करण्यासाठी आमची झुंज आहे, तुमची नाही. ब्राह्मण आणि महार भेटले, ही युती मला शुभकारक वाटली, म्हणून या साहित्यसंस्थेला भेट देण्याचं मी मान्य केलं. कोणत्याही गोष्टीला मी सहसा मान्यता देत नाही. चांगली खात्री करून घेत असतो. नाणं नकली का असली हे प्रत्यक्ष जाणून घेतो. नाही तर फसवणूक व्हायची. तशी आमची फार फसवणूक होत आली आहे. पण आता आपण ती करू शकणार नाही. आम्ही फार दक्ष आहोत. म्हणूनच जीवनात भेद न राखला जावा व सदैव दक्ष व जागरूक राहून कल्याण साधले जावे, असेच वाङ्मय किंवा साहित्य निर्माण व्हायला पाहिजे. साहित्यप्रकार कोणताही असो, त्यांना शब्दामृताचं सिंचन केलं पाहिजे, तरच त्याला 'वाङ्मय' म्हणायचं. उद्धारक साहित्य मानावयाचं. 'अमृतातेहि पैजा जिंके' असं ज्ञानेशांनी म्हटलं ते उगीच नाही.

दशम व शतम याचा अर्थ निदान साहित्यकारांनी नीट समजावून घेतला पाहिजे. दशमचं दमन व दहन होऊ नये आणि शतमचं शरण व मरण होऊ नये. परंतु अहं ते घडवून आणतं. साहित्यातला अहं तर फार भयंकर आहे. त्यात सहिष्णुता, ऋजुता व विशेषतः 'उद्गीथ' आढळत नाही. वाचस्पती-विश्व-कर्माण मूतये। मनोजुवं वाजे अघा हुवेम।। साहित्यसाधनेच्या गतीनं आणि उदात्त हृदयाच्या स्पर्शानं जीवन विकसित व उन्नत झालं पाहिजे तरच तो

साहित्यकार. आजचा साहित्यकार रेंगाळत दशमची दहा पावलं पुढं टाकण्याचा प्रयत्न करतो आणि शतमची शंभर पावलं मागं सरकतो. तरी त्याला अहं कायमच. तो कधी-कधी बागेतील सुंदर फुलं तोडतो - कधी-कधी चोरूनही तोडतो. पण ते देवाच्या चरणी अर्पण होत नाही. स्वतः कष्ट घेऊन सुंदर बाग निर्माण करणारा तो कुशल माळी बनत नाही. पण मी 'माळी' आहे म्हणून मात्र मिरवतो. मी ज्ञानेश्वरांची 'ज्ञानेश्वरी', तुकोबांची 'गाथा', लोकमान्य टिळकांची 'गीतारहस्य', हरिभाऊंची 'पण लक्षात कोण घेतो?' कादंबरी, सावरकरांचं 'काळं पाणी', वामन मल्हार जोशींचा 'सुशीलेचा देव', सानेगुरुजींची 'श्यामची आई', इतकंच काय फडक्यांची 'दौलत', खांडेकरांची 'हृदयाची हाक', माडखोलकरांची 'भंगलेले देऊळ', केशवसुतांची 'तुतारी', यशवंताची 'आई' आणि गडकऱ्यांचं 'फुटकं नशीब' समजू शकतो. आजचं कथा-काव्य-नाट्य यात ज्ञानबोध तर नाहीच, पण उदात्त लालित्यही नाही, ना कसला उच्च कलानंद!

आज समाजजीवन व राष्ट्रजीवन प्रगत होणारं साहित्य निर्माण होत नाही. आपल्या स्वतंत्र देशाला एकात्मतेची व बंधुत्वाची निरंतर गरज आहे. एकात्मता व बंधुता हा आपल्या राष्ट्राचा गाभा ठरला पाहिजे. त्याशिवाय प्रबळ संघशक्ती निर्माण होणार नाही.

न्यू दिल्लीतील आपल्या ग्रंथालयात श्रीलंकेतील दोन आदरणीय भिक्खूंसोबत बसलेले डॉ. बाबासाहेब आंबेडकर (१४ एप्रिल १९५०)

म्हणून साहित्यकलेतूनही मानवतावादी शास्त्र निर्माण होणे अत्यावश्यक आहे. त्यासाठी साहित्यक्षेत्रात राष्ट्रोपयोगी क्रांतीची लाट उसळली पाहिजे. 'सर्वेपि सुखिनः सन्तु सर्वे सन्तु निरामयः' हा उच्चार ठीक आहे; पण त्याच्या सिद्धतेसाठी जोश आणि प्रेम नाही. अलीकडे तर साहित्याच्या कडा काळवंडत चाललेल्या आढळतात. पीक फार फार आहे; पण ते निःसत्त्व आहे. आज आम्हाला ज्ञानसत्त्वाची भूक आहे. ती भागवली गेली पाहिजे. अनुभूतिपूर्ण सकस साहित्यातील गोडी आम्हाला चाखता आली पाहिजे. कवी कीट्स म्हणतो, "Heard melodies are sweet, but those unheard are sweeter." याप्रमाणे अनुभव आला पाहिजे. 'आता विश्वात्मके देवे। येणे वाग्यज्ञे तोषावे। तोषोनि मज द्यावे। पसायदान हे।।' असं ज्ञानेश्वरांनी सांगून 'पुडुती पुडुती फुडुती। इया ग्रंथ पुण्यसंपत्ती। सर्व सुखी सर्व भूती। संपूर्ण होईजे।' हा पसायदान संकेत साहित्यकारांनी फलद्रूप करून दाखविला पाहिजे.

आपण आपल्या जीवनाकडे, कर्तव्यधर्माकडे आणि संस्कृतीकडे दुर्लक्ष करीत आहोत. थोडं अंतर्मुख होऊन विचार केला तर आपली जीवनमूल्ये आणि सांस्कृतिक मूल्ये कशी करपून जात आहेत, याचं भेसूर चित्र उभं राहील. कारणे काहीही असोत; पण आपण अधःपतनाच्या, अवनतीच्या मार्गावरून जात आहोत असंच आढळून येईल. तेव्हा तत्परतेने सावध होऊन जीवन व संस्कृतीविषयक मूल्ये साहित्यकारांनी जोपासली पाहिजेत, ती सतेज बनविली पाहिजेत, वृद्धिंगत केली पाहिजेत. तुमच्या कथा-कादंबरीतील सीता आता लक्ष्मणरेषा ओलांडून जात आहे. दुर्योधनाच्या राजदरबारात द्रौपदी वस्त्रहरण होत आहे आणि दुष्यंत-शकुंतलेला ओळख देत नाही, ती वनवासी होत आहे. म्हणून मला साहित्यकारांना आवर्जून सांगायचे आहे की, उदात्त जीवनमूल्ये आणि सांस्कृतिक मूल्ये आपल्या साहित्यप्रकारातून आविष्कृत करा. आपलं लक्ष आकुंचित-मर्यादित ठेवू नका. ते विशाल बनवा. आपली नीती चार भिंतीपुरती राखू नका. तिचा विस्तार होऊ द्या. आपली लेखणी आपल्या प्रश्नांपुरतीच बंदिस्त करू नका. तिचं तेज खेड्यापाड्यातील गडद अंधार दूर होईल, असं प्रवर्तित करा. आपल्या या देशात उपेक्षितांचे, दलितांचे, दुःखितांचे फार मोठे जग आहे हे विसरू नका. त्यांचे दुःख, त्यांची व्यथा नीट समजून घ्या आणि आपल्या साहित्याद्वारे त्यांचं जीवन उन्नत करण्यास झटा. त्यातच खरी मानवता आहे.

●●●

वैर खादीशी नाही, तर...

बाबांचा एक कार्यकर्ता बाबांना म्हणाला, "बाबा, या शुभ्र खादी वेषधारी माणसाला ओळखता ना?" तोच बाबा त्याला म्हणाले, "अरे, तू काय ओळखणार त्याला? अनेक वर्षांपासूनची ओळख आहे त्यांची आणि ते वापरत असलेल्या शुभ्र खादीची. आपल्या पूर्वजांनी पूर्वी नुसती खादी वापरली नाही, ते त्या धंद्याचे निर्माते होते. वल्कल कोण निर्माण करीत होता? तुमचे आमचे पूर्वज. त्या महत्त्वाच्या धंद्यावर ते आपला उदरनिर्वाह चालवीत आणि इतरांच्या अब्रूचेही रक्षण करीत असत. ते आमच्या संस्कृतीचं अस्सल प्रतीक होतं. तो आपला मानाचा विणकरीचा धंदा आपण सोडून दिला आणि दुसऱ्याच्या ओंजळीनं पाणी प्यायला शिकलो. माझा विरोध खादीला कधी नव्हता, ना आता आहे. उलट मला अभिमान वाटतो. विरोध आहे तो त्या आड दडून आपल्यावर तीर सोडणाऱ्या, खादी टोपी धारण करणाऱ्या, अनाठायीचं तत्त्व प्रतिपादन करू पाहणाऱ्या व्यक्तीच्या मनोवृत्तीला. वस्तुतः आम्हाला आमच्या मूळ धंद्याचे संशोधन करून जीवनाला उद्या उपयोगी पडेल असा ग्रंथ निर्माण करायला पाहिजे."

●●●

दलितांचे राजकारण - दादुमिया

दादासाहेबांविषयी बाबांचे मत

तुम्ही नेहमी माझा जयजयकार करता, माझ्या कर्तृत्वाचे गोडवे गाता, माझ्या कर्तबगारीची तारीफ करता, मला तुमचा समजता; पण प्रत्यक्षात मी असे काहीच कार्य केले नाही. मी माझी नोकरी सांभाळून जेवढे जमेल तेवढेच सामाजिक कार्य करतो आणि सार्वजनिक काम म्हणजे तुम्हास फक्त विचार देतो. विचार कोणीही देईल, शास्त्र सांगणे तसे अवघड कार्य नसते. पण विचार आचारात उतरविणे, शास्त्राला व्यवहाराची जोड देणे हेच प्रत्यक्ष कार्य असून ते करणे अत्यंत बिकट असते. कितीतरी संकटांना तोंड द्यावे लागते. धार्मिक, वाचिक, मानसिक अत्याचार सहन करावे लागतात. मानहानी एवढी होते की, त्यांची शब्दांत किंवा संख्येत गणतीच करता येत नाही. काळाराम मंदिर सत्याग्रहाच्या वेळी माझा भाऊ भाऊराव गायकवाड प्रत्येक कसोटीवर शंभर नंबरी सोन्यासारखा उतरला आहे. हे सोने अतिशय शुद्ध आहे. तेव्हा तुमचा खरा नेता हाच आहे. हाच माझा उजवा हात आहे.

एकदा बाबासाहेब म्हणाले, ''भाऊरावांसारखे खेड्यापाड्यातील उपाशीतापाशी भटकण्याचे सामर्थ्य तुम्हापाशी आहे काय? जन्मभर त्याने जिवाचे रान केले आहे. तुम्ही शहरात वकिली करता, प्रतिष्ठा मिळविता आणि पुढारी म्हणून मिरविता. भाऊरावांशी स्पर्धा करू नका. उन्हातान्हातून, डोंगरदऱ्यातून, कधी पायी, कधी सायकलवरून, कधी टांग्यातून, कधी मोटारीतून सबंध महाराष्ट्र त्याने पायाखाली घातला आहे. प्रत्येक जिल्ह्यांत, प्रत्येक खेड्यात, प्रत्येक झोपडीत भाऊराव माहीत नाहीत असा माणूस सापडणे कठीण आहे. काही ठिकाणी डॉ. आंबेडकर कोण? हे कदाचित माहीत नसेल; परंतु भाऊरावांना सगळे गोरगरीब ओळखतात.''

तुम्ही माझ्या व गांधींमधील झगड्याच्या पत्रात केलेला उल्लेख अस्थानी आहे. माझे आणि गांधींचे अगदी त्यांना शिव्या देण्याइतपत मतभेद आहेत हे तुम्हाला तर पूर्वीपासून ठाऊक आहे. ही काही पहिलीच वेळ नव्हे. तुम्हाला ते मान्य होवो न होवो; पण त्यांच्यावर राग धरण्याइतकी पुरेशी कारणे मजजवळ आहेत. अस्पृश्य वर्गाच्या प्रश्नावर ज्या पुस्तकातून लेखी विवेचन केलेले आहे, त्यात मी गांधींना विरोध का केला? याची पूर्ण हकीकत लिहिलेली आहे. त्यात लिहिलेली वस्तुस्थिती आणि त्यांच्यावर मी घेतलेले आक्षेप चुकीचे आहेत किंवा अस्थानी आहेत, हे जर गांधींनी सिद्ध करून दाखविले, तर मी ते सारे आक्षेप मागे घ्यायला तयार आहे!

तुम्हाला असे वाटते की, मी एकटाच तेवढा गांधींना वाईट म्हणतो. माझ्या माहितीप्रमाणे असे शेकडो लोक आहेत. त्यात तर गांधींच्या अगदी जवळच्या गोटातील काही लोक आहेत. एवढेच नव्हे तर हिंदुस्थानच्या सध्याच्या सरकारातील कार्यकारी मंडळातील काही लोक त्यात आहेत. त्यांच्यात व माझ्यात एवढाच फरक आहे की, ते गांधींना खासगीरीत्या शिव्या देतात आणि जाहीरपणे मात्र स्तुतिसुमने उधळतात. माझे दुर्दैव्य असे आहे की, हा तोंडपुजेपणा-दाखवायचे दात एक आणि खायचे दुसरे ही कलाच मजजवळ नाही!

मी गांधींवर चढविलेला हल्ला तुम्ही तुमच्या मनाला बराच लावून घेतलेला दिसतो. याचे माझ्या मते, एकच कारण आहे. मला नेहमीच असे वाटत आले आहे की, देश हा केव्हाही श्रेष्ठ. तुम्ही गांधींना देशापेक्षा श्रेष्ठ मानतात. माझी विचारसरणी फार वेगळी आहे. व्यक्तीपेक्षा देश केव्हाही श्रेष्ठच असतो. तुमच्या मते, काँग्रेसवाले आणि राष्ट्रीय बाण्याच्या व्यक्ती ह्या एकच आहेत. मला मात्र असे वाटते की, एखादी व्यक्ती काँग्रेसवादी नसूनही उच्च प्रकारच्या राष्ट्रीय प्रेमाने प्रेरित झालेली खरीखुरी राष्ट्रवादी व्यक्ती असू शकेल.

●●●

सदाचारच माझे सर्वस्व

मी एक सदाचारी उच्च कोटीतील नीतिमत्तावाला पुरुष आहे. याच प्रतिष्ठेवर माझे समग्र सार्वजनिक जीवन अवलंबून असते. माझे शत्रू मला जे भितात त्याला कारण म्हणजे माझे विशुद्ध चारित्र्यच! जे त्यांच्या अंतःकरणात माझ्याविषयी एक प्रकारची भीती निर्माण करते. अशा या मंगल प्रतिष्ठेला कलंकित करण्यास मी कधीही तयार होणार नाही. जर यदाकदाचित ही माझी प्रतिष्ठा नष्ट झाली तर केवळ माझ्या संपूर्ण जीवनाचे सारच नष्ट होणार नाही, तर माझे लोक, ज्यांच्यासाठी मी सर्वस्वाचा त्याग केला आहे आणि चुकीचे असो वा बरोबर असो, ते मला आपला परमेश्वर मानतात, त्यांचा माझ्यावरील विश्वास उडून जाईल!

साहित्यप्रेम

मला साहित्याचा, विशेषतः जीवनसाहित्याचा भारी शौक आहे. प्रत्येक स्त्रीपुरुषाचे जीवन अगदी संक्षिप्त असे असते आणि त्याला आपला जीवनक्रम ज्या मार्गाने पार पाडावा लागतो तोदेखील बराच संकीर्ण असतो आणि म्हणून प्रत्येकाचा अनुभव मर्यादित असतो. असा हा मर्यादित अनुभव संकीर्णता व संकुचितपणास जन्म देतो. विभिन्न प्रकारचे जीवन व्यतीत केले आहे, असे अनेक पुरुष काहीएक माणसाच्या जीवनात मिळतात आणि त्यांचा अनुभवदेखील दुसऱ्या व्यक्तीपासून भिन्न असू शकतो. जोपर्यंत कोणी त्यांच्या अनुभवाशी परिचित नाही तोपर्यंत ते आपले जीवनसाध्य विकसित करू शकत नाही. टॉलस्टॉय माझा नायक नाही किंवा कोणी लेखकही माझा नायक नाही. माझी वैचारिकता अति गंभीर आहे. मी कोणाही लेखकाचे विधानापासून जे घेण्यायोग्य आहे ते घेतो. नंतर मी आत्मसात करून घेतो आणि मी माझे व्यक्तिमत्त्व निर्माण करतो. मात्र कोणीही कितीही महान असो, त्याचे अनुकरण करता येत नाही. हे मौलिक तत्त्व आहे.

स्त्रियांचे कैवारी

मी स्त्रियांच्या उन्नती व मुक्तीकरिता लढा देणारा महान सेनानी आहे. स्त्रियांचा दर्जा वाढविण्यासाठी आणि त्यास प्राप्त करण्यासाठी मी लढाही दिला आहे, त्याचा मला फार अभिमान वाटतो.

८ जुलै १९४२ रोजी नागपूर येथे फेडरेशनच्या परिषदेच्या वेळी अनुसूचित जाती महासंघाच्या महिला प्रतिनिधींसोबत डॉ. बाबासाहेब आंबेडकर

विरक्त पुरुष

मी अतिकठोर (लोह) माणूस आहे. तसे पाहता मी पाण्यासारखा शांत व गवतासारखा नम्र आहे. पण ज्यावेळी मी क्रोधाविष्ट होतो तेव्हा मला सांभाळणे फार अवघड काम आहे. मी मौन पालन करणारा मनुष्य आहे. बहुधा माझ्यावर असाच आरोप केला जातो की मी दुसऱ्या स्त्रियांशी बोलत पण नाही; परंतु मी पुरुषांशी फारसा बोलत नाही. ते माझ्याशी बरेचसे परिचित असले तरी मी आत्ममग्न असा पुरुष आहे. कधी-कधी सतत बोलतच राहतो. कधी-कधी तर मी एकही शब्द मुखावटे काढत नाही. कधी तर मी फारच गंभीर होतो. जीवनाचे विलास मला प्रलोभित करीत नाहीत. माझ्या साथीदारांना माझा दृढ सदाचार, कठोरता आणि वैराग्य सहन करावे लागते. पुस्तके माझे स्नेही आहेत. ते माझ्या पत्नी व मुलाबाळांपेक्षा मला अधिक प्रिय आहेत.

●●●

माता रमाईंच्या आठवणी

अखिल भारतीय पददलितांचे उद्धारक भारतरत्न डॉ.बाबासाहेब आंबेडकर यांच्या रमाई या पत्नी. भारतीय दीनदलितांच्या अभ्युदयासाठी, उन्नतीसाठी बाबासाहेबांनी अपार कष्ट केले. अनेक हालअपेष्टा भोगल्या. अनेक अपमान, अवमान सहन केले. अनेकदा त्यांच्याबरोबर प्राणघातक संकटेही आली, हे आपणा सर्वांना माहीत आहेच! तथापि त्यांच्या पत्नी रमाबाई (ऊर्फ रामू व भागीरथी) यांनीही बाबासाहेब आंबेडकरांकरिता अनेक कष्ट सहन केले, अनेक यातना भोगल्या, उपासतापास केले. डॉ.बाबासाहेब आंबेडकर हे विलायतेहून 'राउंड टेबल कॉन्फरन्स'हून १९३२ साली साऱ्या जगाला चकित करून, अस्पृश्यांच्या माणुसकीच्या हक्काचा झगडा पेटवून, यशस्वी करून मुंबईस परतले होते. अर्थात त्यांच्या स्वागतासाठी त्यांचे चाहते, इष्टमित्र, नातेवाईक व हजारो अनुयायी मोठ्या उत्साहाने उपस्थित होते. या प्रचंड जनसमुदायात माता रमाबाई नसत्या तर नवलच घडले असते! का, की रमाबाईंची बाबासाहेबांबद्दलची भावनाच तशी जाज्वल होती. उदाहरणादाखल ही एक ओवीच पाहा -

भरतार माझा देवावाणी। त्यांची अस्तुरी मी जशी राणी।
साताजन्मींच्या पुण्याईनं। मिळाला गं साजणी।।
भरतार माझा गं सईबाई। त्यांची अस्तुरी मी गं जाईजुई।।
राजगृह शोभती। जशी विठ्ठल गं रखुमाई।।

बाबासाहेब बोटीतून धक्क्यावर उतरताच जनसागराच्या 'आंबेडकरांचा विजय असो! आंबेडकर कौन है, दलितों का राजा है! आंबेडकर झिंदाबाद' इ. घोषणांनी परिसर दणाणून

गेला. बाबासाहेबांच्या गळ्यात एकामागून एक हार पडत होते आणि ते नेत्रदीप दृश्य पाहून माता रमाईचे हृदय उचंबळून येत होते आणि डोळ्यात आनंदाश्रू येत होते. आणि हे दृश्य, बाबासाहेबांचे जे अनेक सवर्ण स्नेही, पाठीराखे होते त्यातील एकाने ('जनतापत्र'चे संपादक सहस्रबुद्धे यांनी) अचूक टिपले होते. कारण सर्वांच्या शेवटी माता रमाबाईंनी बाबासाहेबांच्या गळ्यात हार घातला होता. परंतु हार घालताना सर्वांची दृष्टी बाबासाहेबांच्या मुखाकडे होती, तर रमाईंची दृष्टी बाबासाहेबांच्या पायाकडे.

हारतुऱ्याचा कार्यक्रम झाल्यानंतर तेथे एक छोटीशी सभा झाली अन् सहस्रबुद्धे यांनी रमामातेस दोन शब्द बोलण्यास व या भाषणात बाबांना हार घालताना दृष्टी बाबांच्या मुखाकडे न वळविता पायाकडेच का वळविली होती? याचे स्पष्टीकरण करावयास (गमतीने) सुचविले.

माता रमाईंना यापूर्वी अशा सभेत भाषणे करण्याची सवय नव्हती. (एकदा केले होते.) त्यामुळे त्या क्षणभर गडबडल्याच! बोलावं अन् ते चांगलं न वठलं तर? आणि न बोलावं तरी पंचाईत, अशी द्विधा अवस्था झाली होती. पण तो प्रसंग या थोर मातेनं मोठ्या चातुर्यानं हाताळला. त्या म्हणाल्या, "अध्यक्ष महाराज, दलितांचे बाबा व माझे थोर पती आणि माझ्या सर्व लहान-थोर बंधुभगिनींनो, सहस्रबुद्धे साहेबांनी माझ्यापुढे दोन प्रश्न ठेवलेत -

१) सर्वांच्या शेवटी मी बाबासाहेबांना हार का घातला व २) त्यावेळी माझी दृष्टी बाबासाहेबांच्या पायाकडे का होती? त्यांचे उत्तर मी देत आहे. चुकलं-माकलं तर क्षमा कराल अशी माझी आशा आहे. पहिल्या प्रश्नाचे उत्तर असे की, ज्यांना बाबासाहेबांचं दर्शन कधीकाळी होत असतं त्यांनाच मी प्रथम संधी देणं हे माझं कर्तव्य होतं. ते माणुसकीचं आणि सौजन्याचंही होतं. तेव्हा मी सर्वांना संधी दिली व मग मी हार घातला. आता दुसऱ्या प्रश्नाचं उत्तर असे आपणास माहीतच आहे की, बाबासाहेबांनी साऱ्या दीनदलितांचं, गोरगरिबांच्या उद्धाराचं कंकण बांधलं आहे व मी त्यांची धर्मपत्नी आहे. त्या कंकणाला माझी नजर लागू नये म्हणून मी त्यांच्या पायाकडं नजर वळविली. माझ्या या उत्तरानं सहस्रबुद्धे साहेबांचं समाधान झालं असेल असं मला वाटतं." आणि आता रमाबाईंनी आपले हे छोटे भाषण संपविले.

हे भाषण संपताच जनसागरातून टाळ्यांचा प्रचंड कडकडाट झाला. 'माता रमाबाई झिंदाबाद-आंबेडकर झिंदाबाद', 'आंबेडकर कौन' इ.घोषणांनी वातावरण दुमदुमून गेले. त्यानंतर डिलाईल रोडच्या (हल्लीचा ना.म.जोशी मार्ग) अत्यंत धडाडीच्या कार्यकर्त्या सखुबाई मोहिते यांचे भाषण झाले. त्या म्हणाल्या, "बंधुजनहो, माता रमाईंचं हे पहिलंच भाषण आपण ऐकलं असेल! बाबासाहेबांसमोर आपणाला रमामातेचंही दर्शन घडलं.

भाषणही ऐकायला मिळालं, तुम्हा-आम्हा सर्वांच्या जीवनाचं आज सोनं झालं! या मातेनं बाबासाहेबांप्रमाणेच अपार दुःखं सहन केलं, कष्ट सहन केले. बाबासाहेबांना त्यांनी संसारात कोंडून ठेवलं नाही. आपल्या उद्धाराकरिताचं त्यांना मोकळं ठेवलं. त्याचं कारण असं की, त्यांची लहानपणाची गोष्ट मी सांगत आहे - त्यांनी आपल्या लहानपणीच त्यांच्या आईकडे आपले आई-वडील, मोठी माणसे, गुरुजन यांच्याकडून काही गोष्टी ऐकाव्याशा वाटतात. त्याप्रमाणे रमामातेनेही आपल्या मातेकडून एक गोष्ट ऐकली. गोष्ट होती शंकर-पार्वतीची. पार्वती जेव्हा लग्नायोग्य झाली, तेव्हा तिचे माता-पिता वर संशोधनासाठी प्रयत्न करीत होते. पण पार्वतीला 'बिनमरणाचा नवरा' पाहिजे होता. तसा हट्ट तिने आईकडे धरला. तेव्हा पार्वतीच्या आईनं तिला सांगितलं की, तसाच नवरा मिळविण्यासाठी घोर तपश्चर्या करावी लागेल. महान कष्ट सहन करावे लागतील. सहजासहजी असा पती मिळणार नाही. ते ऐकून आपली रमा-भागीरथी व बाबासाहेबांची रामू हिनेही आईला विचारलं की, 'मग आई, पार्वतीसारखा मलाही 'बिनमरणाचा नवरा' मिळेल का? आई म्हणाली, 'पार्वतीसारखं तप करून हालअपेष्टा भोगाव्या लागतील. तेव्हा आपली ही रमा माता म्हणाली, 'मग मी करीन तप व भोगीन हालअपेष्टा! काढीन मी उपासतापास व मिळवीन 'बिनमरणाचा नवरा'!"

एवढे सांगून सखूबाई म्हणाल्या, "बंधुभगिनींनो, आपणास माहीत आहेच की, आमच्या रमाबाईंनं, जिचं माहेर वणंद गाव आहे, त्या भागीरथीनं व बाबांच्या रामूनं बाबासाहेबांकरिता केवढे कष्ट उपसले ते! बाबासाहेबांच्या उच्चशिक्षणासाठी, समाजाची सेवा करण्यासाठी त्यांना संसारजाळयात अडकवून ठेवलं नाही. त्यांच्यासाठी कष्ट सोसले. शेण आणणे, त्याच्या जळणासाठी गोवऱ्या थापणे, त्यांना विकून त्या पैशावर संसाराचा गाडा हाकणे इत्यादी तप केले आहे आणि म्हणूनच त्यांना बाबासाहेबांसारखा, ज्याची विद्वत्तेची जगभर कीर्ती पसरली आहे असा थोर पुरुष 'बिनमरणाचा नवरा' मिळाला आहे. त्यांच्या कठोर तपश्चर्येचं हे फळ आहे.

(टाळयांचा प्रचंड कडकडाट व माता रमाबाई व बाबासाहेब यांच्या घोषणांचा गजर) माता रमाईंनी असा 'बिनमरणाचा नवरा' मिळवून पतीराजाबरोबर आपलीही कीर्ती दिगंतरास नेली आहे, नाही काय?"

●●●

टॉबी आणि पाडस

टॉबी बाबासाहेबांचा आवडता कुत्रा होता. बाबासाहेब टॉबीवर मुलाप्रमाणे प्रेम करीत. ऑफिसला किंवा घरी आल्यावर जर टॉबी दिसला नाही तर बाबा बेचैन होत असत. कारण टॉबी हा बाबासाहेबांचा अत्यंत विश्वासू असा शरीररक्षक व सहचारी होता. अहोरात्र टॉबी बाबासाहेबांच्या सहवासात असायचा. ऑफिसमधून बाबा घरी निघाले तर टॉबी वाटाड्याप्रमाणे त्यांच्या पुढे असायचाच.

१९३० साली बाबासाहेबांना मी (बळवंत हणमंतराव वराळे) एक हरणाचे पाडस धारवाडहून नेऊन दिले. बाबासाहेबांना ते फार आवडले. बाबासाहेबांच्या वडिलांच्या वेळेपासून त्यांच्या घरी एक पितळेचा पिंजरा होता. त्यात ते पोपट पाळत असत. लहान मुले आपल्या वडिलांबरोबर त्यांच्या अंगाखांद्यावर कशी खेळतात त्याप्रमाणे टॉबी व हरणाचे पाडस बाबासाहेबांच्या बरोबर खेळत असत. बाबासाहेब म्हणजे फार मोठा विसावा असे त्यांना वाटत असे. इतका लळा बाबासाहेबांनी या दोन प्राण्यांना लावला होता. संध्याकाळच्या वेळेला दामोदर हॉलच्या पुढील मोकळया हिरवळीवर बाबासाहेब बसत असत आणि त्यांच्या अवतीभोवती टॉबी व पाडस फिरत असलेले दिसे. बाबासाहेबांचे हात-पाय चाटणे, त्यांच्या अंगावर पाय देणे, त्यांच्या तोंडालादेखील स्पर्श करणे वगैरे चाळे त्या प्राण्यांचे सतत चाललेले असत. बाबासाहेबांच्या अंगात त्यावेळी शर्ट असे आणि स्वच्छ पांढऱ्या धोतराची लुंगी नेसलेली असे आणि हे दोन निर्विकार जीव एकसारखे बाबासाहेबांच्या शेजारी घुटमळत असत. बाबासाहेब आणि हे दोन जीव यांच्यातील जिव्हाळा, त्यांचा लपंडाव पाहत असता मन अगदी दर्याद्र व्हायचे. त्यांच्याकडे पाहून प्राचीन काळचा आश्रम माझ्यापढे उभा राहायचा. प्राण्यांच्या सहवासातील साधू-संतांच्या गोष्टी मला आठवायच्या. ते जेवढे तापट, करारी वाटत तेवढेच अंतःकरणाने अतिशय प्रेमळ होते. प्राणिमात्रांशी एक अजोड नाते त्यांनी जोडलेले होते. कुटुंबातल्या माणसाप्रमाणेच ते त्यांची काळजी वाहत असत. पावाचे तुकडे, चणे वगैरे त्यांना ते भरवत असत.

डॉ. बाबासाहेब आंबेडकर, त्यांच्या द्वितीय पत्नी डॉ. सविता आंबेडकर आणि त्यांचा आवडता कुत्रा (१४ एप्रिल १९४८)

टॉबी हा बाबासाहेबांचा जणू एक प्रामाणिक सेवक होता. दामोदर हॉलच्या बाबासाहेबांच्या ऑफिसमध्येच त्याचा मुक्काम असायचा. मी ज्या-ज्या वेळी मुंबईस जात असे त्या-त्या वेळी दामोदर हॉलमध्ये मी उतरत असे. रात्री दामोदर हॉलच्या समोरच्या एका हिरवळीवर बाबासाहेब झोपत असत. एक चटई, त्यावर एक कांबळी, पांघरायला एक कांबळी व एक उशी इतकाच काय तो त्यांचा बिस्तरा असायचा. बाबासाहेबांच्या पायाशी आणि त्यांच्याच अंथरुणावर टॉबी रात्रभर बसून असायचा. एखाद्या वॉचमनसारखा तो बाबासाहेबांची राखण करायचा. आजूबाजूला कोठे पालापाचोळ्याचा जरी आवाज झाला तरी टॉबी तिकडे धाव घेत असे व आम्ही त्यावेळी जागे होत असू. अस्पृश्य व स्पृश्य यांच्यात मारामारीचे प्रसंग निर्माण होऊन वातावरण जरी तंग झाले तरीही बाबासाहेब हिरवळीवर मोकळ्या जागी झोपत असत. त्यांना तेवढा स्वतःबद्दल आत्मविश्वास होता. तेवढे धैर्यही त्यांच्यात होते. टॉबीलाही प्रसंगातील गांभीर्य जणू कळत असावे आणि म्हणूनच तो विशेष सावध असायचा. टॉबीचा आवाज ऐकून मीदेखील एखादेवेळी उठून आजूबाजूला पाहत असे. अशा प्रकारे स्वतःच्या जीवात जीव असेपर्यंत टॉबीने माणसाला लाजवील इतक्या इमानाने बाबासाहेबांची सेवा केली. पुढे वेगवेगळ्या वेळी टॉबी आणि पाडस ॲक्सिडंटमध्ये स्वतःच्या प्राणाला मुकले. त्यावेळी स्वतःच्या बालकासाठी पिता जेवढे दुःख करतो तेवढे दुःख बाबासाहेबांना झाले. अक्षरशः बाबासाहेब त्यावेळी ढसाढसा रडले.

●●●

बाबांचे व्यक्तिमत्त्व

मिरजेला जेवणखान झाल्यानंतर मला (बळवंत हणमंतराव वराळे) मुंबईला येण्याचा आदेश बाबासाहेबांनी दिला. मिरजेहून पुढे मला मुंबईस जावे लागेल याची मला कल्पना नव्हती. शिवाय दिवसभर मी प्रवासातच होतो. त्यामुळे अंथरूण, पांघरूण, कपडे वगैरे काहीच घेतलेले नव्हते. आमचा मुंबईचा प्रवास रेल्वेने सुरू झाला होता. वेळ रात्रीची होती. थंडीचेच ते दिवस होते. झोपण्याच्या वेळी पांघरण्यासाठी काही तरी द्या, म्हणून मी बाबासाहेबांना विनंती केली. बाबासाहेब आपल्या केबिनमध्ये गेले व त्यांनी एक रग मला आणून दिली. दिवसभराच्या प्रवासाच्या दगदगीने व आदल्या रात्रीच्या जागरणामुळे मी अतिशय थकलो होतो. बाबासाहेबांनी दिलेली रग घेऊन सलूनमधील एका बाकावर मी झोपलो. मला चांगलीच झोप लागली होती. सकाळी ५ वाजता मला जाग आली. गाडी सुरूच होती. मनाला वाटणारा शीण पार नाहीसा झाला होता. बाबासाहेब उठलेले आहेत की झोपलेले आहेत हे सहज पाहण्यासाठी म्हणून मी उठून त्यांच्या केबिनच्या दाराशी गेलो व सहज डोकावून पाहिले. मी आत पाहत असता माझ्या अंतःकरणाला धक्का बसेल अशा प्रकारचे दृश्य दिसले.

बाबासाहेबांनी एका बाकावर टॉवेल अंथरला होता. उशाला एक उशी होती. अंगातील शर्टासह फक्त तेवढ्यावरच ते झोपलेले दिसले. स्वतःसाठी पांघरावयास आणलेली रग त्यांनी मला दिली होती. दिवसभर त्रास झालेला असतानाही आणि अंगात थोडा ताप असतानाही तशा त्या कुडकुडत्या थंडीत बाबासाहेब उघड्यावरच झोपले हे पाहून मला फार दुःख झाले. मनाला फार वेदना झाल्या. अजाणपणे मी या महापुरुषाला त्रास दिला. स्वतः त्रास घेऊन

डॉ. बाबासाहेब आंबेडकर त्यांच्या काही कौटुंबिक सहकाऱ्यांसह

दुसऱ्यांना त्यांनी सुख दिले. स्वतः थंडी सहन केली व मला उबारा दिला. मला दुःख होत
होते. काय करावे ते समजत नव्हते. १०-१५ मिनिटे मी तसाच निःस्तब्धपणे केबिनच्या
दाराशी उभा होतो. मन भरून आले होते. डोळ्यातून अश्रुधारा वाहत होत्या. एवढेच काय
ते फक्त माझ्या हातात होते. माझ्याकडून चूक झाली होती. ती दुरुस्त करणे आता शक्य
नव्हते. बाण केव्हाच सुटला होता. बाबासाहेबांच्या ठिकाणी एखादा सर्वसामान्य मनुष्य
असता तर त्याने सांगितले असते, माझ्याकडे पांघरण्यासाठी एकच रग आहे आणि तुला
कोठून देऊ? सामान्य आणि असामान्य माणसांत जो फरक असतो तो हाच. असामान्य
गुणाच्या योगेच असामान्य माणसे महात्मा ठरतात आणि त्यांच्या जीवनामुळे हजारो
माणसे हजारो वर्षे उजळून निघतात. ज्याच्यापुढे नेहमी नतमस्तक व्हावे अशा विभूतीपैकी
बाबासाहेबांचे व्यक्तिमत्त्व होते.

●●●

समाजाबद्दल प्रेम

औरंगाबादमधल्या अनेक प्रसिद्ध व्यक्ती बाबा तेथे आले म्हणजे त्यांच्या भेटीला येत असत. अनेक विषयांवर त्यांच्याशी चर्चा करीत असत. हे सर्व ऐकणे हा सुद्धा एक विलक्षण सुखद अनुभव असे. बोलण्याच्या ओघात एकदा प्रा.चिटणीस त्यांना म्हणाले, "आपल्या 'What Congress and Gandhi have done to the untouchables' या पुस्तकाबद्दल कॉंग्रेसवाल्यांची व गांधी भक्तांची कडवट प्रतिक्रिया आहे. त्यांना वाटते की, आपण हिंदूंच्यावर कठोर प्रहार या पुस्तकात केले आहेत." यावर बाबा काही क्षण गंभीर झाले आणि चिटणिसांना म्हणाले, "त्या लोकांना जर माझ्या पुस्तकातील सत्य वस्तुनिष्ठ टीका कठीण वाटत असेल तर आजवर हजारो वर्षे हिंदू उच्चवर्णीयांनी माझ्या अस्पृश्य व दलित बांधवांना दिलेल्या या अमानुष वागणुकीबद्दल काय म्हणायचे? माझे केवळ शब्दच अपुरे पडत आहेत. जर त्यांना ते कठोर वाटतात तर त्यांची ती अमानुष वागणूक आम्हाला कशी वाटत असेल?" ते एकदम भावविवश झाले. त्यांना भावनावेग आवरता येईना. ते स्फुंदून रडू लागले. त्यांच्या डोळ्यातील अश्रू पाहून, त्यांचा अनावर भावनावेग पाहून सर्वजण निःशब्द झाले. चिटणिसांना तर आपण हा विषय उगीचच काढला असे वाटून अपराध्यासारखे झाले.

●●●

अखेरचा संदेश

दिनांक ३१ जुलै १९५६ रोजी नानकचंद रत्तू यांच्याजवळ मनोगत व्यक्त करताना म्हणाले, "मला कशाचा त्रास होत आहे आणि कशाने दुःख होत आहे हे तुम्हा लोकांना माहीत नाही. माझी पहिली खंत ही आहे की मी माझे जीवनकार्य पूर्ण करू शकलेलो नाही. माझे लोक इतर समाजांशी बरोबरीपूर्वक राजकीय सत्तेचे वाटेकरी होऊन सत्ताधारक वर्ग बनलेले पाहण्याची माझी इच्छा होती. मी आता जवळपास अपंग झालो असून आजारपणामुळे आडवा पडलो आहे. जे काही मी मिळवू शकलो त्याचा फायदा मूठभर सुशिक्षितांनी घेतला आहे. पण त्यांचे विश्वासघातकी वागणे आणि दलित शोषितांबद्दलची त्यांची अनास्था पाहिल्यावर ते फारच नालायक निघाले असेच म्हणावे लागते. ते माझ्या कल्पनाशक्तीच्या पलीकडे गेले आहेत. ते फक्त स्वतःसाठी आणि त्यांच्या व्यक्तिगत फायद्यांसाठीच जगतात. त्यांच्यापैकी एकही जण सामाजिक कार्य करायला तयार नसतो. ते आत्मघाताच्या वाटेने निघाले आहेत. मला आता माझे लक्ष खेड्यातल्या हजारो-लाखो निरक्षर लोकांकडे वळवायचे होते. ते अजूनही हालअपेष्टा भोगत आहेत. त्यांची आर्थिक परिस्थिती मुळीच बदललेली नाही; पण आता आयुष्य फार थोडे शिल्लक राहिले आहे. ... मला असेही वाटले होते की, माझी सगळी पुस्तके माझ्या हयातीतच प्रकाशित व्हावीत. बुद्ध ॲण्ड कार्ल मार्क्स, रेव्होल्युशन ॲण्ड काऊंटर रेव्होल्युशन इन अन्शियन्ट इंडिया आणि रिडल्स ऑफ हिंदुइझम ही माझी यादगार पुस्तके प्रकाशित करण्यात मी असमर्थ व असहाय ठरत आहे, ही नुसती कल्पनासुद्धा मला भयंकर क्लेशकारक होते. कारण मी मेल्यावर दुसरे कोणीच ही पुस्तके प्रकाशित करू शकणार नाही."

भावविवशतेने त्यांना पार कोलमडून टाकले होते. मी मध्येच काहीतरी बोलणार होतो तेवढ्यात तेच पुढे सांगू लागले, "कोणीतरी पददलित वर्गांमधून माझ्या हयातीतच पुढे येईल

आणि माझ्या पश्चात ही चळवळ पुढे चालवण्याची अवजड जबाबदारी पत्करील अशीही माझी अपेक्षा होती. पण हे आव्हान पेलू शकेल असा कोणीच माझ्या डोळयांपुढे येत नाही. माझ्या ज्या सहकाऱ्यांबद्दल ते ही चळवळ चालवतील असा माझा विश्वास आणि भरवसा होता ते आज नेतृत्वासाठी आणि सत्तेसाठी एकमेकात भांडत आहेत. त्यांच्या शिरावर येऊ घातलेली जबाबदारी किती मोठी आहे हे त्यांच्या ध्यानीमनीही असल्याचे दिसत नाही... हा देश आणि येथील लोक ह्यांची मला आणखी काळ सेवा करण्याची संधीही हवी होती. ज्या देशातील लोक एवढे जातिग्रस्त आणि पूर्वग्रहपीडित आहेत तेथे जन्माला येणे हे पातक आहे. विद्यमान चौकटीत या देशाच्या कारभारात आपला रस टिकवून ठेवणे अत्यंत अवघड होऊन बसले आहे, कारण प्रधानमंत्र्यांच्या मताशी न जुळणारे दुसरे कोणतेच मत ऐकूनही घेण्याची येथील लोकांची तयारी नाही. किती गाळात चाललाय हा देश!" उसासा सोडत ते उद्गारले.

थोडे थांबून, डोळयातली आसवे पुसून आणि हात त्यांच्या लकाकत्या डोळयांच्या किंचित वर ठेवून ते म्हणाले :

"नानकचंद, तू माझ्या लोकांना सांग की मी त्यांच्यासाठी जे काही मिळवून देऊ शकलो ते मी एकट्याच्या बळावर मिळवले आहे. ते करताना पिळवटून टाकणाऱ्या संकटांचा आणि अनंत अडचणींचा मुकाबला मला करावा लागला. सगळीकडून विशेषतः हिंदू वृत्तपत्रसृष्टीकडून माझ्यावर शिव्याशापांचा वर्षाव सतत होत राहिला. जन्मभर मी माझ्या विरोधकांशी संघर्ष केला, माझ्या स्वतःच्या काही लोकांनी मला स्वार्थासाठी गंडवले, त्यांच्याशीही मी दोन दोन हात केले. मी माझ्या आयुष्याच्या अखेरच्या क्षणापर्यंत देशाची आणि पददलितांची सेवा करीतच राहीन. हा काफला आज जेथे दिसतो तेथे त्याला आणता आणता मला खूप सायास पडले. हा काफला असाच त्यांनी पुढे आणखी पुढे चालू ठेवावा. वाटेत अनेक अडथळे येतील, अडचणी येतील, अकल्पित संकटे कोसळतील, पण वाटचाल सुरूच ठेवावी. त्यांना जर सन्मानाने प्रतिष्ठापूर्ण जीवन जगायची इच्छा असेल तर हे आव्हान त्यांनी पेलायलाच पाहिजे. जर माझे लोक, माझे सहकारी हा काफला पुढे नेण्यास असमर्थ ठरलेच तर किमान तो आज जेथे आहे तेथे तरी त्यांनी त्यास राहू द्यावे. कोणत्याही परिस्थितीत त्यांनी या काफल्यास परत फिरू देऊ नये. हा माझा संदेश आहे. बहुधा शेवटचा संदेश आहे. मी तो अत्यंत गंभीरपणे देत आहे आणि या गांभीर्याला नजरेआड केले जाणार नाही अशी खात्री मला वाटते. जा आणि सांग त्यांना; जा आणि सांग त्यांना; जा आणि सांग त्यांना" असे तीनदा पुनरुक्त करून ते म्हणाले.

●●●

संदर्भ सूची

१) आंबेडकर डॉ. बाबासाहेब : वेटिंग फॉर अ व्हिसा

२) आंबेडकर डॉ. बाबासाहेब : डॉ. बाबासाहेब आंबेडकर यांची भाषणे,
भाग - १ ते ३ - महाराष्ट्र शासन, २०१६

३) कांबळे अरुण (संपादक) : 'जनता' पत्रातील लेख, विनिमय पब्लिकेशन्स, मुंबई,
तिसरी आवृत्ती - २०२२

४) कीर धनंजय : डॉ. बाबासाहेब आंबेडकर, पॉप्युलर प्रकाशन, मुंबई,
चौथी आवृत्ती - २००६

५) खरात शंकरराव (संपादन) : डॉ. बाबासाहेब आंबेडकर यांची आत्मकथा,
इंद्रायणी साहित्य प्रकाशन पुणे, चौथी आवृत्ती - २०१३

६) खरात शंकरराव (संपादन) : डॉ. बाबासाहेब आंबेडकरांची पत्रे,
इंद्रायणी साहित्य प्रकाशन पुणे - २०१०

७) खैरमोडे चांगदेव भगवान : डॉ. भीमराव रामजी आंबेडकर खंड - १ ते ५,
सुगावा प्रकाशन, पुणे

८) रत्तू नानक चंद - भाषांतर भा.ल. भोळे : डॉ. बाबासाहेब आंबेडकर अनुभव आणि
आठवणी, साकेत प्रकाशन, चौथी आवृत्ती - २०१९

९) राऊत भीमराव के. (अनुवाद) : डॉ. बाबासाहेब आंबेडकर यांचे गोलमेज परिषदेतील
कार्य, निर्मल प्रकाशन, नांदेड - २०२२

१०) वराळे बळवंत हणमंतराव : डॉ. आंबेडकरांचा सांगाती, विनिमय पब्लिकेशन्स, मुंबई,
दुसरी आवृत्ती - २०१७

११) संत ज.गो. (संपादक) : माझी आत्मकथा, विनिमय प्रकाशन, मुंबई - २०२२

संपादक परिचय

डॉ. विलास गायकवाड
(एम.ए., बी.जे., एम.फिल., पीएच.डी., नेट)

मिलिंद कला महाविद्यालय छत्रपती संभाजीनगर येथे (२००९ ते २०२०) पदवी स्तरावर अकरा वर्षे अध्यापन कार्य. मराठी विभाग, डॉ. बाबासाहेब आंबेडकर मराठवाडा विद्यापीठ, छत्रपती संभाजीनगर येथे शैक्षणिक वर्ष २०२० पासून सहायक प्राध्यापक म्हणून कार्यरत.

महानुभाव आणि वारकरी संतरचित बालक्रीडा, वारकरी सांप्रदायिक बालक्रीडापर वाङ्मय, महानुभावीय श्रीकृष्ण चरित्रपर निवडक रचना, भारतीय संगीताचा इतिहास व विकास ही पुस्तके तर 'बुद्ध आणि त्यांचा धम्म' या ग्रंथाचे संपादन, 'निबंधमाला' आणि 'निबंधलेखन : एक परिपूर्ण पुस्तक' या पुस्तिकांचा अनुवाद ही पुस्तके प्रकाशित.

संपादन व शुद्धलेखनाचे सखोल ज्ञान. निर्देशसूचीत प्रवीण. विविध दैनिक, नियतकालिकांत वेगवेगळ्या विषयांवर पन्नासपेक्षा अधिक लेख प्रकाशित. महाराष्ट्र राज्य साहित्य आणि संस्कृती मंडळाच्या दहापेक्षा अधिक खंडांचे विशेषतः सयाजीराव गायकवाड यांच्या खंडांचे मुद्रितशोधन. साकेतच्या अनेक पुस्तकांवर संपादकीय संस्कार आणि पुस्तकांना ब्लर्ब. राष्ट्रीय, राज्यस्तरीय चर्चासत्रांत सहभाग आणि शोधनिबंध सादर. आंतरराष्ट्रीय, राष्ट्रीय, राज्यस्तरीय वेबिनारमध्ये उपस्थिती.